AF759057

ದಯಾನಂದ

ಹುಟ್ಟಿದ್ದು 1988ರ ಅಂಬೇಡ್ಕರ್ ಜಯಂತಿಯಂದು ಮಂಡ್ಯ ಜಿಲ್ಲೆ ನಾಗಮಂಗಲ ತಾಲ್ಲೂಕಿನ ಬೆಳ್ಳೂರಿನಲ್ಲಿ. ವೃತ್ತಿಯಿಂದ ಪತ್ರಕರ್ತ. ಓದಿ ಬೆಳೆದದ್ದು ಬೆಳ್ಳೂರು ಮತ್ತು ಬೆಂಗಳೂರಿನಲ್ಲಿ. ಕನ್ನಡ ಸಾಹಿತ್ಯದಲ್ಲಿ ಸ್ನಾತಕೋತ್ತರ ಪದವಿ, ಸಮೂಹ ಸಂವಹನ ಮತ್ತು ಪತ್ರಿಕೋದ್ಯಮದಲ್ಲಿ ಸ್ನಾತಕೋತ್ತರ ಡಿಪ್ಲೊಮಾ. ಗುಲಬರ್ಗಾ ವಿಶ್ವವಿದ್ಯಾಲಯದ ಚಿನ್ನದ ಪದಕ ಮತ್ತು ಸಂಕ್ರಮಣ ಕಥಾ ಪುರಸ್ಕಾರ ಲಭಿಸಿದೆ. 'ಬುದ್ಧನ ಕಿವಿ' ಎನ್ನುವುದು ಇವರ ಎರಡನೆಯ ಕಥಾಸಂಕಲನ.

chamrajdaya@gmail.com | 99450 65060

Devaru Kachchida Sebu
-Collection of Short Stories in Kannada
by Dayananda,
Published by Chanda Pustaka,
I-004, Mantri Paradise,
Bannerughatta Road, Bangalore-560 076
ISBN: 978-81-963238-5-1

ಮೊದಲ ಮುದ್ರಣ: 2017

ಮುಖಪುಟ, ಒಳಚಿತ್ರಗಳು: ಸೌಮ್ಯ ಕಲ್ಯಾಣಕರ್
ಕರಡು ತಿದ್ದುವಿಕೆ: ಮಂಜುನಾಥ ಕೊಳ್ಳೆಗಾಲ
ಪುಟಗಳು: 116 ಬೆಲೆ: ₹ 140
ಕಾಗದ: ಎನ್‌ಎಸ್ ಮ್ಯಾಪ್ಲಿತೊ 70 ಜಿಎಸ್‌ಎಂ, 1/8 ಡೆಮಿ

ಪ್ರತಿಗಳಿಗಾಗಿ ಸಂಪರ್ಕಿಸಿ:

ಛಂದ ಪುಸ್ತಕ
ಐ-004, ಮಂತ್ರಿ ಪ್ಯಾರಡೈಸ್
ಬನ್ನೇರುಘಟ್ಟ ರಸ್ತೆ
ಬೆಂಗಳೂರು-560 076
ಸೆಲ್: 98444 22782
me@vasudhendra.com

ಮುದ್ರಣ:

ಟ್ರಿನಿಟಿ ಅಕಾಡೆಮಿ, ಕುಡ್ಲು ಗೇಟ್, ಹೊಸೂರು ರಸ್ತೆ, ಬೆಂಗಳೂರು

ಓದಿ ಓದಿ ಮರುಳಾಗಿ!

ದೇವರು ಕಚ್ಚಿದ ಸೇಬು

ದಯಾನಂದ

ಛಂದ ಪುಸ್ತಕ ಬಹುಮಾನಿತ ಕೃತಿ

ಅಮ್ಮ, ಅಪ್ಪಗೆ

'ಛಂದ' ತೀರ್ಪು

'ಛಂದ ಪುಸ್ತಕ' ಏರ್ಪಡಿಸಿದ ಕಥಾ ಸಂಕಲನಗಳ ಹಸ್ತಪ್ರತಿ ಸ್ಪರ್ಧೆಗೆ ಬಂದ ಪ್ರತಿಗಳ ರಾಶಿಯನ್ನು ನನ್ನ ಮುಂದೆ ಹಾಕಿಕೊಂಡು ಈ ಮಾತುಗಳನ್ನು ಬರೆಯುತ್ತಿದ್ದೇನೆ. ಸುಮಾರು ಒಂದು ನೂರಕ್ಕೂ ಮಿಕ್ಕ ಕತೆಗಳನ್ನು ಒಂದೇ ಉಸುರಿನಲ್ಲಿ ಅನ್ನುವ ಹಾಗೆ ಓದಿ ಮುಗಿಸಿದ್ದೇನೆ. ಈ ಕತೆಗಳಲ್ಲಿ ಗ್ರಾಮೀಣ ಬದುಕನ್ನು, ಪರಿಸರ ಕಾಳಜಿಯನ್ನು, ಮಾನವ ಸಂಬಂಧಗಳ ವಿಶ್ಲೇಷಣೆಯನ್ನು, ಸಾಮಾಜಿಕ ಸ್ಥಿತ್ಯಂತರವನ್ನು, ಹೆಣ್ಣು ಮಕ್ಕಳ ವಿವಿಧ ಸಮಸ್ಯೆಗಳನ್ನು, ದಲಿತರ ಬದುಕಿನ ಹಸಿ ಚಿತ್ರಣವನ್ನು, ಕಡಲ ಮಕ್ಕಳ ಬದುಕನ್ನು, ರೈತಾಪಿಗಳ ಕಠಿಣ ಜೀವನವನ್ನು – ಹೀಗೆ ನಮ್ಮ ಸುತ್ತ ನಡೆಯುವ ವೈವಿಧ್ಯಮಯ ಬದುಕನ್ನು ಕಂಡಿದ್ದೇನೆ. ಎಲ್ಲ ಲೇಖಕರೂ ತಮಗಿರುವ ಸಾಮಾಜಿಕ ಬದ್ಧತೆಗೆ ಒಳಗಾಗಿಯೇ ಬರವಣಿಗೆಯನ್ನು ಮಾಡಿರುವುದು ನನಗೆ ತೃಪ್ತಿಯನ್ನ ನೀಡಿದೆ. ಬರವಣಿಗೆ, ಶೈಲಿ, ಭಾಷೆ, ತಂತ್ರ, ಹೇಳುವ ಕ್ರಮ ಎಲ್ಲದರಲ್ಲಿಯೂ ಲೇಖಕರು ಪ್ರಾವೀಣ್ಯತೆಯನ್ನು ಪಡೆದಿರುವುದು ನನಗೆ ಸಂತಸ ತಂದಿದೆ. ಕನ್ನಡ ಕಥಾ ಪ್ರಪಂಚ ದಿನದಿಂದ ದಿನಕ್ಕೆ ತನ್ನ ದಾರಿಯನ್ನು ಶುಚಿಗೊಳಿಸಿಕೊಂಡು ಸಾಗುತ್ತಿದೆ ಅನ್ನುವ ಅಭಿಪ್ರಾಯ ನನ್ನಲ್ಲಿ ಮೂಡಿದೆ. ಸಾಕಷ್ಟು ಸಂಖ್ಯೆಯ ಲೇಖಕಿಯರೂ ಇಲ್ಲಿ ಇದ್ದಾರೆ. ಹೊಸ ಲೇಖಕರು ಕಾಣಿಸಿಕೊಂಡಿದ್ದಾರೆ. ಈ ಎಲ್ಲ ಲೇಖಕರಿಗೂ ಅಭಿನಂದನೆಗಳನ್ನು ಹೇಳುತ್ತ, ಈ ಸ್ಪರ್ಧೆಯನ್ನ ನಡೆಸಿಕೊಂಡು ಬರುತ್ತಿರುವ ಗೆಳೆಯ ವಸುಧೇಂದ್ರರಿಗೆ ನನ್ನ ಕೃತಜ್ಞತೆಯನ್ನು ಹೇಳಬಯಸುತ್ತೇನೆ. ಅಂತೆಯೇ ನನಗೆ ನೀಡಲಾದ ಆದೇಶಕ್ಕೆ ಅನುಗುಣವಾಗಿ ಈ ಎಲ್ಲ ಸಂಕಲನಗಳ ನಡುವಿನಿಂದ ಒಂದು ಸಂಕಲನವನ್ನು ಪ್ರಥಮ ಪುರಸ್ಕಾರಕ್ಕೆ ಆಯ್ಕೆ ಮಾಡಿ ಅದರ ಬಗ್ಗೆ ಮಾತ್ರ ಕೆಲ ಮಾತುಗಳನ್ನು ಆಡಲಿಕ್ಕೆ ಮುಂದಾಗುತ್ತೇನೆ. ಸ್ಪರ್ಧೆಯಲ್ಲಿ ಭಾಗವಹಿಸಿದ ಇತರರು ನಿರಾಶೆ ಪಡುವ ಆವಶ್ಯಕತೆ ಇಲ್ಲ ಅನ್ನುವ ಮಾತನ್ನ ಕೂಡ ಈ ಸಂದರ್ಭದಲ್ಲಿ ಹೇಳಬಯಸುತ್ತೇನೆ.

ಇದರ ಜೊತೆಗೆ ನಾನು ಹೇಳಲೇಬೇಕಾದ ಒಂದು ಮಾತು ಎಂದರೆ ಕನ್ನಡದ ಕತೆಗೆ ಒಂದು ಹೊಸ ಆಯಾಮವನ್ನು ತಂದು ಕೊಡುವ, ಭಾಷೆಯನ್ನ ವಿನೂತನ ಶೈಲಿಯಲ್ಲಿ ದುಡಿಸಿಕೊಂಡು ಒಂದು ತೀವ್ರತೆಯನ್ನು ತಂದು ಕೊಡುವ, ಬದುಕಿನ ವಿಶೇಷತೆಯನ್ನು ಕತೆಯ ಮೂಲಕ ಕಟ್ಟಿಕೊಡುವ ಯತ್ನ ಇಲ್ಲಿಯ ಬಹುತೇಕ ಕತೆಗಳಲ್ಲಿ ಕಾಣಲಿಲ್ಲ ಅನ್ನುವ ಅಂಶ ನನ್ನನ್ನು ತುಸು ನಿರಾಶೆಗೊಳಿಸಿದೆ. ಸ್ಪರ್ಧೆಗೆ ಎಂದು ಬರೆಯುವಾಗ ವಿಶೇಷವಾದ ಶ್ರಮ, ಕಾಳಜಿ, ಹೊಸತನದ ಶೋಧ, ಈವರೆಗಿನ ದಾರಿ ತೊರೆದು ಹೊಸ ದಾರಿ ಹಿಡಿಯುವ ಒಂದು ಛಲ ಎಲ್ಲವನ್ನ ಬಯಸಿದ ನನಗೆ ಅದನ್ನು ಇಲ್ಲಿಯ ಕತೆಗಳಲ್ಲಿ ಕಾಣಲಿಲ್ಲವೆಂದರೂ ಸರಿ ಹೋದೀತು ಅನಿಸುತ್ತದೆ.

ಆದರೂ ದಯಾನಂದರ ಒಂದು ಸಂಕಲನ ನನ್ನ ಗಮನವನ್ನು ಸೆಳೆದಿದೆ ಹಾಗೂ ಈ ಸಂಕಲನವನ್ನ ನಾನು ಪ್ರಥಮ ಪುರಸ್ಕಾರಕ್ಕೆ ಆಯ್ಕೆ ಮಾಡಿದ್ದೇನೆ. ಅವರಿಗೆ ಅಭಿನಂದನೆ.

ಈ ಸಂಕಲನ ನನಗೆ ಮೆಚ್ಚುಗೆಯಾಗಲು ಮುಖ್ಯ ಕಾರಣವೆಂದರೆ ನಗರಗಳಿಗೆ ಮಾತ್ರ ಮೀಸಲಾದ ಒಂದು ಜೀವನ ಕ್ರಮವನ್ನು ಚಿತ್ರಿಸುವ ರೀತಿಯಲ್ಲಿಯೇ ಗ್ರಾಮೀಣ ಬದುಕನ್ನು ಲೇಖಕರು ಚಿತ್ರಿಸುವುದು. ಸಂಕಲನದ ಹತ್ತು ಕತೆಗಳಲ್ಲಿ ಬಹುತೇಕ ಕತೆಗಳು ಆಧುನಿಕ ಬದುಕಿನ ಹಲವು ಜಂಜಡ, ಗೊಂದಲ, ಸಿಕ್ಕುಗಳನ್ನು ಬಿಡಿಸುವ ಯತ್ನ ಮಾಡಿದರೆ ಕೊನೆಯ ಮೂರು ಕತೆಗಳು ನಮ್ಮನ್ನು ನಮ್ಮ ಗ್ರಾಮೀಣ ಬದುಕಿನ ನಂಬಿಕೆ ಆಚಾರಗಳತ್ತ ಕರೆದುಕೊಂಡು ಹೋಗುತ್ತವೆ. ಈ ಎರಡೂ ಕ್ಷೇತ್ರಗಳ ಪಕ್ಕಾ ಪರಿಚಯ, ವಿವರಣೆ, ಇತ್ಯಾದಿಯನ್ನು ಲೇಖಕರು ಸಮರ್ಥವಾಗಿ ನೀಡುತ್ತಾರೆ.

ಕತೆಗಳನ್ನು ಓದುಗರು ಮುಂದೆ ಓದಲಿಕ್ಕಿರುವುದರಿಂದ ಪ್ರತಿ ಕತೆಯ ಕುರಿತೂ ಬರೆಯುವ ಆವಶ್ಯಕತೆ ಇಲ್ಲವೆಂದೇ ನನ್ನ ನಂಬಿಕೆ. ಅಲ್ಲದೆ ಇದು ಅವಕಾಶ ಸಿಕ್ಕಿದೆ ಎಂದು ಮಾಡುವ ಭಾಷಣಕ್ಕೆ ಸಮ ಎಂದೇ ಕತೆಗಳ ವಿಶ್ಲೇಷಣೆಯನ್ನು ಮಾತ್ರ ಇಲ್ಲಿ ಮಾಡಬಯಸುತ್ತೇನೆ. ಪ್ರತಿ ಕತೆಯ ವಿಶೇಷತೆಯನ್ನು ಇಲ್ಲಿ ಹೇಳಿದರೆ ಸಾಕೇನೋ ಎಂದು ನನಗೆ ಅನಿಸುತ್ತದೆ.

ಆಧುನಿಕತೆಯನ್ನು ಅತಿಯಾಗಿ ನಮ್ಮ ಮೇಲೆ ಆವಾಹಿಸಿಕೊಂಡಿರುವ ನಾವು ಅದಕ್ಕೆ ತಕ್ಕ ಒಂದು ವ್ಯವಸ್ಥೆಯನ್ನೂ ರೂಪಿಸಿಕೊಂಡಿದ್ದೇವೆ. ಈ ವ್ಯವಸ್ಥೆಯ ನಡುವೆ ಸಿಕ್ಕಿ ಬಿದ್ದಿರುವ ಓರ್ವ ವ್ಯಕ್ತಿ ಒಂದು ಔಟ್‌ಸ್ಟೇಷನ್ ಮೀಟಿಂಗಿಗೆ ಹೊರಟು ಏನೆಲ್ಲ ಅವಸ್ಥೆ ಪಡುತ್ತಾನೆ ಅನ್ನುವುದು ಇಲ್ಲಿಯ 'ದೇವರು ಕಚ್ಚಿದ ಸೇಬು' ಕತೆ. ಬೆಳಿಗ್ಗೆ ನಾಲ್ಕು ಗಂಟೆಗೇ ಎದ್ದು ಮೊಬೈಲು, ಲ್ಯಾಪ್‌ಟಾಪ್, ಕಾರು ಇತ್ಯಾದಿ ಸಜ್ಜು ಮಾಡಿ ಕೊಂಡು ಹತ್ತಿರದ ವಿಮಾನ ನಿಲ್ದಾಣಕ್ಕೆ ಧಾವಿಸಿ, ಅಲ್ಲೊಂದು ವ್ಯವಸ್ಥೆಗೆ ಒಳಗಾಗಿ ವಿಮಾನ ಹತ್ತಿ, ಅಲ್ಲಿ ಸೀಟಿಗಾಗಿ, ಅಲ್ಲಿಯ ಸಿಬ್ಬಂದಿ ಕೊಡುವ ಆಹಾರಕ್ಕಾಗಿ, ಮತ್ತೊಂದಕ್ಕಾಗಿ ಜಗಳ ಮಾಡಿ, ಕಾದಾಡಿ ಮತ್ತೆ ಏರೋಪ್ಲೇನು ಹತ್ತಿ ಮನೆಗೆ

ಬಂದರೆ ಹೆಂಡತಿಯನ್ನು ಮಾತನಾಡಿಸಲೂ ಆಗದ ಪರಿಸ್ಥಿತಿ. ಜೊತೆಗೆ ಮಾಡುವ ಕೆಲಸದಲ್ಲಿ ನೆಮ್ಮದಿ ಇಲ್ಲ. ಎಂಟು ವರ್ಷಗಳಲ್ಲಿ ಹದಿನಾಲ್ಕು ಕಂಪನಿಗಳಲ್ಲಿ ದುಡಿಯುವ ಸ್ಥಿತಿ. ಯಾಂತ್ರೀಕೃತವಾದ ಈ ಸ್ಥಿತಿಗೆ ಕಾರಣ ಇದು ಕೆಲಸದ ಸಮಸ್ಯೆ ಅಂದುಕೊಂಡರೆ ಅನಂತರ ಇದು ಬಾಳಿನ ಸಮಸ್ಯೆ ಅನ್ನುವ ಸತ್ಯ ಹೊಳೆಯುತ್ತದೆ. ಕತೆಯ ಒಂದು ಪಾತ್ರ ಹೇಳುವ ಹಾಗೆ 'ಒಟ್ಟಿನಲ್ಲಿ ಓಡ್ತಿರಬೇಕು. ನಿಂತರೆ ಕಾಲ್ತುಳಿತಕ್ಕೆ ಸಿಕ್ಕಿ ಸಾಯಬೇಕು' ಅಂತಹ ತುಡಿತ. ಗಿಡದಲ್ಲಿಯ ಹಣ್ಣನ್ನು ಹಕ್ಕಿಯೋ ಅಳಿಲೋ ಕಚ್ಚಿದ್ದರೆ ಅದನ್ನು ತಿರಸ್ಕರಿಸಬಾರದು ಎಂದು ಒಂದು ನಂಬಿಕೆ. ಆದರೆ ನಮ್ಮ ಬದುಕು ಅನ್ನುವ ಸೇಬನ್ನು ದೇವರೇ ಕಚ್ಚಿದ್ದಾನೆ. ಇದನ್ನೂ ತಿರಸ್ಕರಿಸಬೇಕೆ? ಇಲ್ಲ ಒಪ್ಪಿಕೊಳ್ಳಬೇಕೆ? ಇದು ಪ್ರಶ್ನೆ. ಈ ಕತೆಯಲ್ಲಿ ಬರುವ ಆಧುನಿಕ ಬದುಕಿನ ವಿವರಗಳು ಬೆಚ್ಚಿಬೀಳಿಸುತ್ತವೆ.

ಇವತ್ತು ನಮ್ಮಲ್ಲಿ ಅವಿಭಕ್ತ ಕುಟುಂಬಗಳು ಮಾಯವಾಗುತ್ತಿವೆ. ಏಕೆ? ಒಬ್ಬರನ್ನು ಇನ್ನೊಬ್ಬರು ಅನುಸರಿಸಿಕೊಂಡು ಹೋಗುವಲ್ಲಿ ಏನೋ ಪ್ರತಿಷ್ಠೆ, ಅಭಿಮಾನ, ಮನಸ್ತಾಪ, ಅಸಹಿಷ್ಣುತೆ ಅಡ್ಡ ಬರುತ್ತದೆ. ಅಂತಹ ಒಂದು ಕುಟುಂಬದ ಮಗ, ಸೊಸೆ, ಅಮ್ಮ. ಈ ಮೂವರೂ ತಮ್ಮ ಬದುಕು ಹಿಡಿದ ದಾರಿಯನ್ನು ಅವಲೋಕನ ಮಾಡುವ ಕತೆ 'ಹಿತ'.

ಎಲ್ಲಿಗೆ ಇನ್ನೆಂದೂ ಬರಬಾರದೆಂದುಕೊಂಡಿದ್ದನೋ ಅಲ್ಲಿಗೆ ಕೊನೆಗೂ ಬಂದು ಬಿದ್ದವನ ಕತೆ 'ಸಾಪೇಕ್ಷ'. ಗಂಡ ಹೆಂಡತಿ ಇಬ್ಬರೂ ದುಡಿಮೆಗೆ ಇಳಿದಾಗ ನಾವು ಏನೆಲ್ಲ ಸಮಸ್ಯೆಗಳನ್ನು ಎದುರಿಸುತ್ತೇವೆ ಎನ್ನುವುದರ ಚಿತ್ರಣ 'ಉಪ್ಪು ಹುಳಿ ಕಜ್ಜಾಯ'. ಈ ಕತೆಯ ನಾಯಕಿ ಕೊನೆಗೂ 'ನಾನು ದುಡೀದಿದ್ದರೂ ಆಗುತ್ತದಲ್ಲ' ಎಂದು ಕೇಳುತ್ತಾಳೆ.

ಈ ಸಂಕಲನದ ಮತ್ತೊಂದು ಕತೆ 'ಪ್ರಾಯಶ್ಚಿತ್ತ'. ಈ ಕತೆಯ ಒಂದು ಪಾತ್ರ, 'ನನ್ನ ಆಸ್ತಿ ಎಲ್ಲ ಮಾರಿ ಈ ಊರವರಿಗೆ ಹಂಚಿ ಎಲ್ಲಾದರೂ ದೂರ ಹೋಗಿಬಿಡತೇನೆ' ಅನ್ನುವ ಪ್ರಾಯಶ್ಚಿತ್ತದ ಮಾತನ್ನು ಹೇಳಿದಾಗ ಈ ಮಾತಿಗೆ ಪ್ರತಿಯಾಗಿ, 'ನಿನಗೆ ಗೊತ್ತೋ ಇಲ್ಲವೋ... ನಿನಗಿಂತ ಅಥವಾ ಅದಕ್ಕಿಂತ ಹೆಚ್ಚೇ ಬುದ್ಧಿ, ಹೊಲೆಯರ ಚೆನ್ನ, ಕರಿಯಗೂ, ಬೆಸ್ತರ ಸೋಮಿಗೂ, ನಾಯಕರ ಬೊಮ್ಮನಿಗೂ, ಗಾಣಿಗರ ರಾಮನಿಗೂ ಇತ್ತು. ಆದರೆ ಅವರ ಬುದ್ಧಿ ಬದುಕನ್ನೆಲ್ಲ ನೀನು ಆಪೋಷನ ತೆಗೆದುಕೊಂಡೆ. ನಿನ್ನಪ್ಪನ ಶಾನುಭೋಗಿಕೆ ಅವರ ಜೀವನ ಹಾಳು ಮಾಡಿತು. ನಮ್ಮದು ಹೇಗೋ ನಡೆಯುತ್ತದೆ, ಆದರೆ ಅವರ ಪಾಡು? ಊರವರ ಜಮೀನು ಮಾರಿ ನಿನ್ನಪ್ಪ ಗೆದ್ದ, ಊರ ಮಕ್ಕಳ ಬುದ್ಧಿಯನ್ನ ನೀಗಿ ನೀನು ಗೆದ್ದೆ. ಈಗ ಯಾವುದಕ್ಕೆ ಪ್ರಾಯಶ್ಚಿತ್ತ ಮಾಡಿಕೊಳ್ಳುತ್ತೀಯ?' ಎಂಬ ಪ್ರಶ್ನೆ ಸುಳಿದು ನಮ್ಮ ಸಮಾಜದ ವರ್ಣ ವ್ಯವಸ್ಥೆ ನೆನಪಿಗೆ ಬಂದು ಮನಸ್ಸು ಮುದುಡಿ ಕೊಳ್ಳುತ್ತದೆ. ಕತೆ ಕೇವಲ ಸಿದ್ಧಾಂತದ ನೆಲೆಯಲ್ಲಿ ನಿಂತು ಕ್ರಿಯೆ ಇಲ್ಲಿ ಕಾಣದಾದರೂ ಕತೆ ಕೆಲಸ ಮಾಡುತ್ತದೆ.

ಮರಳ ದಂಡೆಯ ಮೇಲೆ ಬಿದ್ದುಕೊಂಡ ಓರ್ವ ಯುವಕ 'ಈಗೇನು ಮಾಡಲಿ' ಎಂಬ ಪ್ರಶ್ನೆಗೆ ಉತ್ತರ ಹುಡುಕುತ್ತಾನೆ. ಅವನಿಗೆ ಆನಿಮೇಷನ್ ಕೋರ್ಸ್ ಮಾಡುವ ಹಂಬಲ. ಆದರೆ ಅವಕಾಶವಿಲ್ಲ. ಬಡತನ ಕಾಡುತ್ತದೆ. ಇವನ ಅಪ್ಪ ಒಂದು ಕಿರಾಣಿ ಅಂಗಡಿ ನಡೆಸುತ್ತಾನೆ. ಅದನ್ನೇ ನೋಡಿಕೊಂಡಿರು ಅನ್ನುವ ಉತ್ತರ ಕೂಡ ಇದೆ. ಆದರೆ ಮುಂದೆ ಇವನ ಕನಸು ನನಸಾಯಿತೆ ಎಂಬುದು 'ಇಲ್ಲಿಂದ ಮುಂದೆ' ಅನ್ನುವ ಕತೆಯ ಸಾರಾಂಶ.

'ಚೌರ' ಅನ್ನುವುದು ಪಾಳ್ಯ ಹಟ್ಟಿಯ ಕತೆ. ಇವರ ನಡುವೆ ಗಡ್ಡಪ್ಪ, ಗಡ್ಡಯ್ಯ, ಗಡ್ಡಣ್ಣ, ಗಡ್ಡಸೋಮಿ, ಜಡೆಯ, ಜಡೆಯಪ್ಪ, ಜಡೆಸೋಮಿ, ಜುಟ್ಟ, ಜುಟ್ಟಪ್ಪ ಎಂದೆಲ್ಲ ಹೆಸರುಗಳಿವೆ. ಇವುಗಳ ನಡುವೆ ಗಡ್ಡಪ್ಪ ಅನ್ನುವವನೂ ಓರ್ವ. ಈತ ಉದ್ದ ಗಡ್ಡ ಬಿಟ್ಟೇ ಪ್ರಖ್ಯಾತನಾದವನು. ಆದರೆ ಇವನ ಸಾವೇ ಇವನ ಗಡ್ಡದ ಸಮಸ್ಯೆಗೆ ಕಾರಣವಾಗುತ್ತದೆ. ಕತೆ ಹಾಸ್ಯ ವ್ಯಂಗ್ಯದಿಂದ ಕೂಡಿದ್ದರೂ ಒಂದು ಜನಾಂಗದ ಅವಸ್ಥೆಯನ್ನು ನಮ್ಮ ಮುಂದೆ ಬಿಚ್ಚಿ ಇರಿಸುತ್ತದೆ. ವ್ಯಂಗ್ಯ ವಿಷಾದದಲ್ಲಿ ಅಂತ್ಯವಾಗುತ್ತದೆ.

ಈ ಸಂಕಲನದ ಮೂರು ಕತೆಗಳು ನಮ್ಮ ಸ್ತ್ರೀಯರ ಬದುಕಿನ ಕ್ರಮದ ಮೇಲೆ ಬೆಳಕು ಚೆಲ್ಲುವಂತಹವು. 'ಕೈ ಚಾಚಿದ ಆಕಾಶ'ದ ತಾಜುಮಾಳದ್ದು ಒಂದು ಬಗೆಯ ಬದುಕಾದರೆ, 'ಗ್ರಾಂಟು' ಕತೆಯ ಶಿವಮ್ಮಳದ್ದು ಇನ್ನೊಂದು ಕತೆ. ತಾಜುಮಾ ತನ್ನ ಬದುಕನ್ನು ಸರಿದೂಗಿಸಿಕೊಂಡು ಹೋಗಲು ಬಡಿದಾಡಿದರೆ, ಶಿವಮ್ಮ ತಾನು ಕಟ್ಟಬೇಕು ಎಂದಿರುವ ಮನೆಗಾಗಿ ಪರದಾಡುತ್ತಾಳೆ. ಹೀಗೆಯೇ ತನ್ನ ಒಂದು ಸಾಕಿದ ಕುರಿಯನ್ನು ಕಳೆದುಕೊಂಡ ಗೌರಜ್ಜಿಯದೂ ಒಂದು ದುರಂತ ಕತೆ. 'ಅಮ್ಮಾನ ಗುಡಿ ಮುಂದೆ' ಅನ್ನುವ ಈ ಕತೆ ನಮ್ಮ ಗ್ರಾಮೀಣ ಜನರ ಬದುಕಿನಲ್ಲಿ ಮೂಕ ಪ್ರಾಣಿಗಳು ವಹಿಸುವ ಪಾತ್ರದ ಬಗ್ಗೆ ಮಾತನಾಡುತ್ತದೆ.

ದಯಾನಂದರ ಕತೆಗಳು ಒಂದು ಘಟನೆಯನ್ನು ಇರಿಸಿಕೊಂಡು ಕುತೂಹಲ ಕೆರಳುವ ಹಾಗೆ, ಭಾವನೆಯ ತಂತಿಗಳನ್ನು ಮೀಟುತ್ತ, ಓದುಗರನ್ನ ಅನಿರೀಕ್ಷಿತವಾದ ಒಂದು ಅಂತ್ಯಕ್ಕೆ ಕರೆದೊಯ್ದು ಅಚ್ಚರಿ ಪಡಿಸುವ ಇಲ್ಲವೆ ಕಣ್ಣಂಚಿಗೆ ನೀರನ್ನು ತಂದು ನಿಲ್ಲಿಸುವ ಕತೆಗಳ ಜಾಯಮಾನದಿಂದ ಹೊರಬಂದಿರುವಂತಹ ಕತೆಗಳು. ಮುಂದುವರಿದ ಹಾಗೆ ಅವರ ಕತೆಗಳು ಇನ್ನೂ ಹೆಚ್ಚಿನ ಆಳಕ್ಕೆ ಹೋಗಿ ತಲುಪುತ್ತವೆ ಅನ್ನುವ ಭರವಸೆ ನನಗಿದೆ.

ಲೇಖಕರು ಕತೆ ಹೇಳುವುದರಲ್ಲಿ ನೈಪುಣ್ಯ ಸಾಧಿಸಿದ್ದಾರೆ. ಆಕರ್ಷಕವಾದ ಭಾಷೆ ಇದೆ. ಓದುಗರ ಬಗ್ಗೆ ಗೌರವ ಇರಿಸಿಕೊಂಡೇ ಬರೆಯುತ್ತಾರೆ. ನೇರವಾಗಿ, ಸರಳವಾಗಿ ಕತೆ ಕಟ್ಟುತ್ತಾರೆ. ಸಮಯ, ಸಂದರ್ಭ, ಸನ್ನಿವೇಶಗಳನ್ನು ಸಹಜವಾಗಿ ತರುತ್ತಾರೆ. ತಾಜುಮಾಳ ಪ್ರಿಯಕರ ಒಂದು ಸಂದರ್ಭದಲ್ಲಿ ಅಳಬೇಡ ಎಂದು ಹೇಳಿದಾಗ ತಾಜುಮಾ 'ಯಾಕೆ ಅಳಬಾರದು? ಹುಡುಗಿಯರು ಯಾವಾಗಲೂ ಯಾಕೆ ನಗುವಿನ ಗೊಂಬೆಗಳ ಹಾಗೆ ಇರಬೇಕು? ಯಾಕೆ ನವುರುತನವನ್ನ ಯಾವಾಗಲೂ ಹೇರ್ಕೋಬೇಕು?' ಎಂದು ಕೇಳುತ್ತಾಳೆ. ಈ ಬಗೆಯ ಮಾತುಗಳು

ಹೇರಳವಾಗಿ ಇಲ್ಲಿ ಕಾಣಸಿಗುತ್ತವೆ. ಹೀಗೆ ಹಳೆಯದನ್ನು ಪ್ರಶ್ನಿಸುವ ಪ್ರಯತ್ನವನ್ನು ದಯಾನಂದ ಈ ಕತೆಗಳಲ್ಲಿ ಅಲ್ಲಿಲ್ಲಿ ಮಾಡುತ್ತಾರೆ.

ನನ್ನ ಓದಿಗೆಂದು ಬಂದ ಸಂಕಲನಗಳಲ್ಲಿ ಒಂದು ಎರಡು ಕತೆಗಳು ಉತ್ತಮವಾಗಿದ್ದು, ಉಳಿದವು ಜಾಳು ಜಾಳಾಗಿ ಇದ್ದುದರಿಂದ, ಒಂದಲ್ಲ ಒಂದು ಕಾರಣಕ್ಕೆ ಎಲ್ಲ ಕತೆಗಳು ಉತ್ತಮವಾಗಿ ಇದ್ದ ದಯಾನಂದರ ಈ ಸಂಕಲನಕ್ಕೆ ನಾನು ಮೊದಲ ಸ್ಥಾನ ನೀಡಿದ್ದೇನೆ. ಲೇಖಕರಿಗೆ ಒಳಿತಾಗಲಿ.

– ಡಾ. ನಾ. ಡಿಸೋಜ

ಸಾಗರ

ಕೆಲವು ಟಿಪ್ಪಣಿಗಳು

'ಪ್ರಜಾವಾಣಿ' ಪತ್ರಿಕೆಯಲ್ಲಿ ಉಪಸಂಪಾದಕರಾಗಿ ಕಾರ್ಯವನ್ನು ನಿರ್ವಹಿಸುತ್ತಿರುವ ದಯಾನಂದ ಉತ್ಸಾಹಿ ತರುಣರು, ಸಾಹಿತ್ಯಾಸಕ್ತರು, ಮತ್ತು ಕತೆಗಾರರು. ಅವರು ಬರೆದಿರುವ ಕೆಲವು ಕಥೆಗಳು 'ದೇವರು ಕಚ್ಚಿದ ಸೇಬು' ಎಂಬ ಈ ಸಂಕಲನದಲ್ಲಿ ಸೇರಿವೆ; 'ಇದು ನನ್ನ ಮೊದಲ ಕಥಾಸಂಕಲನ' ಎಂದು ಅವರು ಹೇಳಿದರೂ ಈ ಕಥೆಗಳನ್ನು ಓದಿದ ನಂತರ ಅವರ ಮಾತನ್ನು ನಂಬುವುದು ಕಷ್ಟವಾಗುತ್ತದೆ; ಏಕೆಂದರೆ ಕಥೆಗಳ ಆಳದಲ್ಲಿ ಪ್ರಬುದ್ಧ ಚಿಂತನೆಯಿದೆ ಮತ್ತು ಕಥೆಗಳನ್ನು ಕಟ್ಟುವ ಕಲೆಯಲ್ಲಿ ಅವರು ಪಳಗಿದ್ದಾರೆ.

ಜಾಗತೀಕರಣವು ಭದ್ರವಾಗಿ ಬೇರೂರಿರುವ ಇಂದಿನ ಭಾರತದಲ್ಲಿ ಶಿಕ್ಷಿತ ತರುಣ–ತರುಣಿಯರಿಗೆ ಅನೇಕಾನೇಕ ಉದ್ಯೋಗಾವಕಾಶಗಳು ತೆರೆದುಕೊಳ್ಳುತ್ತಿವೆ, ಜಾತಿ–ಮತಗಳ ಪರಿವೆಯಿಲ್ಲದೆ ಎಲ್ಲರೂ ಸ್ವಾಭಿಮಾನದಿಂದ ಬದುಕುವ ಅವಕಾಶಗಳು ದೊರಕುತ್ತಿವೆ. ಆದರೆ, ಅದೇ ಜಾಗತೀಕರಣವು ಅದು ಕೊಡುವ ಈ ಅವಕಾಶಗಳ ಪ್ರತಿಫಲವಾಗಿ ಕುಟುಂಬಗಳನ್ನು ಒಡೆಯುತ್ತಿದೆ, ವಿಶ್ರಾಂತಿಯೇ ಇಲ್ಲದ ದುಡಿಮೆಯನ್ನು ಕೇಳುತ್ತಿದೆ, ಕೊನೆಗೆ ಅನೇಕ ಉದ್ಯೋಗಿಗಳನ್ನು ಹತಾಶೆಯ ಕೂಪಕ್ಕೆ ತಳ್ಳುತ್ತಿದೆ. ಈ ಬಗೆಯ ಸಮಕಾಲೀನ ಕ್ರಿಯೆ–ಪ್ರತಿಕ್ರಿಯೆಗಳನ್ನು ಸಮರ್ಥವಾಗಿ ಈ ಸಂಕಲನದ ಕಥೆಗಳು ದಾಖಲಿಸುತ್ತವೆ. ಇಲ್ಲಿರುವ ಬಹುತೇಕ ಕಥೆಗಳು ಭಿನ್ನ ಭಿನ್ನ ಕಾರಣಗಳಿಂದಾಗಿ 'ಕಳೆದುಹೋದವರ' ಬಗ್ಗೆ ಇವೆ – ಅವಿಶ್ರಾಂತ ದುಡಿಮೆ, ಒಂಟಿತನ, ದಾಂಪತ್ಯದಲ್ಲಿ ತಲೆದೋರುವ ಬಿಕ್ಕಟ್ಟು–ಬಿರುಕುಗಳು, ಅಸಮಾನ ಸ್ಪರ್ಧೆ

ಇತ್ಯಾದಿ ಕಾರಣಗಳಿಂದಾಗಿ. ಈ ಹೇಳಿಕೆಗಳ ಹಿನ್ನೆಲೆಯಲ್ಲಿ ಈಗ ಕೆಲವು ಕಥೆಗಳನ್ನು ಸ್ವಲ್ಪ ವಿವರವಾಗಿ ಗಮನಿಸಬಹುದು.

ಸ್ಪರ್ಧಾತ್ಮಕ ಔದ್ಯಮಿಕ ಜಗತ್ತಿಗೆ ಈ ಸಂಕಲನದ ಮೊದಲ ಕಥೆಯೇ ಒಂದು ಕಿಟಕಿಯನ್ನು ತೆರೆಯುತ್ತದೆ. ನಿರೂಪಕನು ದೊಡ್ಡ ಸಂಸ್ಥೆಯ ಮಾರಾಟ ವಿಭಾಗದಲ್ಲಿ ಅಧಿಕಾರಿ; ಆ ಕಾರಣದಿಂದ ಈವತ್ತು ದೆಹಲಿ, ನಾಳೆ ಸಿಂಗಪುರ್, ಹೀಗೆ ಸದಾ ಸುತ್ತಾಟಗಳಲ್ಲಿ ಮುಳುಗಿರುವವನು. ಕಥೆಯ ಪ್ರಾರಂಭದಲ್ಲಿ, ಇವನು ಬೆಳಗಿನ ಜಾವದಲ್ಲಿಯೇ ದೆಹಲಿಗೆ ಹೋಗಲು ಸಿದ್ಧನಾಗುತ್ತಿರುವಾಗ ವ್ಯಕ್ತಿಯೊಬ್ಬನಿಂದ/ಒಬ್ಬಳಿಂದ ನಾಲ್ಕು ಬಾರಿ ಮೊಬೈಲಿನಲ್ಲಿ ಸಂದೇಶ ಬಂದಿರುವುದು ಗೊತ್ತಾಗುತ್ತದೆ; ಕೊನೆಯಲ್ಲಿ 'ಮನಸ್ಸು ಮಾತಿಗಾಗಿ ಹಸೀತಿದೆ' ಎಂಬ ಸಂದೇಶ ಕಾಣುತ್ತದೆ. ಆದರೂ ಆ ವ್ಯಕ್ತಿಗೆ ಮರು ಕರೆಮಾಡಲು ನಿರೂಪಕನಿಗೆ ಸಮಯವಾಗುವುದಿಲ್ಲ. ವಿಮಾನದಲ್ಲಿ ಅತಿ ಚಿಕ್ಕ ವಿಷಯಕ್ಕೆ ಆಗುವ ಗಲಾಟೆ, ಅನಾಮಿಕ ಸಂದೇಶದ ಬಗ್ಗೆ ಕುತೂಹಲ, ಇವುಗಳಿಂದ ಬೇಸತ್ತು ದೆಹಲಿಗೆ ಹೋದರೆ, ಅಲ್ಲಿ ನಡೆಯುವ ಸಭೆಯಲ್ಲಿ ಮಾರಾಟತಂತ್ರಗಳು, ಗಿರಾಕಿಗಳನ್ನು ಸೆಳೆಯುವುದು ಹೇಗೆ ಇತ್ಯಾದಿಗಳ ಬಗ್ಗೆ ಚರ್ಚೆ. ಕೊನೆಗೆ ಅವನು ಹೊರಗೆ ಬಂದರೆ, ಕಂಪನಿಯ ಡಿವಿಜನಲ್ ಮ್ಯಾನೇಜರ್ ಇವನ ಬಳಿ ಬಂದು ತಮ್ಮ ಕೆಲಸದ ನಿರರ್ಥಕತೆಯನ್ನು ವಿವರಿಸುತ್ತಾನೆ:

'ಕಂಪನಿ ಪ್ರಾಡಕ್ಟ್ ಅಂತ ನಮ್ಮ ಕೈಗೆ ಸಗಣಿ ಕೊಟ್ರೂ ನಾವು ಅದನ್ನು ಬೆಣ್ಣೆ ಮುದ್ದೆ ಅನ್ನೋತರ ಮಾರಾಟ ಮಾಡ್ಬೇಕು.' ಬೆಂಗಳೂರಿಗೆ ಮರಳಿದ ನಂತರ, ನಿರೂಪಕನ ಸ್ನೇಹಿತ ಸಿಕ್ಕು, ತನ್ನ ಡಿಪ್ರೆಶನ್, ಜಾತಿಯ ಕಾರಣದಿಂದ ತನಗಾಗಿರುವ ಪಕ್ಷಪಾತ, ಇತ್ಯಾದಿಗಳನ್ನು ಇವನೆದುರು ಹೇಳಿಕೊಳ್ಳುತ್ತಾನೆ. ಕಥೆ ಈ ವಾಕ್ಯಗಳಿಂದ ಮುಗಿಯುತ್ತದೆ: 'ಅವನ ಮಾತಿಗೆ ಏನು ಹೇಳಬೇಕೋ ತಿಳಿಯದೆ ಕಣ್ಣು ಮುಚ್ಚಿದೆ. ಕಣ್ಣು ಬಿಟ್ಟಾಗ ಜಗತ್ತು ಹುಚ್ಚು ಹಿಡಿದಂತೆ ಹಿಂದೆಹಿಂದೆ ಓಡುತ್ತಿತ್ತು.' ಹೆಚ್ಚು ಸಂಬಳ ಕೊಟ್ಟು ಅತಿ ಹೆಚ್ಚು ಕೆಲಸ ಮಾಡಿಸಿಕೊಳ್ಳುವ ಇಂತಹ ಸಂಸ್ಥೆಗಳಲ್ಲಿ ಕೆಲಸ ಮಾಡುವವರ 'ಸದಾ ಓಡುತ್ತಿರಬೇಕಾದ' ಒತ್ತಡ, ಸ್ಪರ್ಧೆ, ಒಂಟಿತನ, ಹಾಗೂ ಹತಾಶೆ – ಇವುಗಳನ್ನು ಈ ಕಥೆ ಸಂಕ್ಷಿಪ್ತವಾಗಿ ಆದರೆ ಸಮರ್ಥವಾಗಿ ಕಟ್ಟಿಕೊಡುತ್ತದೆ.

ಸ್ಪರ್ಧಾತ್ಮಕ ಜಗತ್ತಿನಲ್ಲಿ ಹಿಂದುಳಿಯದಿರಲು ಎಲ್ಲರೂ ಓಡುತ್ತಿರಬೇಕಾಗುತ್ತದೆ, ನಿಜ. ಆದರೆ, 'ಈ ರೀತಿ ಓಡುತ್ತಿರುವುದರಿಂದ ನಾನು ಗಳಿಸುತ್ತಿರುವುದೆಷ್ಟು, ಕಳೆದುಕೊಳ್ಳುತ್ತಿರುವುದೆಷ್ಟು?' ಎಂದು ಆತ್ಮಾವಲೋಕನವನ್ನು ಮಾಡಿಕೊಳ್ಳುವವರೂ ಇದ್ದಾರೆ. ಅಂತಹ ವ್ಯಕ್ತಿಯೊಬ್ಬಳನ್ನು 'ಉಪ್ಪು ಹುಳಿ ಕಜ್ಜಾಯ' ಎಂಬ ಕಥೆ ಕಟ್ಟಿಕೊಡುತ್ತದೆ. ಈ ಕಥೆಯ ನಿರೂಪಕಿಯಾದ ಹೇಮಾ ಒಂದು ದೊಡ್ಡ ಸಂಸ್ಥೆಯ ಹಿರಿಯ ಅಧಿಕಾರಿ; ತನ್ನ ಕೆಲಸದ ಹಾಗೂ ತಿರುಗಾಟದ ಒತ್ತಡ ಅವಳಿಗೆಷ್ಟು ಇರುತ್ತದೆಯೆಂದರೆ ಅವಳು ತನ್ನ ಗಂಡನೊಡನೆ ಮಾತನಾಡಲೂ ಸಮಯವಿಲ್ಲದೆ, ಮಗನ ಓದಿಗೆ ಗಮನ ಕೊಡಲೂ ಸಾಧ್ಯವಾಗದೆ ಒದ್ದಾಡುತ್ತಿರುತ್ತಾಳೆ. ಕೆಲವು

ವರ್ಷಗಳ ನಂತರ ಅವಳೇ ಒಮ್ಮೆ ತನ್ನನ್ನು ಪರೀಕ್ಷೆಗೆ ಒಡ್ಡಿಕೊಳ್ಳುತ್ತಾಳೆ: ' ಆಫೀಸ್, ಅಚೀವ್‌ಮೆಂಟ್ ಎಂದು ಮನೆಯನ್ನೇ ಮರೆಯುತ್ತಿದ್ದೇನೆಯೆ? ಈಗ ನನಗೆ ಹಿಂಸೆಯಾಗುತ್ತಿರುವುದು ಕೆಲಸವೋ, ಆಫೀಸೊ, ಬಾಸೋ, ಬಾಸ್‌ನ ಹೆಂಡತಿಯೋ' ಎಂದು ತನಗೆ ತಾನೇ ಪ್ರಶ್ನೆಗಳನ್ನು ಹಾಕಿಕೊಳ್ಳುತ್ತಾಳೆ. ಮತ್ತೊಮ್ಮೆ, 'ಹಣದ ರುಚಿಯ ಮುಂದೆ ಗಂಡನ ಪ್ರೀತಿಯ ರುಚಿ, ಮಗನ ಅಕ್ಕರೆಯ ರುಚಿಗಳು ರುಚಿ ಕಳೆದುಕೊಳ್ಳುತ್ತಿವೆಯೋ ಹೇಗೆ?' ಎಂದು ಆತ್ಮಾವಲೋಕನ ಮಾಡಿಕೊಳ್ಳುತ್ತಾಳೆ. ಕೊನೆಗೆ ಅವಳಿಗೆ ಈ ಎಲ್ಲಾ ಪ್ರಶ್ನೆಗಳ ಉತ್ತರಗಳು ದೊರಕಿ, ಇದ್ದಕ್ಕಿದ್ದಂತೆ ಒಂದು ದಿನ ತನ್ನ ಕೆಲಸಕ್ಕೆ ರಾಜೀನಾಮೆ ಕೊಡುತ್ತಾಳೆ. ಕಥೆಯ ಕೊನೆಯ ವಾಕ್ಯ 'ಹೊರಗೆ ಸೋನೆ ಶುರುವಾಗಿತ್ತು.'

ಈ ಎರಡು ಕಥೆಗಳ ನಡುವೆ ನಾವು ಸಮಕಾಲೀನ ಸಮಾಜದ ಇತರ ಸುಳಿಗಳಲ್ಲಿ ಸಿಕ್ಕಿರುವವರನ್ನು ಕಾಣುತ್ತೇವೆ. ಅನಾಥಳಾಗಿ ಬೆಳೆದು, ಬೆಳೆಯುತ್ತಿದ್ದಂತೆಯೇ ಲೈಂಗಿಕ ಶೋಷಣೆಗೆ ಒಳಗಾಗಿ, ನರ್ಸಿಂಗ್ ಶಿಕ್ಷಣ ಪಡೆದು ಚಿಕಿತ್ಸಾಲಯಗಳಲ್ಲಿ ಕೆಲಸ ಮಾಡುತ್ತಿರುವ, ಅತ್ತ ತನ್ನನ್ನು ಪ್ರೀತಿಸುವವನನ್ನು ಮದುವೆಯೂ ಆಗಲಾರದೆ ('ಗರ್ಲ್‌ಫ್ರೆಂಡ್ ಆಗಲಷ್ಟೇ ತಾನು ಲಾಯಕ್ಕು. ಬೀದಿಗೆ ಬಿದ್ದು ಬೆಳೆದವಳು ತಾನು'), ಇತ್ತ ಅವನನ್ನು ಬಿಟ್ಟು ಒಂಟಿತನದಿಂದ ಬದುಕಲೂ ಆಗದೆ ಆತ್ಮಹತ್ಯೆ ಮಾಡಿಕೊಳ್ಳುವ ತರುಣಿ ('ಕೈ ಚಾಚಿದ ಆಕಾಶ'); ಅಮ್ಮನ ಪ್ರೀತಿಯನ್ನೇ ಕಾಣದೆ ಅಜ್ಜಿಯ ಮನೆಯಲ್ಲಿ ಬೆಳೆದು, ಅನಂತರ ಬೇರೆ ಜಾತಿಯ ಹುಡುಗಿಯನ್ನು ಮದುವೆಯಾಗಿ, ಅಮ್ಮ, ಹೆಂಡತಿ ಇವರ ನಡುವೆ ಬೆಳೆಯದ ಸಾಮರಸ್ಯದಿಂದ ರೋಸಿ ಹೋಗಿ, ದೂರದ ಅರಬ್ ರಾಷ್ಟ್ರವೊಂದರಲ್ಲಿ ಕೆಲಸಕ್ಕೆ ಸೇರಲು ಮುಂದಾಗುವ ತರುಣ ('ಹಿತ'); ಹಳ್ಳಿಯ ಸಾಂಪ್ರದಾಯಿಕ ಬದುಕಿನಿಂದ ದೂರ ಹೋಗಿ ತನ್ನದೇ ಆದ ಹೊಸ ಬದುಕನ್ನು ಕಟ್ಟಿ ಕೊಳ್ಳಲು ಅಪೇಕ್ಷಿಸುವ ತರುಣನೊಬ್ಬನು ತನ್ನ ಕನಸುಗಳು ಯಾವುವೂ ನನಸಾಗದಾಗ ಅದೇ ಹಳ್ಳಿಯ ಬದುಕನ್ನು ಒಪ್ಪಿಕೊಳ್ಳುವುದು; ಇತ್ಯಾದಿ 'ಕಳೆದುಹೋಗುವವರನ್ನು' ನಾವು ಈ ಕಥೆಗಳಲ್ಲಿ ಕಾಣುತ್ತೇವೆ. ಅರ್ಥಾತ್, ಆಧುನಿಕ, ನಗರೀಕೃತ, ಭೋಗಾತ್ಮಕ ಹಾಗೂ ಸ್ಪರ್ಧಾತ್ಮಕ ಸಮಾಜದಲ್ಲಿ ಸೋತವರನ್ನು, ಸೋತು ಸಿನಿಕರಾದವರನ್ನು, ಮತ್ತು ಹತಾಶೆಯಿಂದ ಸಾಯುವವರನ್ನು ಈ ಕಥೆಗಳು ಅನುಕಂಪದಿಂದ ನಮಗೆ ತೋರಿಸುತ್ತವೆ.

ಈ ಕಥೆಗಳ ಆಕೃತಿಯನ್ನು ಕುರಿತಂತೆ ಮತ್ತೆರಡು ಅಂಶಗಳು ಗಮನೀಯವಾಗಿವೆ. ಒಂದು, ಇಲ್ಲಿನ ಬಹುತೇಕ ಕಥೆಗಳ ನಿರೂಪಕರೂ ಆಯಾಯಾ ಕಥೆಗಳ ಕೇಂದ್ರಪಾತ್ರಗಳು ಮತ್ತು ಈ ಕಥೆಗಳಲ್ಲಿ ಉತ್ತಮ ಪುರುಷ ನಿರೂಪಣೆಯಿದೆ. ಈ ನಿರೂಪಣಾ ಕ್ರಮದಿಂದಾಗಿ, ನಾವು ಆ ಪಾತ್ರಗಳ ವರ್ತನೆ-ವಿಚಾರಗಳನ್ನು ಒಪ್ಪದಿದ್ದರೂ ಅವರ ಬಗ್ಗೆ ಒಂದು ಬಗೆಯ ಅನುಕಂಪವು ಮೂಡುತ್ತದೆ. ಎರಡನೆಯದಾಗಿ, ಯಾವ ಕಥೆಯ ಪಾತ್ರಗಳೂ ಕಪ್ಪು-ಬಿಳುಪಿನ ಪಾತ್ರಗಳಲ್ಲ; ಲೇಖಕರು ಸಾಧ್ಯವಿದ್ದಷ್ಟೂ ವಸ್ತುನಿಷ್ಠವಾಗಿ ಸದ್ಯಸ್ಥಿತಿಯನ್ನು ಚಿತ್ರಿಸುತ್ತಾರೆ.

ಕಥೆಯ ಪಾತ್ರವೊಂದು ಹೇಳುವಂತೆ 'ಮಿಥ್ಯೆ ಅಂತಾರಲ್ಲ ಅದು ಸತ್ಯದ ಪಕ್ಕದ ಸೀಟಲ್ಲೇ ಕೂತಿರುತ್ತದೆ' ಎಂಬಂತಹ ತಾತ್ವಿಕ ನಿಲುವಿನ ಕಾರಣದಿಂದಾಗಿ ಕಥೆಗಳು ವಿಶ್ವಾಸವನ್ನು ಪಡೆದುಕೊಳ್ಳುತ್ತವೆ.

ಸಂಕ್ರಮಣ ಕಾಲದ ಸಾಮಾಜಿಕ-ಸಾಂಸ್ಕೃತಿಕ ಸುಳಿಗಳಲ್ಲಿ ಸಿಕ್ಕಿ ಕಳೆದುಹೋಗುವ ಅಥವಾ ಕಳೆದುಹೋಗದಿರಲು ಹಟದಿಂದ ಕೈಕಾಲು ಬಡಿಯುವ ಇಂದಿನ ಯುವಜನಾಂಗವನ್ನು ಚಿತ್ರಿಸುವ ದಯಾನಂದ ಅವರ ಕಥೆಗಳನ್ನು ಕನ್ನಡ ಓದುಗರು ಪ್ರೀತಿಯಿಂದ ಸ್ವಾಗತಿಸುತ್ತಾರೆ ಎಂಬ ನಂಬಿಕೆ ನನಗಿದೆ.

– ಸಿ. ಎನ್. ರಾಮಚಂದ್ರನ್

ತೈಲವಿಲ್ಲದೆ ಪ್ರಭೆ ತಾನೆಲ್ಲಿಯದು...

'ಸತ್ಯವನ್ನು ಯಾರು, ಎಷ್ಟು ಬಾರಿ ಹೇಳಿದರೂ ಅದರ ಹೊಳಪು ಹೆಚ್ಚಾಗುತ್ತಲೇ ಇರುತ್ತದೆ' ಎಂಬುದನ್ನು ನಂಬಿದವನು ನಾನು. ನಾನೇಕೆ ಬರೆಯುತ್ತೇನೆ ಎಂಬುದಕ್ಕೆ ಬಹುಶಃ ಉತ್ತರವೂ ಇದೇ. ಕವಿತೆಗಳನ್ನು ಬರೆದುಕೊಂಡು ಅವು ಪತ್ರಿಕೆಗಳಲ್ಲಿ ಪ್ರಕಟಗೊಂಡ ಖುಷಿಯಲ್ಲಿ ಹೆಸರಿನ ಮುಂದೆ 'ಕವಿ' ಎಂದು ಸೇರಿಸಿಕೊಂಡು ಸಂಭ್ರಮಿಸುತ್ತಿದ್ದ ನನಗೆ ಕಥೆಗಳನ್ನು ಬರೆಯಲು ಮೊದಲು ಒತ್ತಾಯಿಸಿದ್ದು ನನ್ನೂರು. ಕವಿತೆ ಬರೆಯುವ 'ಸಲೀಸಿ'ಗೆ ಸಿಕ್ಕಿಬಿದ್ದವರಿಗೆ ಮಾತ್ರ ಕಥೆ ಬರೆಯುವ ಕಷ್ಟ ಏನು ಎಂಬುದು ಗೊತ್ತು!

ಕವಿತೆಯ ಶಕ್ತಿಯೇ ಬೇರೆ, ಕಥನದ ಶಕ್ತಿಯೇ ಬೇರೆ ಎಂಬುದು ನನಗೆ ಅರಿವಾಗಲು ಸುಮಾರು ವರ್ಷವೇ ಬೇಕಾಯ್ತು. ಕವಿತೆಗಳಲ್ಲಿ 'ಇದನ್ನೆಲ್ಲಾ' ಹೇಳಲು ಸಾಧ್ಯವಿಲ್ಲ ಎಂಬ ಕಾರಣಕ್ಕೇ ನಾನು ಕಥೆಗಳನ್ನು ಬರೆಯಲು ತೊಡಗಿದ್ದು. ಒಂದಷ್ಟು ಕಥೆಗಳನ್ನು ಬರೆಯುವ ಹೊತ್ತಿಗೆ ಕಥೆಗಾರ ಕೇಶವ ಮಳಗಿ ಅವರ ಪರಿಚಯವಾಗಿತ್ತು. ನನ್ನ ಆರಂಭದ ಕಥೆಗಳನ್ನು ಓದಿ, ನನ್ನ ಬರವಣಿಗೆ ಇನ್ನೂ ಮಾಗಬೇಕು ಎಂಬ ಮಾತುಗಳನ್ನು 'ಸತ್ಯವನ್ನು ಅಪ್ರಿಯವಾಗಿ ಹೇಳಬಾರದು' ಎಂಬ ರೀತಿಯಲ್ಲಿ ಹೇಳಿದವರು ಮಳಗಿ. ಅವರು ಹಾಗೆ ಹೇಳದೇ ಇದ್ದಿದ್ದರೆ ಈ ಕಥೆಗಳು ಇಂದು ನಿಮ್ಮೆದುರು ಇರುತ್ತಿರಲಿಲ್ಲ.

ಕಥೆ ಬರೆಯುವುದರಲ್ಲಿ ನಾನೆಷ್ಟು ಪಕ್ವವಾಗಿದ್ದೇನೋ ಗೊತ್ತಿಲ್ಲ. ಇಲ್ಲಿನ ಕಥೆಗಳನ್ನು ಮತ್ತೆ ಮತ್ತೆ ತಿದ್ದಿದ್ದೇನೆ. ಕೆಲ ಕಥೆಗಳ ಕೆಲ ಭಾಗವನ್ನು ಕಿತ್ತು ಹಾಕಿದ್ದೇನೆ, ಕೆಲವೊಂದಷ್ಟು ಸೇರಿಸಿದ್ದೇನೆ. ತಿದ್ದಿ, ಅಳಿಸಿ, ಸೇರಿಸಿ, ತೆಗೆದು, ಮತ್ತೆ ಬರೆದು – ಹೀಗೆ ಹಲವು ಕಥೆಗಳನ್ನು ಚೆಂದಗಾಣಿಸಲು ಪ್ರಯತ್ನಿಸಿದ್ದೇನೆ. ಈ ಕಾರ್ಯದಲ್ಲಿ ನಾನೆಷ್ಟು ಯಶಸ್ವಿಯಾಗಿದ್ದೇನೋ ಬಲ್ಲವರೇ ತಿಳಿಸಬೇಕು.

ಮೆಚ್ಚುಗೆ, ಪ್ರಶಸ್ತಿ, ಹೊಗಳಿಕೆಗಳನ್ನು ಮೀರಿ ಕಥೆ ಅಂತಿಮವಾಗಿ ಬೆಳಕು ಮೂಡಿಸಬೇಕಿರುವುದು ಓದುಗನ ಮನದಲ್ಲಿ. ಅದು ಮಿಂಚುಹುಳುವಾಗಿಯೋ, ತಿಂಗಳ ಬೆಳಕಾಗಿಯೋ, ಬುಡ್ಡಿದೀಪವಾಗಿಯೋ – ಒಟ್ಟಿನಲ್ಲಿ ಓದುಗನ ಎದೆಯಲ್ಲಿ ಬೆಳಕಾದರೆ ಕಥೆಗಾರನ ಶ್ರಮ ಸಾರ್ಥಕ.

'ಒಂದು ಒಳ್ಳೆಯ ಕಥೆಯೇ ಮತ್ತೊಂದು ಒಳ್ಳೆಯ ಕಥೆಗೆ ಗುರುವಾಗಬೇಕು' ಎಂಬ ಗುಟ್ಟನ್ನು ಹೇಳಿದ ದೇವನೂರ ಮಹಾದೇವ, ನನ್ನ ಕಥೆಗಳನ್ನು ಪ್ರೀತಿಯಿಂದ ಓದಿ ಟಿಪ್ಪಣಿ ಬರೆದುಕೊಟ್ಟ ಹಿರಿಯರಾದ ಸಿ.ಎನ್. ರಾಮಚಂದ್ರನ್, ಕಥೆಗಳನ್ನು ಓದಿ ಅಮೂಲ್ಯ ಸಲಹೆ ನೀಡಿದ ಕೇಶವ ಮಳಗಿ, ಬೊಳುವಾರು, ಕೆ. ಸತ್ಯನಾರಾಯಣ, ವಿವೇಕ ಶಾನಭಾಗ, ಕುಂ.ವೀ., ಕೇಶವರೆಡ್ಡಿ ಹಂದ್ರಾಳ ಅವರಿಗೆ ನಾನು ಋಣಿ.

ನನ್ನ ಆರಂಭದ ಕಥೆಗಳಿಗೆ ಬಹುಮಾನ ಕೊಟ್ಟು ನಾನೂ ಬರೆಯಬಹುದು ಎಂಬ ಭರವಸೆ ಮೂಡಿಸಿದ 'ಸಂಕ್ರಮಣ'ದ ಚಂಪಾ ಮತ್ತು ಗುಲಬರ್ಗಾ ವಿಶ್ವವಿದ್ಯಾಲಯದ ಪ್ರಸಾರಾಂಗಕ್ಕೆ ಆಭಾರಿ.

ನಾ. ಡಿಸೋಜ ಅವರ 'ಕೊಳಗ' ಕಾದಂಬರಿಯನ್ನು ನಾನು ನನ್ನಣ್ಣ ಕಿತ್ತಾಡಿಕೊಂಡು ಓದಿದ್ದೆವು! 'ಕೊಳಗ'ದ ಮೂಲಕ ನನ್ನೊಳಗನ್ನು ಸೇರಿದ್ದ ನಾ. ಡಿಸೋಜ ಈ ಬಾರಿಯ ಛಂದ ಪುಸ್ತಕ ಬಹುಮಾನದ ನಿರ್ಣಾಯಕರಾಗಿದ್ದರು ಎಂಬುದು ನನ್ನ ಸಂತೋಷವನ್ನು ಮತ್ತೂ ಹೆಚ್ಚಿಸಿದೆ. ನನ್ನ ಕಥೆಗಳನ್ನು ಬಹುಮಾನಕ್ಕೆ ಆಯ್ಕೆ ಮಾಡಿ ಮೌಲಿಕವಾದ ಮಾತುಗಳನ್ನು ಬರೆದಿರುವ ಅವರಿಗೆ ಅನಂತ ಧನ್ಯವಾದಗಳು.

ಈ ಕಥೆಗಳಿಗೆ ಬಹುಮಾನ ಕೊಟ್ಟು ಪುಸ್ತಕವನ್ನೂ ಪ್ರಕಟಿಸುತ್ತಿರುವ ಛಂದದ ವಸುಧೇಂದ್ರ ಅವರ ಅಕ್ಷರ ಪ್ರೀತಿ ದೊಡ್ಡದು. ಅವರಿಗೆ ಎಷ್ಟು ಕೃತಜ್ಞತೆ ಹೇಳಿದರೂ ಅದು ಕಡಿಮೆಯೇ.

ಇನ್ನು ಮನೆಯಂತಿರುವ 'ಪ್ರಜಾವಾಣಿ'ಯ ಎಲ್ಲರಿಗೆ, ಮನೆಯ ಎಲ್ಲರ ಪ್ರೀತಿಗೆ, ಹಾಗೂ

ಪ್ರೀತಿಯಿಂದ ಪುಸ್ತಕ ಕೈಗೆತ್ತಿಕೊಂಡಿರುವ ನಿಮ್ಮ ಮಮತೆಗೆ ಶರಣು.

– ದಯಾನಂದ

ಸಂಕ್ರಾಂತಿ, 2017

ಪರಿವಿಡಿ

ದೇವರು ಕಚ್ಚಿದ ಸೇಬು

1

ಈ ಔಟ್‌ಸ್ಟೇಷನ್‌ನ ಒನ್ ಡೇ ಮೀಟಿಂಗ್‌ಗಳೆಂದರೇ ಹಾಗೆ. ಬೆಳಿಗ್ಗೆ ನಾಲ್ಕಕ್ಕೇ ಎದ್ದು ತೂಕಡಿಸುತ್ತಲೇ ಹಲ್ಲುಜ್ಜಿ, ಸ್ನಾನ ಮುಗಿಸಿ, ಸೂಟ್ ಒಳಗೆ ತೂರಿಕೊಂಡು, ಬಗಲಿಗೆ ಲ್ಯಾಪ್‌ಟಾಪ್ ಬ್ಯಾಗೇರಿಸಿಕೊಂಡು ಏರ್‌ಪೋರ್ಟ್‌ಗೆ ಓಡುವುದು. ಮೀಟಿಂಗ್‌ನ ಚಿಂತೆಗಿಂತ ಈ ಹೋಗಿ ಬರುವ ರಗಳೆಯೇ ದೊಡ್ಡ ತಲೆನೋವು. ಚೆನ್ನೈ, ಹೈದರಾಬಾದ್, ಕೊಚ್ಚಿ ಆದರೆ ಹೇಗೋ ನಡೆದೀತು. ಆದರೆ, ಡೆಲ್ಲಿ, ಮುಂಬೈ, ಕಲ್ಕತ್ತಾದಲ್ಲಿ ಮೀಟಿಂಗ್ ಇದ್ದಾಗಲಾದರೂ ಒಂದು ದಿನ ಸ್ಟೇ ಮಾಡುವ ವ್ಯವಸ್ಥೆ ಮಾಡಿದರೆ ಕಂಪನಿಯೇನು ಮುಳುಗಿ ಹೋಗುತ್ತದೆಯೇ? ಆದರೆ ಎಚ್ಚಾರ್, ಫಿನಾನ್ಸ್ ಎಂಬ ಡಿಪಾರ್ಟ್‌ಮೆಂಟ್‌ಗಳ ಲೆಕ್ಕಾಚಾರವೇ ಬೇರೆ. ಈ ಎಚ್ಚಾರ್ ಎಂಬ ವಿಭಾಗ ಕಂಪೆನಿಗಳಲ್ಲಿ ಕಾರ್ಮಿಕರಿಗಾಗಿ ಇರುತ್ತದೆಯೋ, ಇಲ್ಲ ಮ್ಯಾನೇಜ್‌ಮೆಂಟ್‌ಗಾಗಿ ಇರುತ್ತದೆಯೋ ಗೊತ್ತಾಗುವುದೇ ಇಲ್ಲ.

ಅಲಾರ್ಮ್‌ನ ಕರ್ಕಶ ಸದ್ದಿಗೆ ಎಚ್ಚರಗೊಂಡು ಮೊಬೈಲ್ ತೆಗೆದುಕೊಂಡಾಗ ಐದಾರು ಮೆಸೇಜ್‌ಗಳು ತುಂಬಿಕೊಂಡಿದ್ದವು. ಮಧ್ಯರಾತ್ರಿಯಿಂದ ಬೆಳಗಿನ ಜಾವದವರೆಗೂ ಆಗೊಂದು ಈಗೊಂದು ಮೆಸೇಜ್‌ಗಳು ಬಿಟ್ಟೂ ಬಿಟ್ಟೂ ಬಂದಿದ್ದವು. ಒಂದೇ ನಂಬರ್‌ನಿಂದ ಬಂದ ಈ ಮೆಸೇಜ್‌ಗಳನ್ನು ಒಂದೊಂದಾಗಿ ತೆರೆಯುತ್ತಾ ಹೋದೆ.

ಮೊದಲ ಮೆಸೇಜ್: 'ನಾನು ನಿನ್ ಜೊತೆ ಮಾತಾಡಬೇಕು. ಕಾಲ್ ಮಾಡಲಾ?'

ಅರ್ಧ ಗಂಟೆ ಬಿಟ್ಟು ಮತ್ತೊಂದು ಮೆಸೇಜ್: 'ಹೆಂಡತಿ, ಮಕ್ಕಳ ಜೊತೆ ಮಲಗಿರುತ್ತೀಯ. ಈಗ ಮಾತಾಡೋದು ಸರಿಯಲ್ಲ'

ಒಂದು ಗಂಟೆಯ ಬಳಿಕ ಮೂರನೇ ಮೆಸೇಜ್: 'ಇದೆಲ್ಲಾ ಸಾಕಾಗಿದೆ. ಕೆಲಸ ಹಿಂಸೆ ಆಗ್ತಿದೆ. ಬದುಕು ಗೊಂದಲ ಅನ್ನಿಸ್ತಿದೆ'

ಬೆಳಗಿನ ಜಾವ ನಾಲ್ಕಕ್ಕೆ ನಾಲ್ಕನೇ ಮೆಸೇಜ್: 'ಐಮ್ ಸಾರಿ. ಬಟ್ ಮನಸ್ಸು ಮಾತಿಗಾಗಿ ಹಸೀತಿದೆ'

7.20ಕ್ಕೆ ಡಿಪಾರ್ಚರ್. 7ಕ್ಕೆ ಕಡ್ಡಾಯವಾಗಿ ಚೆಕ್ ಇನ್ ಆಗಬೇಕೆಂಬ ಎಚ್ಚರಿಕೆ ರೀತಿಯ ಮೆಸೇಜ್ ಏರ್‌ಲೈನ್ಸ್‌ನಿಂದ. ಅಯ್ಯೋ, ಆಗಲೇ ನಾಲ್ಕೂವರೆ. ಕೈಲಿದ್ದ ಮೊಬೈಲ್ ಅನ್ನು ಹಾಸಿಗೆಯ ಮೇಲೆ ಎಸೆದು ಬಚ್ಚಲಿಗೆ ಓಡಿದೆ. ಕೊರೆಯುವ ನೀರಲ್ಲೇ ಸ್ನಾನ ಮುಗಿಸಿ, ರೆಡಿಯಾಗಿ ಡ್ರೈವರ್‌ಗೆ ಕಾಲ್ ಮಾಡಿದೆ. 'ನಾನು ನಾಲ್ಕು ಗಂಟೇಗೇ ಬಂದೆ. ಮನೆ ಮುಂದೆನೇ ಗಾಡಿ ನಿಲ್ಸಿದ್ದೀನಿ ಬನ್ನಿ ಸಾರ್' ಎಂದ ಡ್ರೈವರ್.

ಸೂಟ್, ಬೂಟ್ ತೊಟ್ಟು ಅವಸರದಲ್ಲಿ ಕಾರ್ ಏರಿ ಹಿಂದಿನ ಸೀಟಿನಲ್ಲಿ ಕುಳಿತೆ. ಹಿಂದಿನ ಸೀಟ್‌ನಲ್ಲಿ ಕುಳಿತರೆ ಏರ್‌ಪೋರ್ಟ್ ಮುಟ್ಟುವ ಒಂದು ಗಂಟೆ ಸಮಯದಲ್ಲಿ ಕನಿಷ್ಠ ಸಣ್ಣ ನಿದ್ರೆಯನ್ನಾದರೂ ಮುಗಿಸಬಹುದು. ಮುಂದಿನ ಸೀಟಿನಲ್ಲಿ ಕುಳಿತು ತೂಕಡಿಸಿದರೆ ಡ್ರೈವರ್‌ಗಳಿಗೂ ತೂಕಡಿಕೆ ಹತ್ತುತ್ತದಂತೆ. ಕಾರು ಹೊರಟ ಮೇಲೆ ಸಣ್ಣಗೆ ಜೋಂಪು ಹತ್ತಿತು. ಅದಿನ್ನೂ ಪೂರ್ತಿಯಾಗಿ ಕಣ್ಣಿಗೆ ಹತ್ತಬೇಕೆನ್ನುವಷ್ಟರಲ್ಲಿ ಸರಣಿ ಮೆಸೇಜ್‌ಗಳ ನೆನಪು ಬಂದು ಜೋಂಪನ್ನು ಒದ್ದು ಓಡಿಸಿತು.

ಕಣ್ಣು ಬಿಟ್ಟೆ, ಮೊಬೈಲ್ ತೆಗೆದೆ. ಅನ್‌ನೋನ್ ನಂಬರ್. ಮೆಸೇಜ್ ಮಾಡಿದ ಜೀವ ಅದರ ಕೊನೆಗೊಂದು ಹೆಸರೋ, ಊರೋ ಮತ್ತೊಂದೋ ಬರೆದರೆ ನೆಮ್ಮದಿ. ಇಲ್ಲವಾದರೆ ತಲೆಗೆ ಹುಳಬಿಟ್ಟಂತೆಯೇ. ಇದು ಯಾರು? ಹೆಣ್ಣೋ, ಗಂಡೋ? ಏನು ಇದರ ಸಮಸ್ಯೆ? ಇದರ ಕೆಲಸ ಏನು? ಯಾಕೆ ಇದು ಜೀವನದ ಬಗ್ಗೆ ಇಷ್ಟೊಂದು ತಲೆ ಕೆಡಿಸಿಕೊಂಡಿದೆ? ಇದು ರಾತ್ರಿಯೆಲ್ಲಾ ಸುಮ್ಮನೇ ಕುಂತು ಹೀಗೆ ಮೆಸೇಜ್ ಮಾಡಿದೆಯೋ? ಅಥವಾ ಸಿಪ್ ಸಿಪ್ ಎಣ್ಣೆ ಹೀರುತ್ತಾ ಮೆಸೇಜ್ ಟೈಪಿಸಿ ಕಳಿಸಿದೆಯೋ? ಇದು ನನಗೆ ಮಾತ್ರ ಈ ಮೆಸೇಜ್‌ಗಳನ್ನು ಕಳಿಸಿದೆಯೋ? ಅಥವಾ ಸಿಕ್ಕಸಿಕ್ಕವರಿಗೆಲ್ಲಾ ಮೆಸೇಜ್ ಕಳಿಸಿ ಇಷ್ಟೊತ್ತಿಗೆ ನಿದ್ರೆ ಹತ್ತಿ ತೆಪ್ಪಗೆ ಬಿದ್ದುಕೊಂಡಿದೆಯೋ? 'ಯಾರಿದು' ಸಣ್ಣಗೆ ಕೇಳಿಕೊಂಡೆ. ನಾನು ಸಣ್ಣಗೆ ಕೇಳಿಕೊಂಡಿದ್ದೂ ಡ್ರೈವರ್‌ನ ಕಿವಿ ಮೇಲೆ ಬಿತ್ತೋ ಏನೋ, ತಿರುಗಿ ನನ್ನತ್ತ ನೋಡಿ ಮತ್ತೆ ಮುಖ ಮುಂದೆ ಹಾಕಿದ.

ಗಂಟೆ 5.50. ಇನ್ನೂ ಬೀದಿ ದೀಪಗಳೇ ಆರಿಲ್ಲ, ಈಗಲೇ ಕಾಲ್ ಮಾಡಿ ಯಾರಿದು ಎಂದು ವಿಚಾರಿಸಲೆ. ಬೇಡ ಎನಿಸಿತು. ಈ ಜೀವಕ್ಕೆ 'ಇದೆಲ್ಲಾ' ಸಾಕು ಎನಿಸುವಷ್ಟು ಹಿಂಸೆ ಕೊಟ್ಟಿರುವುದಾದರೂ ಯಾರು? ಇಷ್ಟೊಂದು ಹಿಂಸೆಗೆ ದೂಡಿರುವ ಆ ಕಂಪೆನಿ ಯಾವುದು? ಅದು ಎಲ್ಲಿದೆ? ಈ ಜೀವಕ್ಕೆ ಅಷ್ಟರ ಮಟ್ಟಿಗೆ ಹಿಂಸೆ ಕೊಟ್ಟಿರುವ ಬಾಸ್, ಸೀನಿಯರ್ಸ್, ಸಹೋದ್ಯೋಗಿಗಳಾದರೂ ಎಂಥ ನಿಷ್ಕರುಣಿಗಳು. ಅರೆ. ಇದೇನು ಆ ಜೀವದ ಹಿಂಸೆ ಮಾತ್ರ ಅಲ್ಲವಲ್ಲ. ಎಲ್ಲಾ ಕಂಪೆನಿಗಳಲ್ಲೂ ಇದು ಇರುವುದೇ ತಾನೆ. ಮುಂದೆ ಬರುತ್ತಿದ್ದಾನೆಂದರೆ ಹಿಂದೆ ಬಿದ್ದು

ಕಾಲು ಎಳೆಯುವುದು, ಬೆಳೆಯುತ್ತಿದ್ದಾನೆಂದರೆ ಕಾಲ ಕೆಳಗೇ ಗುಂಡಿ ತೋಡುವುದು, ಬಾಸ್‌ಗೆ ಚಾಡಿ ಚುಚ್ಚುವುದು, ದಾರಿಗೆ ಮುಳ್ಳು ಎಳೆಯುವುದು. ಇದೇನು ಆ, ಈ ಕಂಪೆನಿಗಳ ಸಮಸ್ಯೆಯೇನೂ ಅಲ್ಲ. ಎಲ್ಲಾ ಕಂಪೆನಿಗಳ ಹಣೆಬರಹವೂ ಇದೇ. ಆದರೆ, ಈ ಜೀವ ಯಾಕೆ ಇದನ್ನು ಇಷ್ಟೊಂದು ಹಚ್ಚಿಕೊಂಡಿದೆ. ಹಚ್ಚಿಕೊಂಡರೂ ಮಧ್ಯರಾತ್ರಿಯಲ್ಲಿ ಮೆಸೇಜ್ ಮಾಡುವಷ್ಟು ಯಾಕೆ ತಲೆ ಕೆಡಿಸಿಕೊಂಡಿದೆ. ತಲೆ ಕೆಡಿಸಿಕೊಂಡರೂ ಅದು ನನಗೆ ಯಾಕೆ ಮೆಸೇಜ್ ಮಾಡಿದೆ. ಅಥವಾ ಈ ಹಿಂಸೆ ಕೆಲಸದ ಹಿಂಸೆಯನ್ನೂ ಮೀರಿದ್ದೋ ಹೇಗೆ?

ಯೋಚಿಸುತ್ತಿದ್ದಂತೇ ಏರ್‌ಪೋರ್ಟ್ ಹತ್ತಿರಾಯಿತು. ಮೇಲಿಂದ ಇಳಿಯುವ, ಕೆಳಗಿಂದ ಏರುವ ವಿಮಾನಗಳು ಹತ್ತಿರದಲ್ಲೇ ಇರುವಂತೆ ಕಾಣುತ್ತಿದ್ದವು. ನವೆಂಬರ್ ಸಮೀಪಿಸುತ್ತಿದ್ದರೂ, ಮಂಜು ಆವರಿಸುತ್ತಿದ್ದರೂ ಚಳಿ ಎಂಬುದರ ಸುಳಿವಿಲ್ಲ. ಇಬ್ಬನಿ ನೆಲಕ್ಕೆ ಇಳಿಯುವುದೇ ಇಲ್ಲ. ಏರ್‌ಪೋರ್ಟ್‌ನಲ್ಲಿ ಇಳಿದಾಗ ವಾಚ್ 6.20 ತೋರಿಸುತ್ತಿತ್ತು. ಬೆಳಗಿನ ಸಮಯ ಟ್ರಾಫಿಕ್ ಕಡಿಮೆ. ಡ್ರೈವರ್ ಅರ್ಧ ಗಂಟೆ ಬೇಗನೆ ಬಂದಿದ್ದಾನೆ ಎಂದುಕೊಂಡು ಡಿಪಾರ್ಚರ್ ಗೇಟ್ ಕಡೆಗೆ ಓಡಿ ಏರ್ ಟಿಕೇಟ್, ಫೋಟೊ ಐಡಿ ತೋರಿಸಿ ಒಳ ತೂರಿದೆ. ಸೆಲ್ಫ್ ಚೆಕ್‌ಇನ್ ಕಿಯೋಸ್ಕ್ ಮುಂದೆ ನಿಂತು ಬುಕಿಂಗ್ ರೆಫರನ್ಸ್ ನಂಬರ್ ಟೈಪಿಸಿ ಬೋರ್ಡಿಂಗ್ ಪಾಸ್ ಕಿತ್ತುಕೊಂಡು ಸೂಟ್‌ನ ಒಳಜೇಬಿಗಿಟ್ಟುಕೊಂಡೆ. ಪಕ್ಕದ ಪುಟ್ಟ ಬುಟ್ಟಿಯಲ್ಲಿದ್ದ ಟ್ಯಾಗ್ ತೆಗೆದು ಬ್ಯಾಗ್‌ಗೆ ತಗುಲಿಹಾಕಿದೆ. ಸೆಕ್ಯೂರಿಟಿ ಚೆಕ್‌ಗೆ ಬಂದಾಗ ಉದ್ದಕ್ಕೆ ಬೆಳೆದುಕೊಂಡಿದ್ದ ಸಾಲು ನೋಡಿ ಗಾಬರಿಯಾಯಿತು. ಅಷ್ಟರಲ್ಲೇ ಮೊಬೈಲ್ ಟಣ್ ಎಂದಿತು. ಏರ್‌ಲೈನ್ಸ್‌ನಿಂದ ಬಂದಿದ್ದ ಮೆಸೇಜ್. ತೆರೆದು ನೋಡಿದರೆ ಡೆಲ್ಲಿಯ ಫ್ಲೈಟ್ ಅರ್ಧ ಗಂಟೆ ಡಿಲೇ!

ಮನಸ್ಸಿನ ಧಾವಂತ ತಗ್ಗಿತು. ನಿಧಾನವಾಗಿ ಬೋರ್ಡಿಂಗ್ ಗೇಟ್‌ಗೆ ಹೋದರೂ ನಡೆಯುತ್ತದೆ ಎಂದುಕೊಂಡು ಸಾಲಿನಲ್ಲಿ ನಿಂತೆ. ನಾನಿದ್ದ ಸಾಲು ಮೆಟಲ್ ಡಿಟೆಕ್ಟರ್‌ಗೆ ಹತ್ತಿರಾಗುತ್ತಲೇ ಬ್ಯಾಗ್‌ನಲ್ಲಿದ್ದ ಲ್ಯಾಪ್‌ಟಾಪ್ ತೆಗೆದು ಬ್ಯಾಗ್‌ನ ಮೇಲಿಟ್ಟು ಟ್ರೇಗೆ ಹಾಕಿದೆ. ಬೋರ್ಡಿಂಗ್ ಪಾಸ್ ಕೈಗೆ ತೆಗೆದುಕೊಂಡು, ಸೂಟ್ ಮತ್ತು ಮೊಬೈಲ್ ಅನ್ನು ಮತ್ತೊಂದು ಟ್ರೇಗೆ ಹಾಕಿದೆ. ಒಂದೇ ವ್ಯಕ್ತಿ ಎರಡು ಟ್ರೇಗೆ ತನ್ನ ಸಾಮಾನುಗಳನ್ನು ತುಂಬಿತ್ತಿದ್ದಾನೆಂದು ಸೆಕ್ಯೂರಿಟಿ ಚೆಕ್‌ನ ಪೊಲೀಸು ಕಣ್ಣು ಕಿರಿದು ಮಾಡಿ ನನ್ನ ಮುಖವನ್ನೇ ದುರುಗುಟ್ಟಿದ. ಸೆಕ್ಯೂರಿಟಿ ಚೆಕ್ ಮುಗಿಸಿಕೊಂಡು ಬೋರ್ಡಿಂಗ್ ಗೇಟ್ ಕಡಗೆ ಹೆಜ್ಜೆ ಹಾಕಿದೆ. ಬೇರೆ ಬೇರೆ ಬೋರ್ಡಿಂಗ್ ಗೇಟ್‌ಗಳ ಕಡೆಗೆ ಹೋಗುತ್ತಿದ್ದ ಯಾರ ಮುಖದಲ್ಲೂ ಅವಸರ ಕಾಣುತ್ತಿರಲಿಲ್ಲ. ಈ ಬಸ್ ತಪ್ಪಿದರೆ ಮುಂದಿನ ಬಸ್‌ಗೆ ಹೋದರಾಯಿತು ಎಂಬಂಥ ಸಮಾಧಾನದ ನಡಿಗೆ. ಡೆಲ್ಲಿಯ ವಿಮಾನವಷ್ಟೇ ಅಲ್ಲ, ಎಲ್ಲಾ ಕಡೆಗೆ ಹೋಗುವ ವಿಮಾನಗಳೂ ಡಿಲೇ ಆಗಿವೆಯೋ ಹೇಗೆ? ಅಥವಾ ಜಗತ್ತೇ ಧಾವಂತದಿಂದ ಬಿಡಿಸಿಕೊಂಡು ಸಮಾಧಾನದ ಕಡೆಗೆ ನಡೆಯುತ್ತಿದೆಯೋ?

ಬೋರ್ಡಿಂಗ್ ಗೇಟ್ ಮುಂದಿನ ವೇಯ್ಟಿಂಗ್ ಲಾಂಜ್‌ನ ಪೇಪರ್ ಸ್ಟ್ಯಾಂಡ್‌ನಲ್ಲಿ ಆಗಷ್ಟೇ ತಂದು ಜೋಡಿಸಿದ್ದ ಪತ್ರಿಕೆಗಳು ಅವುಗಳದ್ದೇ ಆದ ವಾಸನೆ ಬೀರುತ್ತಾ ಘಮ್ ಎನ್ನುತ್ತಿದ್ದವು. ಐದಾರು ಪೇಪರ್‌ಗಳನ್ನು ತೆಗೆದುಕೊಂಡು ಲಾಂಜ್‌ನಲ್ಲಿ ಬಂದು ಕುಳಿತೆ. ಕೆಲಸಕ್ಕೆ ಬಾರದ ಸುದ್ದಿಗಳು ಮುಖಪುಟ ತುಂಬಿ ರಾರಾಜಿಸುತ್ತಿದ್ದವು. ಮುಖಪುಟವಷ್ಟೇ ಅಲ್ಲಾ ಎಲ್ಲಾ ಪುಟಗಳೂ ಹೆಚ್ಚೂ ಕಮ್ಮಿ ಹಾಗೆಯೇ ಇದ್ದವು. ದಿನದಿನಕ್ಕೆ ವಿನ್ಯಾಸದ ಸುಧಾರಣೆಯ ಕಡೆಗೆ ಗಮನಕೊಡುವ ಪತ್ರಿಕೆಗಳು ಹೂರಣದ ಬಗ್ಗೆ ಯಾಕೆ ತಲೆಕೆಡಿಸಿಕೊಳ್ಳುವುದಿಲ್ಲ ಎನಿಸಿತು. ಇಲ್ಲಿ ಕಾನ್ಟೆಕ್ಸ್ಟ್ ಇಂಪಾರ್ಟೆಂಟೋ, ಕನ್ಟೆಂಟ್ ಇಂಪಾರ್ಟೆಂಟೋ? ಸುದ್ದಿ ಕೊಡುವುದಷ್ಟೇ ಪತ್ರಿಕೆಗಳ ಕೆಲಸವಾ ಅಥವಾ ಆಯಾ ಸುದ್ದಿಗೆ ತಕ್ಕಂತೆ ಅಷ್ಟೋ ಇಷ್ಟೋ ಮಸಾಲೆ ಹಾಕುವುದು ಅವುಗಳ ಕರ್ತವ್ಯವಾ? ಇದೆಲ್ಲಕ್ಕೂ ಮಿಗಿಲಾಗಿ ನಿನ್ನೆ ಇಡೀ ಜಗತ್ತಿನಲ್ಲಿ ಮುಖ್ಯ ಅನಿಸುವ ಘಟನೆಗಳೇ ಘಟಿಸಿಲ್ಲವೋ ಹೇಗೆ?!

ಪತ್ರಿಕೆಗಳನ್ನು ತಿರುವಿ ಹಾಕುತ್ತಿರುವಾಗಲೇ ಡಿಲೇ ಎಂಬ ಸಮಯವೂ ಸರಿ ಸಮಯವಾಯಿತು. ಬೋರ್ಡಿಂಗ್ ಓಪನ್ ಆದಮೇಲೆ ಅಲ್ಲೊಂದು ಸಾಲು ಹುಟ್ಟಿಕೊಂಡಿತು. 'ಕೊನೆಯ ಸೀಟ್ ನಂಬರ್‌ನವರು ಮುಂದೆ ಬನ್ನಿ, ಆರಂಭದ ಸೀಟ್ ನಂಬರ್‌ನವರು ಹಿಂದೆ ಬನ್ನಿ' ಎಂದು ದಟ್ಟ ಲಿಪ್‌ಸ್ಟಿಕ್ ಬಳಿದುಕೊಂಡಿದ್ದ ನಡುವಯಸ್ಸಿನ ಹೆಂಗಸು ಅನೌನ್ಸ್ ಮಾಡುತ್ತಿದ್ದಳು. ಆ ಅನೌನ್ಸ್‌ಗೂ ತನಗೂ ಯಾವುದೇ ಸಂಬಂಧವಿಲ್ಲ ಎನ್ನುವಂತೆ ಸಾಲು ಸುಮ್ಮನೇ ನಿಂತಿತ್ತು. ಇವರ ಹಣೆಬರಹವೇ ಇಷ್ಟು ಎಂಬಂತೆ ಆಕೆ ಬೋರ್ಡಿಂಗ್ ಪಾಸ್ ಎಂಟ್ರಿ ಮಾಡಿಕೊಂಡು ಒಬ್ಬೊಬ್ಬರನ್ನೇ ಏರ್‌ಬಸ್ ಕಡೆಗೆ ಕಳಿಸುತ್ತಿದ್ದಳು. ಸಾಲು ಮುಕ್ಕಾಲು ಕರಗಿದ ಮೇಲೆ ನಾನೂ ಸಾಲಿಗೆ ಬಂದು ನಿಂತೆ. ನನ್ನ ಸರದಿಯೂ ಬಂದಾಗ ಬೋರ್ಡಿಂಗ್ ಪಾಸ್ ಎಂಟ್ರಿ ಮಾಡಿಕೊಂಡ ಆಕೆ 'ವೆಲ್‌ಕಮ್' ಹೇಳಿ ತುಟಿಯರಳಿಸಿದಳು. 'ಥ್ಯಾಂಕ್ಯೂ' ಎಂದಂದು ಲಿಫ್ಟ್ ಏರಿ ಏರ್‌ಬಸ್ ಒಳಕ್ಕೆ ಹೋಗುವಾಗ ಬಾಗಿಲಲ್ಲಿ ನಿಂತಿದ್ದ ಸುಂದರಿ ಕೈ ಮುಗಿದು, ಬೆನ್ನನ್ನು ತುಸು ಮುಂದೆ ಬಗ್ಗಿಸಿ, 'ವೆಲ್‌ಕಮ್ ಸರ್' ಎಂದಳು. ಆಕೆ ಸಣ್ಣ ನಗುವಿನೊಂದಿಗೆ ವೆಲ್‌ಕಮ್ ಎಂದು ಹೇಳಿದರೆ ಸಾಕಿತ್ತು. ಕೈ ಮುಗಿದು, ನಡು ಬಗಿಸಿದ್ದು ಯಾಕೋ ಸರಿ ಕಾಣಲಿಲ್ಲ.

ನನ್ನ ಸೀಟ್ ಕಡೆಗೆ ಹೋದಾಗ ಅದಾಗಲೇ ಕಿಟಕಿ ಪಕ್ಕದ ಸೀಟ್ ಹಿಡಿದ ಖುಷಿಯಲ್ಲಿ ಹುಡುಗಿಯೊಬ್ಬಳು ಆಚೆ ಕಡೆಗೆ ನೋಡುತ್ತಾ ಕುಳಿತಿದ್ದಳು. ಬೆಳಗಿನ ಎಳೆ ಬೆಳಕು ಅವಳ ಕೆನ್ನೆಯ ಮೇಲೆ ಬಿದ್ದು ಹೊಳೆಯುತ್ತಿತ್ತು. ನಾನು 'ಎಕ್ಸ್‌ಕ್ಯೂಸ್ ಮಿ' ಎಂದಿದ್ದು ಅವಳಿಗೆ ಕೇಳಲಿಲ್ಲ. ಅಥವಾ ಕೇಳಿಸಿದರೂ ಆಕೆಗೆ ಕಿಟಕಿ ಪಕ್ಕದ ಸೀಟ್ ಬಿಟ್ಟುಕೊಡುವ ಮನಸ್ಸಿರಲಿಲ್ಲ. ಮೊದಮೊದಲು ವಿಮಾನದಲ್ಲಿ ಓಡಾಡುವಾಗ ಹಾಗೇ. ಕಿಟಕಿ ಪಕ್ಕದ ಸೀಟ್‌ನಲ್ಲಿ ಕುಂತು ಕೆಳಗಿನ ಭೂಮಿಯನ್ನು ನೋಡುತ್ತಾ ಅದರ ಗುರುತ್ವದಿಂದ ಬಿಡಿಸಿಕೊಳ್ಳುವ ಸಂಭ್ರಮದಲ್ಲಿ ತೇಲುವುದು, ಮೊಬೈಲ್ ತೆಗೆದು ಸೆಲ್ಫಿ ತೆಗೆದುಕೊಳ್ಳುವುದು, ಟೇಕ್‌ಆಫ್‌ಗೆ ಮುಂಚೆ ಅದನ್ನು ಫೇಸ್‌ಬುಕ್‌ಗೆ

ಸಿಕ್ಕಿಸಿ ಲೈಕ್‌ಗಳಿಗಾಗಿ ಕಾಯುವುದು. ಆದರೆ ಈಗ ಈ ಏರ್ ಟ್ರಾವೆಲಿಂಗ್ ಬೋರ್ ಎನಿಸುತ್ತಿದೆ. ಆ ಹುಡುಗಿಯ ಸಂಭ್ರಮ ಹಾಳುಮಾಡಬಾರದೆಂದು ಮಧ್ಯದ ಸೀಟ್‌ನಲ್ಲೇ ಕುಳಿತು ಸೀಟ್ ಬೆಲ್ಟ್ ಬಿಗಿಮಾಡಿಕೊಂಡೆ.

ನಾನು ಕುಳಿತಿದ್ದ ಸೀಟ್‌ನ ಹಿಂದೆ ಅರವತ್ತು ದಾಟಿದವರೊಬ್ಬರು ತಮಗೆ ಕಿಟಕಿ ಪಕ್ಕದ ಸೀಟ್ ಬೇಕು ಎಂದು ಸಣ್ಣ ಮಕ್ಕಳ ಹಾಗೆ ಹಠ ಹಿಡಿದಿದ್ದರು. ಏರ್‌ಕ್ರ್ಯೂ ಬಂದು ಎಷ್ಟು ಹೇಳಿದರೂ ಕೇಳದ ಅವರು ಟೇಕ್‌ಆಫ್ ಹೊತ್ತಿಗೆ ಜಗಳ ತೆಗೆದು ಎದ್ದು ನಿಂತರು. 'ನಾನು ಬೋರ್ಡಿಂಗ್ ಪಾಸ್ ತೆಗೆದುಕೊಳ್ಳುವಾಗಲೇ ಸಾವಿರ ಹೆಚ್ಚಿಗೆ ಕೊಟ್ಟು ವಿಂಡೊ ಸೀಟ್ ತಗೊಂಡಿದ್ದೀನಿ. ಇಲ್ಲಿ ನೋಡಿದ್ರೆ ಯಾರೋ ಬಂದು ಕುಂತಿದ್ದಾರೆ' ಎಂದು ಅವರು ಕೂಗಾಡುತ್ತಿದ್ದರು.

'ಸರ್, ಪ್ಲೀಸ್ ಸಿಟ್. ಟೇಕ್‌ಆಫ್ ಅನೌನ್ಸ್‌ಮೆಂಟ್ ಆಗಿದೆ. ಆ ಮೇಲೆ ನೋಡೋಣ' ಎಂದು ಏರ್‌ಕ್ರ್ಯೂ ತನ್ನ ಇದ್ದಬದ್ದ ನಗುವನ್ನೆಲ್ಲಾ ತುಂಬಿಕೊಂಡು ಹೇಳಿದರೂ ಅವರು ಸಮಾಧಾನಗೊಳ್ಳಲಿಲ್ಲ. ಈ ಮೊದಲೇ ಕಿಟಕಿ ಪಕ್ಕ ಕುಳಿತ ವ್ಯಕ್ತಿ ಈ ಪ್ರಸಂಗಕ್ಕೂ ತನಗೂ ಸಂಬಂಧವೇ ಇಲ್ಲ ಎನ್ನುವಂತೆ ಕಣ್ಣು ಮುಚ್ಚಿ ತಲೆಯನ್ನು ಸೀಟಿಗೆ ಹಿಂದಕ್ಕೆ ಒರಗಿಸಿ ಕುಳಿತಿದ್ದ. ಆಕೆ ಹೇಳುವಷ್ಟು ಹೇಳಿ, ಟೇಕ್‌ಆಫ್ ಆದ ಮೇಲೆ ಸೀಟ್ ಬದಲಿಸುವುದಾಗಿ ಭರವಸೆ ನೀಡಿದ ಮೇಲೆ ಅವರು ಹೇಗೋ ಸಮಾಧಾನ ಮಾಡಿಕೊಂಡು ಕುಂತು ಸೀಟ್ ಬೆಲ್ಟ್ ಹಾಕಿಕೊಂಡರು. ಅವರನ್ನು ನೋಡಿದರೆ ಏರ್ ಟ್ರಾವೆಲಿಂಗ್‌ಗೆ ಅವರೇನೂ ಹೊಸಬರಲ್ಲ ಎನ್ನುವುದು ಕಾಣುತ್ತಿತ್ತು. ಆದರೆ ತಮಗಾದ ಅನ್ಯಾಯದ ಬಗ್ಗೆ ಅವರು ಗೊಣಗುತ್ತಿದ್ದರು.

'ಕೌಂಟರ್‌ನಲ್ಲಿ ಕೊಟ್ಟಿದ್ದೇ ಬೇರೆ ಸೀಟು, ಇಲ್ಲಿ ಸಿಕ್ಕಿದ್ದೇ ಬೇರೆ ಸೀಟು'

ಅವರ ಗೊಣಗಾಟದ ಮಧ್ಯೆಯೇ ಮುಂದೊಬ್ಬಳು, ಮಧ್ಯದಲ್ಲೊಬ್ಬಳು ಏರ್‌ಕ್ರ್ಯೂ ನಿಂತು ಸೀಟ್ ಬೆಲ್ಟ್ ಬಿಗಿ ಮಾಡಿಕೊಳ್ಳುವ, ವಿಮಾನದಲ್ಲಿ ಆಮ್ಲಜನಕ ಕಮ್ಮಿಯಾದರೆ ಆಕ್ಸಿಜನ್ ಮಾಸ್ಕ್ ಧರಿಸುವ, ಯಾನದ ಮಧ್ಯೆ ಆಪತ್ತು ಎದುರಾದರೆ ವಿಮಾನದಿಂದ ಕೆಳಕ್ಕೆ ನೆಗೆಯುವ ಸಂದರ್ಭದಲ್ಲಿ ಲೈಫ್‌ವೆಸ್ಟ್ ಹಾಕಿಕೊಳ್ಳುವ, ವಿಮಾನದಿಂದ ಹೊರಕ್ಕೆ ಜಿಗಿಯುವ ಎಗ್ಸಿಟ್ ಡೋರ್‌ಗಳ ಬಗ್ಗೆ ಡೆಮಾನ್‌ಸ್ಟ್ರೇಟ್ ಮಾಡಲು ಶುರುಮಾಡಿದರು. ಈ ಮಧ್ಯೆ ವಿಮಾನ ನಿಧಾನವಾಗಿ ರನ್‌ವೇಗೆ ಬಂದು ನಿಂತಿತ್ತು. ಪೈಲಟ್ ಫೈನಲ್ ಟೇಕ್‌ಆಫ್ ಅನೌನ್ಸ್‌ಮೆಂಟ್ ಮಾಡುತ್ತಲೇ ಡೆಮಾನ್‌ಸ್ಟ್ರೇಟ್ ಪ್ರಹಸನ ಮುಗಿಸಿದ ಏರ್‌ಕ್ರ್ಯೂಗಳು ತಮ್ಮ ಸ್ವಸ್ಥಾನಕ್ಕೆ ಹೋಗಿ ಕುಳಿತು ಸೀಟ್‌ಬೆಲ್ಟ್ ಹಾಕಿಕೊಂಡು ನಗುಮೊಗದೊಂದಿಗೆ ಏನೇನೋ ಮಾತಾಡಿಕೊಂಡರು.

ರನ್‌ವೇನಲ್ಲಿ ಏಕಾಏಕಿ ತನ್ನ ವೇಗ ಹೆಚ್ಚಿಸಿಕೊಂಡ ವಿಮಾನ ಅದುರುತ್ತಾ ಓಡುತ್ತಿತ್ತು. ಪಕ್ಕದಲ್ಲಿದ್ದ ಹುಡುಗಿ ಆವರೆಗೂ ಕಿಟಕಿಯಾಚೆ ನೋಡಿ ಸಂಭ್ರಮಿಸುತ್ತಿದ್ದವಳು ಈಗ ಎರಡೂ ಕಿವಿಗೂ ಬೆರಳು ಸಿಕ್ಕಿಸಿಕೊಂಡು ಗಟ್ಟಿಯಾಗಿ ಕಣ್ಣುಮುಚ್ಚಿ ಕೂತಳು. ವಿಮಾನ ಭೂಮಿ ಬಿಟ್ಟು ಮೇಲೇರುವಾಗ ನನಗೂ ಉಸಿರು

ಎದೆಯ ಮೇಲ್ಭಾಗಕ್ಕೆ ಬಂದು ನಿಂತಂತೆ ಅನಿಸಿತು. ಕಿವಿ ಮುಚ್ಚಿತು. ಎದೆ ಅದುರಲು ಶುರುವಾಯಿತು. ಪ್ರತಿ ವಿಮಾನ ಪ್ರಯಾಣದಲ್ಲೂ ಹೀಗೇ ಆಗುತ್ತದೆ. ಮೇಲೆ ಏರಿದ ಬಳಿಕ ಕೆಳಗೆ ಇಳಿಯುವವರೆಗೂ ಜೀವದ ಮೇಲೆ ನಂಬಿಕೆ ಇರುವುದಿಲ್ಲ. ಎಲ್ಲಿ ರೆಕ್ಕೆ ಮುರಿದು ಬೀಳುತ್ತದೋ, ಸಿನಿಮಾಗಳಲ್ಲಿ ತೋರಿಸುವಂತೆ ಯಾವ ಮೂಲೆಯಲ್ಲಿ ಬೆಂಕಿ ಹೊತ್ತಿಕೊಂಡು ವಿಮಾನ ಇಷ್ಟಿಷ್ಟೇ ಉರಿದು ಹೋಗುತ್ತದೋ, ಎಲ್ಲಿ ರೆಕ್ಕೆ ತಿರುಗುವುದು ನಿಂತು ವಿಮಾನ ಓಲಾಡಿಕೊಂಡು ನೆಲಕ್ಕಪ್ಪಳಿಸುತ್ತದೋ - ಎಷ್ಟು ಸಮಾಧಾನ ಮಾಡಿಕೊಳ್ಳಲು ಪ್ರಯತ್ನಿಸಿದರೂ ಈ ವಿಲೋಮ ಕಲ್ಪನೆಗಳು ಪ್ರತೀ ಟೇಕ್‌ಆಫ್‌ನಲ್ಲೂ ಕಣ್ಣಿಗೆ ಕಟ್ಟಿಕೊಂಡು ಕಾಡುತ್ತವೆ.

ವಿಮಾನ ಸುರಕ್ಷಿತವಾಗಿ ಟೇಕ್ ಆಫ್ ಆಗುವ ಹೊತ್ತಿಗೆ ಹಿಂದಿನ ಸೀಟ್‌ನಲ್ಲಿದ್ದ ಹಿರಿಯರು ಗೊಣಗಿಕೊಳ್ಳುತ್ತಾ ನಿದ್ರೆಗೆ ಜಾರಿದ್ದರು. ಅವರು ಕೇಳಿದ್ದರಲ್ಲೂ ನ್ಯಾಯವಿತ್ತು. ಆದರೆ, ಅದು ಇತರರಿಗೆ ಕಿರಿಕಿರಿ ಎನಿಸುತ್ತಿತ್ತು, ಅಷ್ಟೆ. ಆನ್‌ಬೋರ್ಡ್‌ನಲ್ಲಿ ತಗಾದೆ ತೆಗೆಯುವವರ ಕಿರಿಕಿರಿ ಎಂಥದಪ್ಪಾ ಎನಿಸಿದರೂ ಅವರ ವಾದದಲ್ಲೂ ಸತ್ಯವಿರುತ್ತದೆ. ಒಮ್ಮೆ ಮುಂಬೈನಿಂದ ಬರುವ ವಿಮಾನದಲ್ಲಿ ತಾವು ಆರ್ಡರ್ ಮಾಡಿದ್ದ ಚಿಕನ್ ಸ್ಯಾಂಡ್‌ವಿಚ್‌ಗೆ ಬದಲಾಗಿ ವೆಜ್ ಸ್ಯಾಂಡ್‌ವಿಚ್ ಕೊಟ್ಟ ಏರ್‌ಕ್ರ್ಯೂ ಜತೆಗೆ ಜಗಳ ತೆಗೆದಿದ್ದ ಹಿರಿಯರೊಬ್ಬರು, 'ಸರಿಯಾಗಿ ಸರ್ವಿಸ್ ಕೊಡೋಕಾಗದಿದ್ರೆ ಏರ್‌ಲೈನ್ಸ್ ವ್ಯವಹಾರ ಯಾಕೆ? ಇಲ್ಲೇ ನಿಲ್ಸಿ ನಾನು ಇಳ್ಕೋತೀನಿ' ಎಂದು ಪಟ್ಟುಹಿಡಿದಿದ್ದರು. ಮತ್ತೊಂದು ಸಲ ಐವತ್ತರ ಆಸುಪಾಸಿನ ವ್ಯಕ್ತಿ ಸೀಟ್ ಮುಂದಿನ ಡಿಸ್ಪ್ಲೇನಲ್ಲಿ ಮ್ಯಾಪ್ ಕೆಲಸ ಮಾಡುತ್ತಿಲ್ಲ ಎಂಬ ಕಾರಣಕ್ಕೆ ಏರ್‌ಕ್ರ್ಯೂ ಜತೆಗೆ ಜಗಳ ತೆಗೆದು ಬಾಗಿಲವರೆಗೂ ಹೋಗಿ ತಾವೇ ಬಾಗಿಲು ತೆರೆದು ಆಚೆ ಹೋಗುವಷ್ಟು ಸಿಟ್ಟು ಮಾಡಿಕೊಂಡಿದ್ದರು! ವಿಮಾನ ಪ್ರಯಾಣದಲ್ಲೂ ಇವೆಲ್ಲಾ ಇದ್ದೇ ಇರುತ್ತವೆ. ಇದೆಲ್ಲವನ್ನೂ ಸೂಕ್ಷ್ಮವಾಗಿ ನೋಡಿದರೆ ಬಸ್ ಪ್ರಯಾಣಕ್ಕೂ ಏರ್ ಬಸ್ ಪ್ರಯಾಣಕ್ಕೂ ಅಂಥ ಹೆಚ್ಚಿನ ವ್ಯತ್ಯಾಸವೇನೂ ಕಾಣುವುದಿಲ್ಲ.

ಟೇಕ್‌ಆಫ್ ಆಗಿ ಐದಾರು ನಿಮಿಷವಾದ ಮೇಲೆ ತಿಂಡಿ ತೀರ್ಥದ ಸೇವೆ ಆರಂಭವಾಯಿತು. ತಳ್ಳುಗಾಡಿ ಹತ್ತಿರಾದಾಗ, 'ಒನ್ ವೆಜ್ ಸ್ಯಾಂಡ್‌ವಿಚ್ ಪ್ಲೀಸ್' ಎಂದೆ. ನೆಲದ ಮೇಲೆ 50 ರೂಪಾಯಿ ಬೆಲೆ ಬಾಳುವ ವೆಜ್ ಸ್ಯಾಂಡ್‌ವಿಚ್‌ಗೆ ಆಕಾಶದಲ್ಲಿ ಹತ್ತಿಪ್ಪತ್ತು ಪಟ್ಟು ಹೆಚ್ಚು ಬೆಲೆ. ಐನೂರರ ನೋಟನ್ನು ಏರ್‌ಕ್ರ್ಯೂ ಕೈಗಿಟ್ಟೆ. ಆಕೆ ಒಂದು ಪ್ಯಾಕೆಟ್, ಒಂದು ಕಪ್ ನೀರು ಕೊಟ್ಟು, 'ಅಂಡ್ ಎನಿಥಿಂಗ್ ಸರ್' ಎಂದಿದ್ದಕ್ಕೆ ನಾನು, 'ನೋ ಥ್ಯಾಂಕ್ಸ್' ಹೇಳಿದೆ. ಆಕೆ, 'ಥ್ಯಾಂಕ್ಯೂ ಸರ್' ಎಂದು ಹೇಳಿ ತುಳುಕುವ ನಗುವಿನೊಂದಿಗೆ ಗಾಡಿ ಮುಂದಕ್ಕೆ ತಳ್ಳಿದಳು. ನನ್ನ ಪಕ್ಕದಲ್ಲಿದ್ದ ಹುಡುಗಿ ಏನನ್ನೂ ತೆಗೆದುಕೊಳ್ಳದೆ ನಾನು ಸ್ಯಾಂಡ್‌ವಿಚ್ ಕಚ್ಚಿ ತಿನ್ನುವುದನ್ನು ವಾರೆಗಣ್ಣಿಂದ ನೋಡುತ್ತಿದ್ದಳು. ಸ್ಯಾಂಡ್‌ವಿಚ್ ತಿಂದು ಕಪ್ ನೀರು ಕುಡಿದ ಮೇಲೆ ಜೀವಕ್ಕೆ ಸಮಾಧಾನ ಎನಿಸಿತು. ಆಕಾಶಯಾನದಲ್ಲಿ ತಿಂಡಿಗೆ ಇಷ್ಟಿದ್ದರೆ ಸಾಕು, ಹೊಟ್ಟೆಯ ಹಸಿವು ಇಂಗುತ್ತದೆ. ಅರೆ, ಹಸಿವು ಕೇವಲ ಹೊಟ್ಟೆಗಷ್ಟೇ ಇರುವುದೇ?

'ಮನಸ್ಸು ಮಾತಿಗಾಗಿ ಹಸೀತಿದೆ'

ಮೆಸೇಜ್ ನೆನಪಾಯಿತು.

ಹಸಿವು ಹೊಟ್ಟೆಗಷ್ಟೇ ಅಲ್ಲ, ಮನಸ್ಸಿಗೂ ಇರುತ್ತದೆ. ಬಾಯಿಗಷ್ಟೇ ಅಲ್ಲ; ಕಿವಿ, ಕಣ್ಣು, ಮೂಗು, ಚರ್ಮಕ್ಕೂ ಹಸಿವಿರುತ್ತದೆ. ಕಣ್ಣು ನೋಟಕ್ಕಾಗಿ ಹಸಿಯುತ್ತದೆ. ಮೂಗು ಪರಿಮಳಕ್ಕಾಗಿ ಹಸಿಯುತ್ತದೆ. ಚರ್ಮ ಸ್ಪರ್ಶಕ್ಕಾಗಿ ಹಸಿಯುತ್ತದೆ. ಕಿವಿ ಮಾತಿಗಾಗಿ ಹಸಿಯುತ್ತದೆ. ಈಗ ಮಾತಿಗಾಗಿ ಹಸಿಯುತ್ತಿರುವ ಈ ಕಿವಿ; ಮನಸ್ಸು ಯಾರದು?

ಡೆಲ್ಲಿ ಏರ್‌ಪೋರ್ಟ್‌ನಲ್ಲಿ ಇಳಿದ ಮೇಲೆ ಆ ನಂಬರ್‌ಗೆ ಕಾಲ್ ಮಾಡಿದರಾಯಿತು ಎಂದುಕೊಂಡೆ. ಅಲ್ಲೂ ಆಗಲಿಲ್ಲ. ಏರ್‌ಪೋರ್ಟ್‌ನಿಂದ ಮೀಟಿಂಗ್ ಇರುವ ಹೋಟೆಲ್‌ಗೆ ಹೋಗುವಾಗ ಮಾರ್ಗ ಮಧ್ಯೆ ಕಾರಿನಲ್ಲಿ ಕಾಲ್ ಮಾಡೋಣ ಎಂದುಕೊಂಡೆ, ಅಲ್ಲೂ ಆಗಲಿಲ್ಲ. ಮೀಟಿಂಗ್ ಮುಗಿದ ಮೇಲೆ ಮಾಡೋಣ ಎಂದುಕೊಂಡೆ ಅದೂ ಆಗಲಿಲ್ಲ. ಲಂಚ್ ಟೈಮ್‌ನಲ್ಲಾದರೂ ಫೋನ್ ಮಾಡೋಣ ಎಂದು ಮೊಬೈಲ್ ತೆಗೆದು ಡಯಲ್ ಮಾಡುವಷ್ಟರಲ್ಲಿ ನಮ್ಮ ಕಂಪೆನಿಯ ಈಶಾನ್ಯ ವಲಯದ ಡಿವಿಜನಲ್ ಮ್ಯಾನೇಜರ್ ಹಲ್ಲು ಕಿರಿಯುತ್ತಾ ನನ್ನತ್ತಲೇ ಬಂದ. ಕೋಟ್ ಹಾಕಿಕೊಂಡು ಟೈ ಬಿಗಿದ ದಡೂತಿ ದೇಹಿ. ಬೊಕ್ಕತಲೆಯ ಕಾರಣಕ್ಕೆ ವಿಸ್ತಾರವಾಗಿದ್ದ ಹಣೆಯ ಮೇಲೆ ಒಂದು ರೂಪಾಯಿ ಅಗಲದ ಕುಂಕುಮ. ಎಲ್ಲಿ ಹೇಗಾದರೂ ಇರಲಿ ಮೀಟಿಂಗಿಗಾದರೂ ಕುಂಕುಮ ಹಚ್ಚಿಕೊಳ್ಳದೇ ಬರಬಾರದೆ ಇವನು ಎನಿಸಿತು. 'ಹಾಯ್' ಹೇಳಿ ಲಂಚ್‌ಗೆ ಜಾಯಿನ್ ಆದ. ನಾನೂ ನಕ್ಕು, 'ಹಲೋ, ಹೌ ಆರ್ ಯು' ಎಂದೆ. ಸಲಾಡ್ ಬಾಯಿಗೆ ತುರುಕಿಕೊಂಡಿರುವಂತೇ, 'ಫಾಯಿನ್' ಎಂದ ಕಷ್ಟಪಟ್ಟು.

ನನ್ನ ಟೇಬಲ್‌ನಲ್ಲೇ ಊಟಕ್ಕೆ ಕುಳಿತವನು ಅದೂ ಇದೂ ಮಾತಾಡಿ ವ್ಯವಹಾರದ ವಿಷಯ ತೆಗೆದ. 'ಸೌತ್‌ನಲ್ಲಿ ಬಿಸ್‌ನೆಸ್ ಪೂರ್ ಆಗಿದೆ. ಹೋಗ್ಲಿ ಬಿಡಿ, ಅದಕ್ಕೆ ನೀವೇನೂ ಮಾಡೋಕಾಗಲ್ಲ. ನೀವಿನ್ನೂ ಅಸಿಸ್ಟಂಟ್ ಮ್ಯಾನೇಜರ್' ಎಂದ.

ಇವನು ನನ್ನನ್ನು ಕೆಣಕುತ್ತಿದ್ದಾನೋ, ಅಣಕಿಸುತ್ತಿದ್ದಾನೋ ಎಂಬ ಅನುಮಾನದಲ್ಲೇ ನಾನು, 'ಅದು ಹಾಗಲ್ಲ. ಈ ಪ್ರಾಡಕ್ಟ್‌ಗೆ ಸೌತ್‌ನಲ್ಲಿ ಅಂತಾ ಮಾರ್ಕೆಟ್ ಇಲ್ಲ. ಇದು ಅಲ್ಲಿನ ಜನಕ್ಕೆ ಬೇಕು ಅಂದರೆ ಬೇಕು, ಬೇಡ ಅಂದರೆ ಬೇಡ ಅಷ್ಟೇ' ಎಂದೆ ಸಮರ್ಥಿಸಿಕೊಳ್ಳುವ ದನಿಯಲ್ಲಿ.

'ಅದೇ, ಆ ಬೇಕು ಅನ್ನೋದರ ಜಾಡು ಹಿಡಿದೇ ನಾವು ವ್ಯವಹಾರ ಬೆಳೆಸ್ಬೇಕಿರೋದು. ಬೇಡ ಅನ್ನೋದು ನಮಗೆ ಬೇಕಾಗಿಲ್ಲ. ಜನ ಹಾಗೇನೇ. ಅವ್ರು ಯಾವಾಗ್ಲೂ ಪೂರ್. ಕಾಮನ್ ಪೀಪಲ್ ಇದ್ದಾರಲ್ಲಾ ಅವ್ರು ಹಾಗೇನೆ. ಆದರೆ, ನಾವು ಅವರಿಗೆ ರುಚಿ ಹತ್ತಿಸ್ಬೇಕು. ಅದಕ್ಕೇ ತಾನೇ ಕಂಪೆನಿ ನನ್ನ, ನಿಮ್ಮನ್ನ ಸಾಕ್ತಿರೋದು. ಅದೂ ಇದೂ ಅಲ್ಲ, ಕಂಪೆನಿ ಪ್ರಾಡಕ್ಟ್ ಅಂತ ನಮ್ಮ ಕೈಗೆ ಸಗಣಿ

ಕೊಟ್ರೂ ನಾವು ಅದನ್ನ ಬೆಣ್ಣೆ ಮುದ್ದೆ ಅನ್ನೋತರ ಮಾರಾಟ ಮಾಡ್ಬೇಕು. ಇದೇ ಅಲ್ವೇ ಮಾರ್ಕೆಟಿಂಗ್ ಅಂದ್ರೆ' ಎಂದು ಅವನು ಐಸ್‌ಕ್ರೀಮ್ ಬಾಯಿಗಿಟ್ಟುಕೊಂಡು ಮೆದ್ದ.

ನಾನು ಏನು ಹೇಳಬೇಕೋ ಗೊತ್ತಾಗದೆ ಅವನ ಮುಂದಿನ ಮಾತಿಗಾಗಿ ಕಾದೆ. ಇದನ್ನು ಅರಿತವನಂತೆ ಅವನೇ ಬಾಯಿ ತೆರೆದ.

'ಹಾಗೆ ನೋಡ್ತಿದ್ರೆ ಬಿಸ್‌ನೆಸ್ ಅನ್ನೋದು ನಮ್ಮಿಂದ ಹೆಚ್ಚಾಗೋದಲ್ಲ. ಅದು ದೇವರ ದಯೆ. ನಾವು ಇಲ್ಲಿ ನಿಮಿತ್ತ ಆಟಗಾರರಷ್ಟೆ. ಕಾಣದ ಒಂದು ಶಕ್ತಿ ಇದನ್ನೆಲ್ಲಾ ಒಂದು ಲಯದಲ್ಲಿ ನಡೆಸ್ತಿದೆ. ಬ್ಯಾಲೆನ್ಸ್ ಮಾಡ್ತಿದೆ. ಎಂಥೆಂಥಾ ದೊಡ್ಡ ವಿಜ್ಞಾನಿಗಳೆಲ್ಲಾ ಸೇರಿ ಸ್ಯಾಟಲೈಟ್ ಮಾಡಿದ್ರೂ ಲಾಂಚ್‌ಗೆ ಮುನ್ನಾ ಇಸ್ರೊದವ್ರು ತಿರುಪತಿಯಲ್ಲಿ ಯಾಕೆ ಪೂಜೆ ಮಾಡಿಸ್ತಾರೆ ಹೇಳಿ' ಎಂದಂದು ಹುಚ್ಚುನಗೆ ನಕ್ಕ. ಅವನು ದೇವರನ್ನು ಲೇವಡಿ ಮಾಡುತ್ತಿದ್ದಾನೋ ಅಥವಾ ದೇವರ ಜತೆಗೆ ಅತಿಯಾದ ಸಲುಗೆಯಿಂದ ಹೀಗೆ ನಗುತ್ತಿದ್ದಾನೋ ಅಥವಾ ಇದೂ ವ್ಯವಹಾರದ ನಗೆಯೋ ಗೊತ್ತಾಗದೆ ಗೊಂದಲಕ್ಕೆ ಬಿದ್ದೆ.

'ನೋಡಿ, ಆಗೋದು ಬಿಡೋದು, ಇರೋದು ಇಲ್ಲದಿರೋದು ಎಲ್ಲಾ ಅವರವರ ನಂಬಿಕೆ. ಕಂಪ್ಯೂಟರ್ ಕಾಲದಲ್ಲೂ ಯಾಕೆ ಇಷ್ಟೊಂದು ದೇವಸ್ಥಾನಗಳು ಹುಟ್ಕೋತಿವೆ ಹೇಳಿ. ಅದು ನಂಬಿಕೆ. ಆ ನಂಬಿಕೆನೇ ಇವತ್ತಿನ ಎಲ್ಲಾ ಪ್ರಾಡಕ್ಟ್‌ಗಳ ಮಾರ್ಕೆಟಿಂಗ್‌ನ ಬೇಸಿಕ್ ಥಿಂಗ್. ಕ್ರೀಮ್ ಹಚ್ಚಿಕೊಂಡ ಮಾತ್ರಕ್ಕೆ ಚರ್ಮ ಬೆಳ್ಳಗಾಗಿಬಿಡೋಲ್ಲ ಅನ್ನೋ ಸತ್ಯ ಎಲ್ಲರಿಗೂ ಗೊತ್ತಿದೆ. ಆದರೂ ವ್ರತದಂತೆ ಹಚ್ಕೋತಾರೆ ಯಾಕೆ ಹೇಳಿ? ನಂಬಿಕೆ. ಆಗುತ್ತೆ ಅಂತಲ್ಲ, ಆಗಬಹುದು ಅಂತಲೂ ಅಲ್ಲ. ಅದು ತಾತ್ಕಾಲಿಕ ಖುಷಿ. ಮಿಥ್ಯೆ ಅಂತಾರಲ್ಲ ಅದು ಸತ್ಯದ ಪಕ್ಕದ ಸೀಟಲ್ಲೇ ಕೂತಿರುತ್ತೆ. ಮಿಥ್ಯೆ ಕೂಡಾ ಸತ್ಯದ ಹಾಗೇ ಇರುತ್ತೆ. ಗೊತ್ತಿಲ್ಲದವರ ವಿಷಯ ಬಿಡಿ, ಅದು ಮಿಥ್ಯೆ ಅಂತ ಗೊತ್ತಿರೋರು ಕೂಡಾ ಅದನ್ನೇ ಅಪ್ಪಿ ಮುದ್ದಾಡ್ತಾರೆ. ಯಾಕೆ ಅಂದ್ರೆ ಸತ್ಯದ ಅಪ್ಪುಗೆಗಿಂತ ಮಿಥ್ಯೆಯ ಅಪ್ಪುಗೆಯೇ ಯಾವಾಗ್ಲೂ ಹಿತ. ಪಕ್ಕದಲ್ಲಿ ಕೂತಿರೋ ಸತ್ಯ ಇರುತ್ತಲ್ಲಾ ಅದು ಈ ಬಗ್ಗೆ ಬೇಸರಾನೇ ಮಾಡ್ಕೊಳ್ಳೋದಿಲ್ಲ. ಎಲ್ಲೀವರೆಗೂ ಸತ್ಯ ಮಿಥ್ಯೆಯ ಬಗ್ಗೆ ಬೇಸರ ಮಾಡ್ಕೊಳ್ಳೋದಿಲ್ವೋ ಅಲ್ಲೀವರೆಗೂ ನಾವು ನೀವೆಲ್ಲಾ ನೆಮ್ಮದಿಯಾಗಿ ಮಾರ್ಕೆಟಿಂಗ್ ಮಾಡ್ಕೊಂಡು ಇರಬೋದು' ಭಾಷಣ ಮುಗಿಸಿದ ದಣಿವಿನಲ್ಲೋ, ಸತ್ಯ ಹೇಳಿ ಮುಗಿಸಿದಂಥಾ ಆಯಾಸದಲ್ಲೋ ಒಂದು ಗ್ಲಾಸ್ ಪೂರ್ತಿ ನೀರು ಕುಡಿದು ಅವನು 'ಉಷ್...' ಎಂದ.

ಆಫ್ಟರ್‌ಲಂಚ್ ಮೀಟಿಂಗ್ ಆರಂಭವಾಗುವ ಮುನ್ನವೇ ಬೋರ್ಡ್‌ರೂಮ್ ಸೇರಬೇಕೆಂಬ ಧಾವಂತದಲ್ಲಿ ಎಲ್ಲರೂ ಬೇಗ ಬೇಗ ಊಟ ಮುಗಿಸಿ ಎದ್ದು ಟಾಯ್ಲೆಟ್ ಕಡೆಗೆ ಹೋದರು. ಇವನು ಮಾತ್ರ ಫ್ರೂಟ್ ಸಲಾಡ್ ತಿನ್ನುತ್ತಾ ಇನ್ನೂ ಏನೋ ಹೇಳಲು ಕಾತರಿಸುತ್ತಿದ್ದ. ಇವನ ಮಾತು ಕೇಳುತ್ತಾ ಕೂತರೆ ಮೀಟಿಂಗ್ ಮಾತ್ರವಲ್ಲ, ರಾತ್ರಿಯ ಫ್ಲೈಟ್ ಕೂಡಾ ಮಿಸ್ ಮಾಡ್ಕೋಬೇಕಾಗುತ್ತೆ ಎಂದುಕೊಂಡು ನಾನೂ

ಎದ್ದು ಟಾಯ್ಲೆಟ್ ಕಡೆಗೆ ನಡೆದೆ. ನಾನು ಎದ್ದು ಹೋಗುವುದನ್ನು ನೋಡುತ್ತಲೇ ಇದ್ದ ಅವನ ತುಟಿಯ ಮೇಲೆ ಫ್ರೂಟ್ ಸಲಾಡ್‌ನ ಹಣ್ಣಿನರಸದ ಜತೆಗೆ ಸಣ್ಣ ಕುಹಕದ ನಗೆಯೂ ಅಂಟಿಕೊಂಡು ಹೊಳೆಯುತ್ತಿತ್ತು.

ಮೀಟಿಂಗ್ ಮುಗಿದು ಹೋಟೆಲ್‌ನಿಂದ ಹೊರಗೆ ಬಂದಾಗ ಸಂಜೆ ಏಳಾಗಿತ್ತು. 8.30ಕ್ಕೆ ಮತ್ತೆ ರಿಟರ್ನ್ ಫ್ಲೈಟ್. ಜನರಲ್ ಮೀಟಿಂಗ್, ಪ್ರಾಡಕ್ಟ್ ಮೀಟಿಂಗ್, ಪ್ರೆಸೆಂಟೇಷನ್ ಎಂದು ದಿನವಿಡೀ ಬಳಲಿದ್ದ ತಲೆ ಸಿಡಿಯುತ್ತಿತ್ತು. ಪಾರ್ಕಿಂಗ್‌ನಲ್ಲಿ ಮತ್ತೆ ಸಿಕ್ಕ ಅವನು, 'ಕಾಲ್‌ಕಾಜಿ ಮಂದಿರಕ್ಕೆ ಹೋಗ್ತಿದ್ದೀನಿ. ಬರ್ತೀರಾ' ಎಂದು ಕೇಳಿದ. ಫ್ಲೈಟ್‌ನ ಕಾರಣ ಹೇಳಿದರೂ ನಡೆಯುತ್ತಿತ್ತು. ಆದರೆ, 'ನನಗೆ ಇಂಟರೆಸ್ಟ್ ಇಲ್ಲ' ಎಂದೆ. ಈ ಮಾತಿಗೂ ಅವನು ಸಣ್ಣದೊಂದು ಭಾಷಣ ಆರಂಭಿಸುತ್ತಾನೋ ಎಂದು ನಡುಗಿದೆ. ಅದು ಹಾಗೆಯೇ ಆಯಿತು.

'ದೇವಸ್ಥಾನಗಳಿಗೆ ಹೋಗೋ 70 ಪರ್ಸೆಂಟ್ ಜನಕ್ಕೆ ಇಂಟರೆಸ್ಟ್ ಇರೋದೇ ಇಲ್ಲ. ಆದ್ರೂ ಹೋಗ್ತಾರೆ. ನಾವು ಎಷ್ಟೇ ಬೆಳೆದ್ರೂ ನಮ್ಮೊಳಗೊಬ್ಬ ಸಾಧಾರಣ ಮನುಷ್ಯ ಇರ್ತಾನಲ್ಲಾ ಅವನ ಮನಸ್ಸು ಯಾವಾಗಲೂ ಹುಳಿಹುಳಿ. ದೇವರು, ಭಕ್ತಿ, ನಂಬಿಕೆ, ಪ್ರೀತಿ ಇವಕ್ಕೆಲ್ಲಾ ಆ ಸಾಧಾರಣ ಮನುಷ್ಯನೇ ಕಾರಣ. ಸಾಧಾರಣ ಮನುಷ್ಯ ನಮ್ಮೊಳಗೆ ಯಾವತ್ತು ಸಾಯ್ತಾನೋ ಅವತ್ತು ನಮ್ಮ ಬದುಕು ಡ್ರೈ ಆಗೋಗುತ್ತೆ. ಅದಕ್ಕೇ, ಏನೇ ಆದ್ರೂ ಆ ಸಾಧಾರಣ ಮನುಷ್ಯನ್ನ ನಾವು ಕಳ್ಕೋಬಾರ್ದು....'

ಅವನು ಇನ್ನೂ ಏನೇನೋ ಮಾತನಾಡುತ್ತಿದ್ದ. ಅಷ್ಟರಲ್ಲಿ ನನ್ನನ್ನು ಏರ್‌ಪೋರ್ಟ್‌ಗೆ ಡ್ರಾಪ್ ಮಾಡುವ ಕಾರ್ ಬಂತು. ನಾನು ಅವನ ಕೈ ಕುಲುಕಿ 'ಸೀ ಯು' ಹೇಳಿ ಕಾರ್ ಏರಿ ಸೀಟ್‌ಗೆ ಒರಗಿ ಕಣ್ಣು ಮುಚ್ಚಿದೆ. ಮೀಟಿಂಗ್‌ನ ತಲೆನೋವಿನ ಜತೆಗೆ ಇವನ ಭಾಷಣದ ಭಾರವೂ ಹೆಚ್ಚಾಗಿತ್ತು. ಅವನು ಹೇಳಿದ್ದರಲ್ಲೂ ಸತ್ಯ ಇದೆ ಎನಿಸಿತು. ತಕ್ಷಣವೇ ಅವನದೇ ಮಾತಿನಲ್ಲಿ ಬಂದ ಮಿಥ್ಯೆಯ ನೆನಪೂ ಆಯಿತು. ಇವನು ಹೇಳಿದ್ದು ಸತ್ಯವೋ ಅಥವಾ ಅದರ ಪಕ್ಕದಲ್ಲೇ ಕುಳಿತಿರುವ ಮಿಥ್ಯವೋ. 'ಮಿಥ್ಯೆ ಕೂಡಾ ಸತ್ಯದ ಹಾಗೇ ಇರುತ್ತೆ'. ಅವನ ಮಾತು ನೆನೆಸಿಕೊಂಡು ಮೈ ಅದುರಿದಂತಾಯ್ತು. ಕಣ್ಣು ಮುಚ್ಚಿದೆ. ಕಣ್ಣು ಬಿಟ್ಟಾಗ ಏರ್‌ಪೋರ್ಟ್‌ನಲ್ಲಿದ್ದೆ. ಅಲ್ಲಿಂದ ಮತ್ತೆ ಮೂರು ಗಂಟೆ ವಿಮಾನ ಪ್ರಯಾಣ. ಲ್ಯಾಂಡಿಂಗ್ ಹೊತ್ತಿಗೆ ರಾತ್ರಿ 12.30 ಆಗಿತ್ತು. ಅರೈವಲ್‌ನಿಂದ ಈಚೆ ಬಂದು ಆಫೀಸ್ ಕಾರ್ ಹಿಡಿದು ಹೊರಡುವಷ್ಟರಲ್ಲಿ ಒಂದಾಗಿತ್ತು.

ಮನೆಗೆ ಬಂದಾಗ ನಡುರಾತ್ರಿ 2.30. ಹೊಟ್ಟೆ ಹಸಿಯುತ್ತಿತ್ತು. ಫ್ರಿಡ್ಜ್‌ನಲ್ಲಿ ಕೊರೆಯುತ್ತಿದ್ದ ಎರಡು ಬಾಳೆಹಣ್ಣುಗಳನ್ನು ತಿಂದು ಬಂದು ಹಾಸಿಗೆ ಮೇಲೆ ಬಿದ್ದುಕೊಂಡೆ. ಸದ್ದಿಗೆ ಎಚ್ಚರಾದ ಹೆಂಡತಿ ಕಣ್ಣು ಬಿಟ್ಟು, 'ಈಗ ಬಂದ್ರಾ' ಎಂಬಂತೆ ನೋಡಿದಳು. ಪಕ್ಕದಲ್ಲಿ ಮಲಗಿ ಅವಳ ತಲೆ ನೇವರಿಸಿ, ಹಣೆಗೆ ಮುತ್ತಿಟ್ಟೆ. ನಿದ್ರೆ ಮಂಪರಿನಲ್ಲೂ ಮುತ್ತಿಗೆ ಅರಳಿದ ಅವಳು ಮಗುವಿನಂತೆ ನನ್ನನ್ನು ಅವುಚಿಕೊಂಡಳು. ಕಣ್ಣು ಮುಚ್ಚಿದರೆ ನಿದ್ರೆ ಬರಲೊಲ್ಲದು. ಕಿವಿಯಲ್ಲಿ ಬರೀ ಗುಂಯ್ ಎನ್ನುವ ಸದ್ದು,

ಮನಸ್ಸಲ್ಲಿ ಏನೋ ತಳಮಳ, ಕಣ್ಣಿಗೆ ಎಂಥದ್ದೋ ಉರಿ, ತಲೆಯೋ ಭಾರ. ಪ್ರತೀ ಒನ್ ಡೇ ಜರ್ನಿಯಲ್ಲೂ ಹೀಗಾಗುವುದು ಸಾಮಾನ್ಯ. ಆದರೆ, ಇಂದು ತುಸು ಹೆಚ್ಚೇ ಅನ್ನುವಂತೆ ಈ ಹಿಂಸೆ ನನ್ನನ್ನು ಹಿಂಡುತ್ತಿದೆ. ಕಣ್ಣು ತೆರೆದೆ. ಬೆಳಗಿನ ಮೆಸೇಜ್‌ನ ನೆನಪಾಯಿತು. ಕಾಲ್ ಮಾಡಲು ಬಿಡುವೇ ಸಿಗಲಿಲ್ಲ. ಈಗಲಾದರೂ ಒಂದು ರಿಪ್ಲೇ ಬರೆಯಲೇ ಎಂದು ಮೊಬೈಲ್ ಕೈಗೆತ್ತಿಕೊಂಡೆ. ಗೋಡೆಗೆ ನೇತುಹಾಕಿದ್ದ ಗಡಿಯಾರ ಟಕ್ ಟಕ್, ಟಕ್ ಟಕ್ ಎಂದು ಸದ್ದು ಮಾಡುತ್ತಲೇ ಸಣ್ಣ ಮುಳ್ಳನ್ನು ಮೂರಕ್ಕೆ ದೂಡಿತು.

2

ನಾವಿಬ್ಬರೂ ಕಾಫಿ ಡೇಯ ಲಾನಿನ ಟೇಬಲ್‌ನಲ್ಲಿ ಕುಳಿತಿದ್ದೆವು. ಲಾನಿನ ಹುಲ್ಲು ಆಗಷ್ಟೇ ಹಾಯಿಸಿದ್ದ ನೀರನ್ನು ಕುಡಿದು ಒದ್ದೆಯಾಗಿತ್ತು. ಪಕ್ಕದಲ್ಲೇ ಇದ್ದ ರಸ್ತೆಯಲ್ಲಿ ಐಷಾರಾಮಿ ಕಾರುಗಳು ಅತ್ತಿಂದಿತ್ತ ಓಡಾಡುತ್ತಿದ್ದವು. ನಾನೇ ಮೊದಲು ಮಾತಾಡಲಿ ಎಂದು ಅವನು ಕಾದಂತಿತ್ತು. ಮೊಬೈಲ್ ಒಳಗೆ ಮುಳುಗಿದ್ದ ನನ್ನನ್ನು ಎಚ್ಚರಿಸಲೋ ಎಂಬಂತೆ 'ಮತ್ತೇ' ಎಂದ. ಮೊಬೈಲ್‌ನಿಂದ ಕಣ್ಣು ಕೀಳದೆ ನಾನು, 'ಇನ್ನೇನಿಲ್ಲ' ಎಂದೆ.

ನನ್ನ ಈ ಉತ್ತರದಿಂದ ಅವನಿಗೆ ನಿರಾಸೆಯೋ, ಆಘಾತವೋ ಆಯಿತೇನೋ ಎಂದು ಕತ್ತೆತ್ತಿ ನೋಡಿದೆ. ಅವನು ಟೇಬಲ್ ಮೇಲಿದ್ದ ಪೇಪರ್‌ಗಳನ್ನು ತಿರುವುತ್ತಿದ್ದ. ಮತ್ತೆ ನಾನೇ ಮಾತು ಮುಂದುವರಿಸುವಂತೆ, 'ಪ್ರೊಮೋಷನ್ ಏನಾದ್ರೂ?' ಎಂದೆ.

ಅವನು ಇಲ್ಲ ಎಂಬಂತೆ ತಲೆ ಅಲ್ಲಾಡಿಸಿ ಪೇಪರ್ ಮಡಚಿ ಪಕ್ಕಕ್ಕಿಟ್ಟು ದೀರ್ಘ ಉಸಿರು ಬಿಟ್ಟು, 'ನಮ್ಗೆಲ್ಲಾ ಎಲ್ಲೋ ಪ್ರೊಮೋಷನ್. ಕತ್ತೆ ದುಡಿದಂಗೆ ದುಡಿದು, ತಿಂಗಳ ಕೊನೆಗೆ ಕೂಲಿ ಎಣಿಸ್ಕೋಬೇಕು ಅಷ್ಟೇ' ಎಂದ.

ಅವನ ಮಾತಿನಲ್ಲಿ ತೀವ್ರವಾದ ಹತಾಶೆ ತುಂಬಿ ತುಳುಕುತ್ತಿತ್ತು. ಆದರೂ ಮಾತು ಮೂಡಿ ಬರುತ್ತಿದ್ದ ತುಟಿಯ ಮೇಲೆ ಸಣ್ಣ ನಗೆ ಮೂಡಿಸಿಕೊಳ್ಳಲು ಅವನು ಯತ್ನಿಸುತ್ತಿದ್ದ.

'ಯಾಕೋ ಇಷ್ಟೊಂದು ಡಿಪ್ರೆಸ್ ಆಗಿದ್ದೀಯಾ' ಎಂದೆ ಅವನ ಕೈಮುಟ್ಟಿ.

ಅವನು ಹತಾಶೆಯ ನಗೆ ನಕ್ಕು, 'ಡಿಪ್ರೆಸ್ ಅಲ್ಲ, ಇದೇ ನಾರ್ಮಲ್' ಎಂದ.

ಜೇಬಿನಿಂದ ಪ್ಯಾಕ್ ತೆಗೆದು ಸಿಗರೇಟ್ ಒಂದನ್ನು ತುಟಿಗಿಟ್ಟು ಪ್ಯಾಕ್ ಅನ್ನು ಅವನ ಕಡೆಗೆ ಚಾಚುತ್ತಿರುವಾಗಲೇ, ಇದೇ ಸಂದರ್ಭಕ್ಕಾಗಿ ಕಾಯುತ್ತಿದ್ದವನಂತೆ ಓಡಿ ಬಂದ ವೇಟರ್, 'ಸಾರಿ ಸರ್, ನೋ ಸ್ಮೋಕಿಂಗ್' ಎಂದದಂದು 'ನೋ ಸ್ಮೋಕಿಂಗ್' ಬೋರ್ಡಿನ ಕಡೆಗೆ ಕೈ ತೋರಿ ಅತಿವಿನಯದ ನಗೆ ನಕ್ಕು ಅಲ್ಲಿಂದ ಹೋದ. ತುಟಿಗಿಟ್ಟಿದ್ದ ಸೀಗರೇಟನ್ನು ಬೆರಳಿಗೆ ತೆಗೆದುಕೊಂಡು ಅದರ ಅಂಡನ್ನು ಟೇಬಲ್ ಮೇಲೆ ಕುಟ್ಟಿ ಮತ್ತೆ ಪ್ಯಾಕ್‌ಗೆ ಸೇರಿಸಿದೆ.

'ಅಷ್ಟೊಂದು ಹಿಂಸೆ ಅನ್ನೋದಾದ್ರೆ ಕಂಪ್ನಿ ಚೇಂಜ್ ಮಾಡು' ಎಂದೆ.

'ಎಂಟು ವರ್ಷದಲ್ಲಿ ಹದಿನಾಲ್ಕು ಕಂಪನಿ ಚೇಂಜ್ ಮಾಡಿದ್ದೀನಿ' ಎಂದು ತಣ್ಣಗೆ ಹೇಳುತ್ತಾ ಅವನು ಟೇಬಲ್ಲನ್ನೇ ದಿಟ್ಟಿಸಿದ.

ನಾನು ಅವನ ಮುಖವನ್ನೇ ನೋಡಿದೆ. ಅವನ ಮುಖ ಬಾಡಿತ್ತು, ಇಳಿದು ಹೋಗಿತ್ತು. ನಿದ್ರೆ ಇಲ್ಲದ ಕಣ್ಣುಗಳು ಆಳಕ್ಕೆ ಇಳಿದಿದ್ದವು. ಸಿಗರೇಟ್ ಸೇದೀ ಸೇದೀ ತುಟಿ ಕಪ್ಪಗಾಗಿದ್ದವು. ಬೆನ್ನು ಮುಂದಕ್ಕೆ ಬಾಗಿ ಹೋಗಿತ್ತು. ಅಕಾಲ ಮುಪ್ಪಿಗೆ ಬಂದು ಕುಂತಂತಿದ್ದ ಅವನು.

'ಮಿಸೆಸ್ ಏನ್ ಮಾಡ್ತಿದ್ದಾರೆ' ಎಂದೆ.

ಏನೂ ಇಲ್ಲ ಎಂಬಂತೆ ತಲೆ ಅಲ್ಲಾಡಿಸಿದ. ಮಕ್ಕಳ ಬಗ್ಗೆ ಅವನೇ ಹೇಳುತ್ತಾನೆ ಎಂದು ಕಾದೆ. ಆದರೆ, ಅವನೂ ಹೇಳಲಿಲ್ಲ, ನಾನೂ ಕೇಳಲಿಲ್ಲ. ಏನೋ ಹೇಳಿಕೊಳ್ಳಲು ಅವನ ಮನಸ್ಸು ಚಡಪಡಿಸುತ್ತಿತ್ತು. ಮಾತಿಗಾಗಿ ಹಸಿದವನಂತೆ ಕುಳಿತಿದ್ದ.

'ಏನಾಗ್ತಿದೆ' ನಿಮಿಷ ಬಿಟ್ಟು ನಾನು ಕೇಳಿದ ಪ್ರಶ್ನೆಗೆ ಅದೇ ಲಯದಲ್ಲಿ 'ಹಿಂಸೆ' ಎಂದ.

'ಡಿಸ್ಕ್ರಿಮಿನೇಷನ್, ಅಂತರ, ಹ್ಯೂಜ್ ಗ್ಯಾಪ್' ಎಂದು ಹಲ್ಲು ಕಡಿದ.

'ಅದು ಎಲ್ಲಾ ಕಾಲಕ್ಕೂ, ಎಲ್ಲಾ ಕಂಪ್ನಿಯಲ್ಲೂ ಅಥವಾ ಎಲ್ಲಾ ಕಡೆಯೂ ಇದ್ದಿದ್ದೇ. ಬದುಕಿನ ಬಗ್ಗೆ ನಂಬಿಕೆ ಇರಲಿ. ಕಾಲ ಯಾವಾಗಲೂ ಪೂರ್ತಿಯಾಗಿ ದಯೆ ಕಳ್ಕೊಳ್ಳೋದಿಲ್ಲ' ಎಂದು ಅವನ ಮುಖ ನೋಡಿದೆ.

ನಾನು ಸಮಸ್ಯೆಯನ್ನು ಸರಳಗೊಳಿಸುತ್ತಿದ್ದನೇನೋ ಎಂಬ ಅನುಮಾನದಲ್ಲಿ ಅವನು ನನ್ನ ಕಣ್ಣನ್ನೇ ದಿಟ್ಟಿಸಿದ. ಅವನ ಕಣ್ಣಿನ ಪ್ರಶ್ನೆಗೆ ನನ್ನ ಕಣ್ಣಿನಲ್ಲಿ ತಕ್ಷಣದ ಉತ್ತರ ಇರಲಿಲ್ಲ.

'ನಾನೂ ನೀನೂ ಒಟ್ಟಿಗೇ ಓದಿದೋ. ನಾನು ನಿನಗಿಂತಲೂ ಒಳ್ಳೇ ಗ್ರೇಡ್‌ನಲ್ಲಿ ಎಜುಕೇಷನ್ ಮುಗಿಸಿದೆ. ಆದ್ರೆ, ನೀನು ಈಗ ಮ್ಯಾನೇಜರ್, ನಾನಿನ್ನೂ ಎಕ್ಸಿಕ್ಯೂಟಿವ್. ಎಲ್ಲೇ ಹೋದ್ರೂ ಹೇಗಾದರೂ ಮಾಡಿ ಜಾತಿ ಪತ್ತೆ ಮಾಡಿ ಬಿಡ್ತಾರೆ. ಆಮೇಲೆ ಅಷ್ಟೆ, ಅಧೋಮುಖ. ಇಲ್ಲಿ ಮನುಷ್ಯ ಮುಖ್ಯಾನೋ, ಜಾತಿ ಮುಖ್ಯಾನೋ?' ಎಂದ ಅವನ ಮಾತಿಗೆ ಏನು ಹೇಳಬೇಕೋ ತಿಳಿಯಲಿಲ್ಲ. ಅವನ ಮಾತುಕೇಳಿ, ಕೆಲವೊಂದು ಸಮಸ್ಯೆಗಳು ಕೆಲಕಾಲದವರೆಗೂ ವ್ಯಕ್ತಿಗತವಾಗಿದ್ದವು ಏಕಾಏಕಿ ಸಾಮುದಾಯಿಕವಾಗಿ ಬಿಡುತ್ತವಲ್ಲಾ ಎನಿಸಿತು. ಅವನು ಅವನ ಬಗ್ಗೆಯಷ್ಟೇ ಅಥವಾ ನನ್ನ ಬಗ್ಗೆಯಷ್ಟೇ ಮಾತಾಡುತ್ತಿರಲಿಲ್ಲ. ಅವನು ಸಮಸ್ಯೆಯ ಬಗ್ಗೆ ಮಾತನಾಡುತ್ತಿದ್ದ.

'ಸಹಿಸಿಕೊಳ್ಳೋದು ಅಭ್ಯಾಸ ಆಗ್ಬಿಟ್ರೆ ಒದೆಯೋದೂ ಒದೆತ ಅಂತ ಅನ್ನಿಸೋದೆ ಇಲ್ಲ. ಹಿಂಸೆಯೂ ವ್ಯಸನ ಆಗಿಬಿಡುತ್ತೆ' ಎಂದು ನಕ್ಕ.

ಅವನು ಇನ್ನೂ ನಗುತ್ತಿರುವಾಗಲೇ ಗಂಟೆಗಳ ಹಿಂದೆ ಆರ್ಡರ್ ಮಾಡಿದ ಕಾಫಿ ತಂದಿಟ್ಟ ವೇಟರ್, ಬೇರೇನಾದರೂ ಬೇಕೇ ಎಂಬಂತೆ ನೋಡಿದ. ಕೈ ಸನ್ನೆಯಲ್ಲೇ

ನಾನು ಇನ್ನೇನೂ ಬೇಡ ಎಂದಿದ್ದನ್ನು ಅರಿತವನಂತೆ ಅವನು ಅಲ್ಲಿಂದ ಹೊರಟ.

ಕಾಫಿ ಕಪ್ಪನ್ನು ಅವನೇ ನನ್ನ ಕೈಗಿಟ್ಟ. ಒಂದು ಸಿಪ್ ಹೀರಿ, 'ಈ ರೋಡಲ್ಲಿ ಆ ಕಡೆಯಿಂದ ಆಟೊ, ಸೈಕಲ್ ಬರಂಗಿಲ್ಲ. ಈ ಕಡೆಯಿಂದ ಟೆಂಪೊ, ಲಾರಿ ಹೋಗಂಗಿಲ್ಲ. ಇದಕ್ಕೇನರ್ಥ' ಎಂದ.

ಇದು ಪ್ರಶ್ನೆಯ ಪ್ರಶ್ನೆಯಲ್ಲ, ಉತ್ತರದಂಥ, ಸ್ವಗತದಂಥ ಪ್ರಶ್ನೆ ಎಂದುಕೊಂಡು ನಾನು ಸುಮ್ಮನೆ ಕಾಫಿ ಹೀರಿದೆ. ಅವನೇ ಉತ್ತರ ಹೇಳಿದ: 'ಇದೇ ಅಂತರ. ಬದುಕಿನ ಅಂತರ. ಈ ಭೂಮಿ ಮೇಲೆ ಅಶಕ್ತರು ಬಾಳೋಹಂಗೇ ಇಲ್ಲ. ಕಂಪನಿಯಲ್ಲಷ್ಟೇ ಅಲ್ಲ, ದಾರಿ ಮೇಲೂ ಕೂಡಾ. ಬದುಕಿನ ದಾರಿಯಲ್ಲಿ ನಮಗೆ ಸೈನ್‌ಬೋರ್ಡ್‌ಗಳೂ ಇರಲ್ಲ'.

ಅವನು ನನ್ನ ಮಾತಿಗಾಗಿ ಹಸಿದಿದ್ದನೋ ಅಥವಾ ಅವನ ಮಾತಿಗಾಗಿಯೇ ಹಸಿದಿದ್ದನೋ ಗೊತ್ತಾಗಲಿಲ್ಲ.

'ನಾನು ಮೊದಲು ಇದು ಕೆಲಸದ ಸಮಸ್ಯೆ ಅಂದುಕೊಂಡಿದ್ದೆ. ಆದರೆ, ಇದು ಬಾಳಿನ ಸಮಸ್ಯೆ ಅಂತ ಈಗ ಗೊತ್ತಾಗ್ತಿದೆ. ಭೂಮಿನೇ ಒಂದು ಕಂಪನಿ ತರ ಕಾಣ್ತಿದೆ ನನಗೆ. ಓಡೋದೇ ದೊಡ್ಡ ಟಾರ್ಗೆಟ್ ಇಲ್ಲಿ. ಯಾವುದಕ್ಕಾಗಿ ಓಡೋದಂತ ಗೊತ್ತೇ ಆಗೋದಿಲ್ಲ. ಒಟ್ಟಿನಲ್ಲಿ ಓಡ್ತಿರಬೇಕು. ನಿಂತ್ರೆ ಕಾಲ್ತುಳಿತಕ್ಕೆ ಸಿಕ್ಕಿ ಸಾಯಬೇಕು ಅಷ್ಟೆ. ಇದು ನನ್ನೊಬ್ಬನ ಸಮಸ್ಯೆ ಅಲ್ಲ' ಎಂದು ನನ್ನ ಮಾತಿಗಾಗಿ ಕಾದ.

'ಇದು ನೀನು ಅಂದ್ಕೊಂಡಿರೋ ಅಷ್ಟು ದೊಡ್ಡ ಸಮಸ್ಯೆ ಅಲ್ಲ ಅನ್ಸುತ್ತೆ. ಈ ಕೆಲಸ, ಈ ಕಂಪ್ನಿನೇ ಅಲ್ಟಿಮೇಟ್ ಅಲ್ಲ. ಕೆಲಸಾನೇ ಬದುಕಲ್ಲ. ಅಫ್‌ಕೋರ್ಸ್ ಇಲ್ಲಿ ಉಳೀಬೇಕು ಅಂದ್ರೆ ಓಡಲೇಬೇಕು. ಐ ಅಗ್ರೀ ವಿತ್ ಯೂ. ಬಟ್, ಇಟ್ಸ್ ನಾಟ್ ಎ ಬಿಗ್ ಪ್ರಾಬ್ಲಮ್. ಓಡದೇನೂ ಇಲ್ಲಿ ಬಾಳಬೋದು. ಯಾಕೆ ಇಷ್ಟೊಂದು ಅಸಮಾಧಾನ?' ನಾನು ಅವನನ್ನು ಸಮಾಧಾನಿಸಲು ನೋಡಿದೆ.

ಅವನು ನನ್ನ ಮಾತುಗಳನ್ನು ಸಮಾಧಾನದಿಂದ ಕೇಳಿಸಿಕೊಳ್ಳುತ್ತಿದ್ದ. ನನ್ನ ಮಾತುಗಳಿಂದ ಅವನ ಮನಸ್ಸಿಗೆ ಇಷ್ಟು ಸಮಾಧಾನವಾಗಿರಬಹುದೇನೋ ಎಂದುಕೊಂಡು ಮತ್ತೆ ಕಾಫಿ ಕಪ್ ತುಟಿಗಿಟ್ಟೆ.

'ಎಲ್ಲೀವರೆಗೂ ಅಸಮಾನತೆ ಇರುತ್ತೋ ಅಲ್ಲೀವರೆಗೂ ಅಸಮಾಧಾನವೂ ಇರುತ್ತೆ, ಇರಲೇಬೇಕು. ನೀನು ಟೇಬಲ್‌ನ ಆಕಡೆ ಇದ್ದೀಯ. ಈ ಕಡೆಯ ಕಷ್ಟ ನಿನಗೆ ತಿಳಿಯೋದಿಲ್ಲ. ನಿನ್ನಂಥೋರು ಕಂಪನಿ ಬದಲಿಸಿದಷ್ಟೂ ಏರುತ್ತೀರಿ, ನನ್ನಂಥೋರು ಕಂಪನಿ ಬದಲಿಸಿದಷ್ಟೂ ಇಳೀತೀವಿ. ಆ ಕಡೆಯಿಂದ ನಿನಗೆ ಜಗತ್ತು ವಿಶಾಲವಾಗಿ ಕಾಣುತ್ತೆ. ಆದರೆ, ನನಗೆ ನಿನ್ನ ಹಿಂದಿನ ದೊಡ್ಡ ಗೋಡೆಯಷ್ಟೇ ಕಾಣ್ತಿದೆ. ವಿಶಾಲವಾದ ಜಗತ್ತು ನನ್ನ ಬೆನ್ನ ಹಿಂದೆ ಓಡ್ತಿದೆ. ನಾನು ವಿಮುಖಿ. ನಾನು ಅಥವಾ ನನ್ನಂಥವರು ಬೆಳೆಯಬೇಕೆಂದು ನಿಂತರೆ ನೆಲವೇ ಕುಸಿಯುತ್ತೆ, ಸಾಗರೋಲ್ಲಂಘನಕ್ಕೆ ಮುಂದಾದರೆ ಕಡಲೇ ಬತ್ತುತ್ತೆ, ಹಾರಲು ಹೊರಟರೆ ಆಕಾಶ ಬಾಗಿಲು ಹಾಕಿಕೊಳ್ಳುತ್ತೆ. ಬಹಿರಂಗದಲ್ಲಷ್ಟೇ ಅಲ್ಲ ಈ ಜಗತ್ತು ನಮ್ಮನ್ನು

ಅಂತರಂಗದಲ್ಲೂ ಕತ್ತಲೆಯಲ್ಲಿಟ್ಟಿದೆ. ನನ್ನಂಥವರೂ ಈ ನೆಲಕ್ಕೆ ಬೇಕು. ಇರಬೇಕು; ಆದರೆ, ಏರಬಾರದು' ಎಂದು ತಣ್ಣಗೆ ಕಾಫಿ ಹೀರಿದ.

'ಆದರೂ ನಾನು ಬಿಡಲ್ಲ. ಓಡ್ತೀನಿ, ಮಧ್ಯದಲ್ಲೇ ಕಾಲು ಬಿದ್ದು ಹೋದರೂ ತೆವಳ್ತೀನಿ, ಆದ್ರೆ ನಿಲ್ಲಲ್ಲ. ಉಸಿರು ಇರೋವರೆಗೂ ನಿಲ್ಲಲ್ಲ' ಹಠದ ದನಿಯಲ್ಲಿ ಮಾತನಾಡುತ್ತಿದ್ದ ಅವನು. ಅವನನ್ನು ಸಮಾಧಾನಕ್ಕೆ ತರಲು ಈಗ ನನ್ನಲ್ಲಿ ಮಾತುಗಳಿರಲಿಲ್ಲ.

'ಏಳು ಚೇರ್ ದೂರ ಇದ್ದೆ. ಈಗ ಮೂರು ಚೇರ್ ದಾಟಿದ್ದೀನಿ, ಇನ್ನು ಉಳಿದಿರೋದು ನಾಲ್ಕೇ ಚೇರು' ಎಂದಂದು ಅವನು ಕಾಫಿ ಕಪ್ಪನ್ನು ಟೇಬಲ್ ಮೇಲಿಟ್ಟು ಆಕಾಶ ನೋಡಿದ. ಅವನು ಏಳು ಸಮುದ್ರ ದಾಟಲು ಹೊರಟು, ಮೂರು ಮುಗಿಸಿ ನಾಲ್ಕಕ್ಕೆ ಹೊರಡುವ ಮುಂಚೆ ದಣಿವಾರಿಸಿಕೊಳ್ಳಲು ಕುಳಿತಿರುವ ಹಾಗೆ ಕಂಡಿತು ನನಗೆ. ಅವನ ಮಾತಿಗೆ ಏನು ಹೇಳಬೇಕೋ ತಿಳಿಯದೆ ಕಣ್ಣು ಮುಚ್ಚಿದೆ.

ಕಣ್ಣು ಬಿಟ್ಟಾಗ ಜಗತ್ತು ಹುಚ್ಚು ಹಿಡಿದಂತೆ ಹಿಂದೆಹಿಂದೆ ಓಡುತ್ತಿತ್ತು.

ಹಿತ

All happy families are alike; every unhappy family is unhappy in its own way.

Leo Tolstoy, Anna Karenina

ಮಗ

ಮದುವೆಯಾದ ಮೇಲೆ ಮೂರು ವಾರವೂ ಅಮ್ಮ – ಇವಳು ಒಟ್ಟಿಗೆ ಬಾಳಲಿಲ್ಲ. ಇವಳನ್ನು ಕಟ್ಟಿಕೊಂಡ ಗಳಿಗೆಯೇನೂ ಸಂಭ್ರಮದ್ದಲ್ಲ. ಹಾಗೆ ನೋಡಿದರೆ ಎರಡೂ ಮನೆಯವರಿಗೂ ಇಷ್ಟವಿಲ್ಲದ ಮದುವೆ ಇದು. ಮದುವೆ ನಡೆಯುತ್ತಿದ್ದ ದೇವಸ್ಥಾನಕ್ಕೆ ಬಂದರೂ ಚಪ್ಪರದ ಕಡೆಗೆ ಸುಳಿಯಲಿಲ್ಲ ಅಜ್ಜಿ. ಅವರಿಗೆ ಅವರ ಹಠವೇ ಹೆಚ್ಚಾಯ್ತು. ಕೈಗೆ ಬಂದ ಅಕ್ಷತೆಯನ್ನು ದೇವಸ್ಥಾನದಲ್ಲೇ ಒಗೆದು ಹೊರಟು ಹೋದರು. ಪ್ರೀತಿಯಿಂದ ಬೇಡ, ಮೊಮ್ಮಗ ಕಟ್ಟಿಕೊಳ್ಳುತ್ತಿರುವವಳ ಮುಖ ನೋಡಲೂ ಚಪ್ಪರದ ಕಡೆಗೆ ತಿರುಗಲಿಲ್ಲ. ಕಾರು ಹತ್ತಿ ಹೋದವರು ಈವರೆಗೂ ಒಂದು ಫೋನ್ ಕೂಡಾ ಮಾಡಿಲ್ಲ. ಜಾತಿಗೆ ಅಂಟಿಕೂತ ಅಜ್ಜಿಯ ಮನಸ್ಸು ಇಷ್ಟರ ಮಟ್ಟಿಗೆ ಕಲ್ಲಾಗುತ್ತದೆ ಎಂದುಕೊಂಡಿರಲಿಲ್ಲ.

ಅಮ್ಮ ಏನೋ ಮದುವೆ ಮನೆಯಲ್ಲಿ ಜೋರಾಗಿಯೇ ಓಡಾಡಿಕೊಂಡು ಬಂದ ಬೆರಳೆಣಿಕೆಯಷ್ಟು ಜನರನ್ನು ಅಕ್ಕರೆಯಿಂದಲೇ ಕಂಡಳು. ಇವಳಿಗೆ ಧಾರೆ ಸೀರೆಯಿಂದ ಹಿಡಿದು ಕಾಲ್ಗೆಜ್ಜೆ ಖರೀದಿಯವರೆಗೂ ಅಮ್ಮನದ್ದೇ ಮುಂದುಗೈ. ಮದುವೆ ದಿನ ಅಮ್ಮನದ್ದು ಎಂಥದ್ದೋ ಸಡಗರ. ಅಜ್ಜಿಯ ಹಾಗೆ ಕೊಂಕು ಮಾಡದೆ ತಾನೇ ಮುಂದೆ ನಿಂತು ಎಲ್ಲವನ್ನೂ ನೋಡಿಕೊಂಡಳು ಅಮ್ಮ. ಮುಹೂರ್ತದ ಹೊತ್ತಿಗೆ

ಕಣ್ಣಲ್ಲಿ ನೀರು ತುಂಬಿಕೊಂಡರೂ ಸೆರಗಿನ ತುದಿಯಿಂದ ಅದನ್ನು ಒರೆಸಿಕೊಂಡು ನನ್ನತ್ತ ನೋಡಿ ಸಣ್ಣಗೆ ನಕ್ಕ ಅಮ್ಮ ಇವಳೊಂದಿಗೆ ಹೊಂದಿಕೊಳ್ಳದಷ್ಟು ಕಠೋರ ಆದಳೇ?

ಅಪ್ಪ ಸತ್ತ ನೆನಪು ಮಸುಕು ಮಸುಕು. ಆಗ ನಾನಿನ್ನೂ ಚಿಕ್ಕವನು. ಏನೊಂದೂ ಸರಿಯಾಗಿ ನೆನಪಿಲ್ಲ. 'ಕುಡಿದೂ ಕುಡಿದೂ ಸತ್ತ' ಎಂದು ಜನರೆಲ್ಲಾ ಮಾತಾಡಿಕೊಳ್ಳುತ್ತಿದ್ದುದ್ದು ಮಾತ್ರ ಕಿವಿಗೆ ಕಟ್ಟಿದ ಹಾಗಿದೆ. ಹೂ ಹಾರಗಳ ರಾಶಿಯಡಿ ಮಲಗಿದ್ದ ಅಪ್ಪನ ಮುಖದ ಮೇಲೆ ಬಿದ್ದು ಅಮ್ಮ, ಅಕ್ಕ ಬಿಕ್ಕಿಬಿಕ್ಕಿ ಅಳುತ್ತಿದ್ದರು. ಅಳುತ್ತಿದ್ದ ನನ್ನನ್ನು ಯಾರೋ ಹೆಗಲಿಗೆ ಹಾಕಿಕೊಂಡು ಸಮಾಧಾನ ಮಾಡಿಸುತ್ತಿದ್ದರು. ಅಜ್ಜಿ ಹಣೆ ಹಣೆ ಚಚ್ಚಿಕೊಳ್ಳುತ್ತಿದ್ದರೆ, ಅತ್ತೆ ಅಜ್ಜಿಯ ತಲೆ ನೇವರಿಸುತ್ತಿದ್ದರು. ಮನೆಯ ಮುಂದೆ ಬೆಂಕಿ ಹಾಕಲು ಬಿಡದ ಮಳೆಯನ್ನು ಬೈಯ್ಯುತ್ತಾ ಒಂದಷ್ಟು ಜನ ನೆಂಟರು ನೆಂದಿದ್ದ ಕಟ್ಟಿಗೆಗಳಿಂದ ಹೊಗೆ ಹೊರಡಿಸುವ ಸಾಹಸ ಮಾಡುತ್ತಿದ್ದರು. ಅಪ್ಪನನ್ನು ಅತ್ತ ಹೊತ್ತುಕೊಂಡು ಹೋದ ಮೇಲೆ ಅಮ್ಮ ಎದೆ ಬಡಿದುಕೊಂಡು ಅತ್ತಳು. ಯಾರದೋ ಹೆಗಲ ಮೇಲಿದ್ದ ನನ್ನನ್ನು ತಬ್ಬಿ ಅಳು ಹೆಚ್ಚು ಮಾಡಿದಳು.

ಅಂದಿನಿಂದ ಅಮ್ಮನದ್ದು ಒಂಟಿ ಬದುಕು. ಅಪ್ಪ ಸತ್ತ ಮೇಲೆ ನನ್ನನ್ನೂ ಅಕ್ಕನನ್ನೂ ಅಜ್ಜಿ ಮನೆಗೆ ಸೇರಿಸಿದ ಅಮ್ಮ ಅಗರಬತ್ತಿ ಫ್ಯಾಕ್ಟರಿ ಸೇರಿಕೊಂಡು ಅಲ್ಲೇ ಜೀವನ ಸವೆಸಿದವಳು. ನಾನು ಮತ್ತು ಅಕ್ಕ, ಅಜ್ಜಿ ಮನೆಯಲ್ಲೇ ಉಳಿದು ಶಾಲೆ, ಕಾಲೇಜು ಕಲಿತವರು. ಆಗೀಗ ಬರುತ್ತಿದ್ದ ಅಮ್ಮ ಒಂದು ದಿನವೂ ನಮ್ಮೊಂದಿಗೆ ಉಳಿಯುತ್ತಿರಲಿಲ್ಲ. ತನ್ನೊಂದಿಗೂ ಒಂದು ದಿನ ಕರೆದುಕೊಂಡು ಹೋಗುತ್ತಿರಲಿಲ್ಲ. ಅಜ್ಜಿ ಮನೆಗೆ ಬಂದಾಗಲೂ ಅಮ್ಮ ಒಂದು ದಿನವೂ ಪ್ರೀತಿಯ ಮಾತುಗಳನ್ನು ಆಡಿದ್ದು ಕಾಣೆ. ಬೇಸರದ ಮುಖದಲ್ಲಿ ಬಂದು ಒಂದಷ್ಟು ಹೊತ್ತು ಇದ್ದು ಅಜ್ಜಿಯೊಂದಿಗೆ ಜಗಳವಾಡಿ ಕಣ್ಣೀರಿಡುತ್ತಾ ಹೊರಟುಹೋಗುತ್ತಿದ್ದಳು. ಇನ್ನು ಮತ್ತೆ ಬರುತ್ತಿದ್ದುದು ಯಾವಾಗಲೋ.

ಅಕ್ಕನ ಮದುವೆಗೂ ಅಮ್ಮ ಬಂದಿದ್ದು ಒಂದು ದಿನ ಮಾತ್ರ. ಬ್ಯಾಗು ಹಿಡಿದು ಸೀದಾ ಕಲ್ಯಾಣ ಮಂಟಪಕ್ಕೇ ಬಂದವಳು, ಮದುವೆ ಮುಗಿಸಿಕೊಂಡು ಅದೇ ಬ್ಯಾಗು ಹಿಡಿದು ಬಂದಂತೇ ಹೊರಟುಹೋಗಿದ್ದಳು.

'ಅಪ್ಪ ಏನೋ ಕುಡಿದೂ ಕುಡಿದೂ ಸತ್ತ. ಅಮ್ಮನಾಗಿ ನೀನಾದರೂ ನಮ್ಮನ್ನ ಜೊತೇಗೆ ಇಟ್ಕೋಬಹುದಿತ್ತು. ಅಪ್ಪ ಸತ್ತ ಮೇಲೆ ಅಮ್ಮ ಅಂತ ನೀನೊಬ್ಬಳಿದ್ದೂ ನಾವು ತಬ್ಬಲಿಗಳಾದೋ. ಅಜ್ಜಿ ಮನೆ ಅನ್ನೋದೇನೋ ಸರಿ. ಆದ್ರೆ, ತುತ್ತು ತುತ್ತಿಗೂ ಎಣಿಸ್ತಿದ್ದ ಅತ್ತೆನೂ ಅಲ್ಲೇ ಇದ್ದಳಲ್ಲಾ. ನಮ್ಮನ್ನ ಕಂಡೋರ ಮನೆಗೆ ದೂಡಿ ನೀನು ನಿನ್ನ ಜವಾಬ್ದಾರಿ ಕಳ್ಕೊಂಡೆ'. ಅಕ್ಕ ತನ್ನ ಮದುವೆಯ ಹಿಂದಿನ ರಾತ್ರಿ ಯಾವುದೋ ಮಾತಿಗೆ ಅಮ್ಮನೊಂದಿಗೆ ಜಗಳ ತೆಗೆದು ಇದ್ದಬದ್ದದ್ದನ್ನೆಲ್ಲಾ ಕಕ್ಕಿದ್ದಳು. ಅಕ್ಕ ಅಷ್ಟೆಲ್ಲಾ ಮಾತಾಡಿದರೂ ಏನೊಂದೂ ಕಿವಿಗೆ ಬಿದ್ದೇ ಇಲ್ಲವೆಂಬಂತೆ ಮದುವೆ ಮುಗಿಸಿಕೊಂಡು ಹೊರಟು ಹೋಗಿದ್ದಳು ಅಮ್ಮ.

'ಗಂಡ ಸತ್ತ ಮೇಲೆ ಅವಳಿಗೆ ತಲೆ ಕೆಟ್ಟಿದೆ' ಎಂದು ಅಜ್ಜಿಯೂ ಅತ್ತೆಯೂ ಆಗಾಗ ಮಾತಾಡಿಕೊಳ್ಳುತ್ತಿದ್ದುದು ನಿಜವೇ ಇರಬೇಕು ಎಂದು ನನಗೂ ಅನ್ನಿಸಿತ್ತು.

ನಮಗೆ ಬೇಕು ಎನಿಸಿದಾಗ ಅಮ್ಮ ಜೊತೆಗಿರಲಿಲ್ಲ. ಅಮ್ಮನಿಗೆ ನಾವು ಬೇಕಿದ್ದೆವೋ ಹೇಗೋ ಗೊತ್ತಿಲ್ಲ. ಅಪ್ಪನ ಪ್ರೀತಿಯಂತೂ ಸಿಗಲಿಲ್ಲ. ಅಮ್ಮನೂ ಜೊತೆಗೆ ಉಳಿಯಲಿಲ್ಲ. ಅನಾಥರಾದ ನಮಗೆ ಊಟ, ಬಟ್ಟೆ ಕೊಟ್ಟು ಸಾಕಿದ ಅಜ್ಜಿಗೆ ನಾವು ನಿಷ್ಠರಾಗಿರಬೇಕಿತ್ತು. ಆದರೆ ಅದಾಗಲಿಲ್ಲ. ಅಕ್ಕನೂ ಇಷ್ಟಪಟ್ಟ ಬೇರೆ ಜಾತಿಯವನೊಂದಿಗೇ ಮದುವೆಯಾದಳು. ಭಾವನದ್ದು ಮೇಲು ಜಾತಿ ಎಂಬ ಕಾರಣಕ್ಕೆ ಅಜ್ಜಿ ಹೆಚ್ಚು ರಗಳೆ ಮಾಡಲಿಲ್ಲ. ಆದರೆ ನನ್ನ ವಿಷಯದಲ್ಲಿ ಹಾಗಾಗಲಿಲ್ಲ. ಅಜ್ಜಿಯ ಪ್ರಕಾರ ಇವಳು ಮುಟ್ಟಿಸಿಕೊಳ್ಳಲೂ ಯೋಗ್ಯಳಲ್ಲದವಳು. ಈಗ ಅಮ್ಮನಿಗೂ ಹೀಗೆ ಅನ್ನಿಸುತ್ತಿದೆಯೋ ಏನೋ?

ಮಳೆಗಾಲದಲ್ಲಿ ವಾರಗಟ್ಟಲೆ ಕಾಡುತ್ತಿದ್ದ ಶೀತಜ್ವರದ ದಿನಗಳಲ್ಲಿ ಅಮ್ಮನ ಕೈ ನನ್ನ ಹಣೆಯ ಮೇಲಿದ್ದರೆ ಹಗುರಗೊಳ್ಳುವ ಕನಸು ಕಾಣುತ್ತಿದ್ದೆ. ಜ್ವರದಿಂದ ಬಳಲುತ್ತಿರುವ ಮಗು, ಮೋಡಗಳ ಮರೆಯಿಂದ ಬಿಳಿ ಸೀರೆಯುಟ್ಟು ದೇವತೆಯಂತೆ ಬರುವ ಅಮ್ಮ, ಮಗುವನ್ನು ಎತ್ತಿಕೊಂಡು ಅದರ ಹಣೆಯನ್ನು ನೇವರಿಸಿದ್ದೇ ನನ್ನ ಜ್ವರವೂ ಇಳಿದು ಹೋದ ಅನುಭವ. ಕಣ್ಣು ತೆರೆದರೆ ಬರಿದೇ ಕಾಣುತ್ತಿದ್ದ ಸೂರು. ಹಿಂದೆಯೇ ಆವರಿಸಿಕೊಂಡು ಮತ್ತೆ ಕಾಡುತ್ತಿದ್ದ ಜ್ವರ. ಅಜ್ಜಿಯ ಕಕ್ಕುಲಾತಿ ಇದ್ದೇ ಇತ್ತು. ಆದರೆ ಅದು ಎಂದೂ ಅಮ್ಮನ ಮಮತೆಯಾಗಲಿಲ್ಲ. ಅಪ್ಪ ಸಾಯುವ ಮುನ್ನ ಮಾತ್ರ ಅಮ್ಮನ ಅಸ್ತಿತ್ವ ಇತ್ತು ಎನಿಸುತ್ತದೆ. ಅಪ್ಪ ಸತ್ತ ಮೇಲೆ ನಮ್ಮ ಪಾಲಿಗೆ ಅಮ್ಮ ಬದುಕಿದ್ದೂ ಸತ್ತಂತೆ ಇದ್ದಳು.

ಮದುವೆಯಾಗುವ ಮುನ್ನವೇ ಇವಳಿಗೆ ಹೇಳಿದ್ದೆ, 'ಹೊಸ ಮನೆ ಮಾಡಿದ್ದೀನಿ, ಅಮ್ಮ ನಾನು ನೀನು ಒಟ್ಟಿಗೇ ಇರೋದು' ಅಂತ. 'ನಿನ್ನ ಅಮ್ಮನ್ನ ನಮ್ಮಮ್ಮ ಅನ್ನೋ ತರ ನೋಡ್ಕೋತೀನಿ' ಅಂದಿದ್ದಳು ಇವಳು.

ಇವಳನ್ನ ಪ್ರೀತಿ ಮಾಡ್ತಿದ್ದೀನಿ, ಮದುವೆನೂ ಆಗ್ತೀನಿ ಎಂದು ಹೇಳಿದಾಗ ಅಮ್ಮ ಸಂತೋಷದಿಂದಲೇ ಒಪ್ಪಿದ್ದಳು. ಹಾಗೆ ನೋಡಿದರೆ ಮದುವೆಗೆ ಒಪ್ಪದೇ, ಮದುವೆ ನಿಲ್ಲಿಸಲು ಇನ್ನಿಲ್ಲದ ಪ್ರಯತ್ನ ಮಾಡಿದ್ದು ಅಜ್ಜಿ ಮಾತ್ರ. ಜಾತಿಯ ಕಾರಣ ಹಿಡಿದು ಹಠದಲ್ಲಿ ಹಠ ಸಾಧಿಸಿದರು ಅವರು. ಇವಳ ಮನೆಯಲ್ಲೂ ನಮ್ಮ ಪ್ರೀತಿಗೆ ವಿರೋಧವಿತ್ತು. ಇವಳ ಚಿಕ್ಕಮ್ಮನದು ಎಂಥದೋ ಆಲಸ್ಯವಾದರೆ, ಇವರಪ್ಪ ಮದುವೆಗೆ ಕಲ್ಲು ಹಾಕಬೇಕೆಂದು ಅಜ್ಜಿಯ ಜತೆ ಸೇರಿಕೊಂಡು ಮಸಲತ್ತು ನಡೆಸಿದವನು. ಆದರೆ ನಮ್ಮ ಮದುವೆಯ ಆಸೆಗೆ ಒತ್ತಾಸೆಯಾಗಿ ಬಲ ತುಂಬಿದವಳು ಅಮ್ಮ.

'ಇಷ್ಟಪಟ್ಟೋಳನ್ನೇ ಮದುವೆ ಆಗು. ಜೀವನ ಚೆನ್ನಾಗಿರುತ್ತೆ' ಎಂದಿದ್ದ ಅಮ್ಮ ಈಗ 'ಅತ್ತೆಗೂ ಸೊಸೆಗೂ ಹುಯ್ದಕ್ಕಿ ಬೇಯಲ್ಲ' ಎನ್ನುತ್ತಿದ್ದಾಳೆ.

ಬಾಲ್ಯದಲ್ಲಿ ಕಳೆದುಕೊಂಡಿದ್ದ ಅಮ್ಮನ ಪ್ರೀತಿ ಮತ್ತೆ ಸಿಗುತ್ತಿದೆ ಎಂದುಕೊಳ್ಳುವ ದಿನಗಳಲ್ಲಿ ಮತ್ತೆ ಅದು ಮರೀಚಿಕೆಯಾಗುತ್ತಿದೆ. ಅಮ್ಮನ ಸಮಸ್ಯೆ ಏನು ಎಂಬುದು

ಅರ್ಥವಾಗುತ್ತಿಲ್ಲ. ಇವಳಾದರೂ ಅಮ್ಮನೊಂದಿಗೆ ಹೊಂದಿಕೊಳ್ಳಬಹುದಿತ್ತು. ಆದರೆ, ಹಠ ಮಾಡಿ ಬೇರೆ ಮನೆ ಹಿಡಿಸಿದಳು. ಹೊಸ ಸಂಸಾರಕ್ಕೆ ಒಗ್ಗಿಕೊಳ್ಳಲು ಸಮಯ ಕೊಡುವುದು ಯಾರಿಗೂ ಬೇಡವಾಗಿದೆ.

'ಯಾವಳನ್ನೋ ಕಟ್ಕೊತಿದ್ದೀಯಲ್ಲಾ ಕಟ್ಕೊ ಹೋಗು. ಮೂರು ತಿಂಗ್ಳೂ ನೆಟ್ಟಗೆ ಸಂಸಾರ ಮಾಡಲ್ಲ ಅವಳು'

ಲಗ್ನಪತ್ರಿಕೆ ಕಟ್ಟಿನೊಂದಿಗೆ ಮನೆಗೆ ಹೋದಾಗ ಅಜ್ಜಿ ಆಡಿದ ಮಾತಿದು. ಅಜ್ಜಿಯ ಮಾತು ಶಾಪವಾಯಿತೇ. ಮೂರು ತಿಂಗಳಲ್ಲ ಮೂರು ವಾರವೂ ಪೂರೈಸಲಿಲ್ಲ. ಅಮ್ಮನಿಗೆ ಇವಳು ಹೊಂದಿಕೊಳ್ಳುತ್ತಿಲ್ಲವೋ, ಇವಳಿಗೆ ಅಮ್ಮ ಹೊಂದಿಕೊಳ್ಳುತ್ತಿಲ್ಲವೋ ಗೊತ್ತಿಲ್ಲ. ಮದುವೆಯಾದ ಮೇಲೆ ಅಮ್ಮ, ಹೆಂಡತಿ ಜತೆಗೆ ಬಾಳಲೆಂದು ಬಾಡಿಗೆಗೆ ಹಿಡಿದಿದ್ದ ಹೊಸ ಮನೆಯಲ್ಲಿ ಈಗ ಅಮ್ಮ ಮತ್ತೆ ಒಬ್ಬಂಟಿ.

ಎಮಿರೇಟ್ಸ್‌ನಲ್ಲಿ ಒಳ್ಳೆ ಕೆಲಸದ ಆಫರ್ ಇದೆ. ಮೂರು ವರ್ಷಕ್ಕೆ ಅಗ್ರಿಮೆಂಟ್ ಆಗಬೇಕು. ಇಲ್ಲಿ ಮಾಡುವ ಕೆಲಸಕ್ಕೆ ಅಲ್ಲಿ ಇಲ್ಲಿಗಿಂತ ಹತ್ತು ಪಟ್ಟು ಸಂಬಳ ಹೆಚ್ಚು. ಮೂರು ವರ್ಷ ದುಡಿದು ಮತ್ತೆ ಇಲ್ಲಿಗೆ ಬಂದು ಸೆಟ್ಲ್ ಆದರಾಯಿತು. ಇವರಿಬ್ಬರನ್ನೂ ಮೂರು ವರ್ಷ ಒಂದೇ ಮನೆಯಲ್ಲಿ ಬಿಟ್ಟು ಹೋದರೆ ಹೇಗೋ ಒಬ್ಬರಿಗೊಬ್ಬರು ಹೊಂದಿಕೊಳ್ಳಬಹುದು.

ಒಬ್ಬರ ಮುಖ ಒಬ್ಬರು ನೋಡಿಕೊಂಡಿದ್ದರೆ ಹೊಂದಿಕೊಳ್ಳದೇ ಏನು.

ಸೊಸೆ

ಹೊಂದಿಕೊಂಡು ಹೋಗುವುದೇನೂ ಕಷ್ಟವಲ್ಲ. ಆದರೆ, ಹೊಂದಾಣಿಕೆ ಒಂದು ಕಡೆಯಿಂದ ಆದರೆ ಮಾತ್ರ ಸಾಧ್ಯವಿಲ್ಲ. ಹೊಂದದಿದ್ದರೆ ಕನಿಷ್ಠ ಜಗಳವನ್ನಾದರೂ ಮಾಡಲಿ. ಮಾತನಾಡದೆ ಬಿಗುಮಾನ ಮಾಡಿದರೆ ಹೊಂದಿಕೊಳ್ಳುವುದಾದರೂ ಹೇಗೆ? ಅಮ್ಮನ ಪ್ರೀತಿ ಕಾಣದ ನಾನು ಅತ್ತೆಯಲ್ಲೇ ಅಮ್ಮನನ್ನು ಕಾಣಬೇಕೆಂದು ಕನಸಿದವಳು. ಆದರೆ ಮಗಳಂತೆ ಕಾಣಲು ಅವರಿಗೆ ಮನಸ್ಸಿಲ್ಲ. ಅವರೂ ಜೀವನದಲ್ಲಿ ನೊಂದಿದ್ದಾರೆ ಎಂದು ಗೊತ್ತಿದೆ. ಆದರೆ, ನಮ್ಮ ಬದುಕು, ಭಾವನೆಗಳಿಗೂ ಅವರು ಬೆಲೆ ಕೊಡಬೇಕು ಎಂದು ಬಯಸುವುದು ತಪ್ಪೇ? ಕಿರಿಯರು ಎಡವಿದಾಗ ತಿದ್ದಿ ಬುದ್ಧಿ ಹೇಳುವುದು ಅವರ ಕರ್ತವ್ಯವಲ್ಲವೇ?

ಆದರೆ ಅದಾವುದೂ ಆಗಲಿಲ್ಲ. 'ಇಷ್ಟ ಇಲ್ಲಾಂದ್ರೆ ಮನೆ ಬಿಟ್ಟು ಹೋಗು' ಎಂದರು ಕಡ್ಡಿಮುರಿದಂತೆ. ಇವನೂ ಹೆಚ್ಚು ಮಾತು ಮುಂದುವರಿಸದೆ ಬೇರೆ ಮನೆ ಮಾಡುವ ನಿರ್ಧಾರಕ್ಕೆ ಬಂದಿದ್ದ. ಬೇರೆ ಮನೆ ಮಾಡು ಎಂದೆ ನಿಜ. ಆದರೆ, ಅದು ಆತುರದ ಮಾತು ಎಂಬುದು ಇವನಿಗೆ ಗೊತ್ತಾಗಲಿಲ್ಲವೇ? ಈ ಹೊಸ ಸಂಸಾರಕ್ಕೆ ನಾನಿನ್ನೂ ಹೊಸಬಳು. 'ಹೀಗಲ್ಲ ಹೀಗೆ' ಎಂದು ತಿಳಿ ಹೇಳಿದ್ದರೆ ತಿದ್ದಿಕೊಳ್ಳಲಾರದಷ್ಟು ಹಠಮಾರಿಯೇನಲ್ಲ ನಾನು.

ಅಮ್ಮನ ಮುಖ ನೋಡಿದ್ದೇ ನೆನಪಿಲ್ಲ ನನಗೆ. ಕಿವಿಗೆ ಮಾತು ಎಂದು ಸೋಕುತ್ತಿದ್ದುದ್ದೇ, 'ಅಮ್ಮನನ್ನ ನುಂಗಿಕೊಂಡವಳು' ಎಂಬ ಮಾತಿನಿಂದ. 'ಅಮ್ಮನ್ನ ಹೇಗೆ ನುಂಗಿಕೊಂಡೆ' ಎಂದು ಕೇಳಿದ್ದಕ್ಕೆ ಅಪ್ಪ ಒಮ್ಮೆ ಕಣ್ಣೀರು ಹಾಕಿದ್ದ. ಆದರೆ, ಅಪ್ಪನಿಗೆ ಎರಡನೇ ಹೆಂಡತಿಯಾಗಿ ಬಂದವಳು ಯಾವತ್ತಿಗೂ ಅಮ್ಮ ಎನಿಸಲಿಲ್ಲ. ಅಪ್ಪನ ಎರಡನೇ ಹೆಂಡತಿ ಬರುವ ಮುಂಚೆಯೇ ಮನೆ ನೆಮ್ಮದಿಯಾಗಿತ್ತು. ಅವಳು ಬಂದ ಮೇಲೆ ಮನೆ ಮನೆಯಾಗಿ ಉಳಿಯಲಿಲ್ಲ. ಅವಳಿಗೊಂದು ಗಂಡು ಮಗುವಾದ ಮೇಲೆ ಅಪ್ಪನ ಪ್ರೀತಿಯೂ ನನ್ನ ಕಡೆಗೆ ಅಷ್ಟಕ್ಕಷ್ಟೆ.

ಕೆಲಸದ ಆಳಿಗಿಂತ ಕಡೆಯಾಗಿ ನಡೆಸಿಕೊಂಡಳು ಚಿಕ್ಕಮ್ಮ. ಮುದ್ದಿನ ಮಾತಿರಲಿ ನನ್ನೊಂದಿಗೆ ಸಮಾಧಾನದಿಂದ ಮಾತಾಡಿದ್ದೇ ಕಾಣೆ. ಮನೆಯ ಕಸ, ಮುಸುರೆ ಮುಗಿಸಿ ಸ್ಕೂಲಿಗೆ ಓಡಬೇಕಿತ್ತು. ಅಲ್ಲಿಂದ ಬಂದ ಕೂಡಲೆ ನೀರು, ತರಕಾರಿ, ಅಡುಗೆ, ಪಾತ್ರೆ – ಮತ್ತೆ ಮನೆ ಕೆಲಸದ ಜಗತ್ತು. ಚಿಕ್ಕಮ್ಮನ ಮಗನನ್ನು ದಿನವೂ ಸಂಜೆ ಪಾರ್ಕಿಗೆ ತಿರುಗಾಟಕ್ಕೆ ಕರೆದುಕೊಂಡು ಹೋಗುತ್ತಿದ್ದ ಅಪ್ಪ ಒಂದು ಬಾರಿಯೂ ನನ್ನನ್ನು ಜತೆಗೆ ಕರೆಯಲಿಲ್ಲ. ಚಿಕ್ಕಮ್ಮ ಬರುವ ಮುಂಚೆಯಷ್ಟೇ ಅಪ್ಪ ನನಗೆ ಬಟ್ಟೆ ಕೊಡಿಸಿದ್ದ ನೆನಪು. ಆಮೇಲೆ ಯಾವ ಹಬ್ಬಕ್ಕೂ ಅಪ್ಪ ಹೊಸ ಬಟ್ಟೆ ಕೊಡಿಸಿದ ನೆನಪಿಲ್ಲ. ನನ್ನನ್ನು ನೋಡಲು ಬರುತ್ತಿದ್ದ ಅಮ್ಮನ ಕಡೆಯ ನೆಂಟರು ಆಗೊಮ್ಮೆ ಈಗೊಮ್ಮೆ ಹೊಸ ಬಟ್ಟೆ ತರುತ್ತಿದ್ದರು. ಆ ಹೊಸ ಬಟ್ಟೆ ತೊಟ್ಟಾಗೆಲ್ಲಾ ಅಮ್ಮನೇ ನನ್ನ ಮೈ ಆವರಿಸಿದಂತಾಗುತ್ತಿತ್ತು.

ಕಾಲೇಜಿಗೆ ಹೋಗುವ ಹೊತ್ತಿಗೆ ನನ್ನ ನಾಲಿಗೆಯೂ ಬಲಿತಿತ್ತು. ಚಿಕ್ಕಮ್ಮನಿಗೆ ಎದುರಾಡುವಷ್ಟಾದರೂ ಬುದ್ಧಿ ಬೆಳೆದಿತ್ತು. ಪಿಯುಸಿ ಓದುತ್ತಿದ್ದ ದಿನದಲ್ಲೇ ಜೆರಾಕ್ಸ್ ಅಂಗಡಿಯಲ್ಲಿ ಸಂಜೆ ಪಾರ್ಟ್‌ಟೈಂ ಕೆಲಸ ಮಾಡುತ್ತಿದ್ದೆ. ಜೆರಾಕ್ಸ್ ಅಂಗಡಿಯಲ್ಲಿ ಕೆಲಸಕ್ಕೆ ಸೇರಿದ ಮೇಲೆಯೇ ನೂರರ ನೋಟುಗಳನ್ನು ನಾನು ಮುಟ್ಟಿದ್ದು. ಸರ್ಕಾರಿ ಕಾಲೇಜಿನಲ್ಲಿ ನಮ್ಮ ಜಾತಿಯವರಿಗೆ ಫೀಸು ಇರಲಿಲ್ಲ. ಹೀಗಾಗಿಯೇ ನಾನು ಕಾಲೇಜು ಮೆಟ್ಟಿಲು ಹತ್ತಿದ್ದೋ ಏನೋ. ಅಪ್ಪ ಫೀಸು ಕಟ್ಟಿ ಕಾಲೇಜಿಗೆ ಸೇರಿಸುತ್ತಿದ್ದುದು ಬರಿಯ ಕನಸಿನ ಮಾತೇ.

ಬಿಕಾಂ ಮುಗಿದ ಮೇಲೆ ಕೆಲಸ ಸಿಕ್ಕಿದ್ದು ಅಮೆರಿಕನ್ ಸ್ಟ್ಯಾಟಿಕ್ಸ್ ಕಂಪೆನಿಯ ಇಲ್ಲಿನ ಬ್ರಾಂಚ್‌ನಲ್ಲಿ. ಅಮೆರಿಕದ ಹಗಲಿಗೆ ಇಲ್ಲಿ ರಾತ್ರಿಯ ಲೆಕ್ಕಾಚಾರ. ರಾತ್ರಿ ಆಫೀಸ್ ತಲುಪಿದರೆ, ಬೆಳಗಿನ ಜಾವ ಮನೆ ಮುಂದೆ ಬಿಸಾಕಿ ಹೋಗುವ ಕ್ಯಾಬ್. ವರ್ಷವಿಡೀ ಬರೀ ರಾತ್ರಿ ಪಾಳಿ. ಹಗಲು ರಾತ್ರಿಗಳ ಅಸ್ತಿತ್ವವನ್ನೇ ಕೆಡವಲು ಹೊರಟಂತೆ ರಾತ್ರಿ ಆಫೀಸ್ ಸೇರಿದರೆ ಬೆಳಗಿನ ಜಾವ ಮನೆ ಸೇರುತ್ತಿದ್ದುದು ದಣಿದ ಬೆಕ್ಕುಗಳಂತೆ.

ನಮ್ಮ ಮನೆಯ ಹಿಂದಿನ ಬೀದಿಯಲ್ಲೇ ಇದ್ದ ಇವನ ಪ್ರೀತಿಗೆ ನಾನು ಬಿದ್ದಿದ್ದು ಆಕಸ್ಮಿಕ. ಚಿಕ್ಕಂದಿನಿಂದಲೂ ನೋಡುತ್ತಿದ್ದ ಸಾಮಾನ್ಯ ನೋಟ ಅಂದೆಂದೋ ಕಣ್ಣಲ್ಲಿ ಮಿಂಚು ಮೂಡಿಸಿತ್ತು. ಪ್ರೀತಿಯಲ್ಲಿ ನಾನು ಮಾತ್ರ ಬೀಳಲಿಲ್ಲ, ಇವನೂ ಬಿದ್ದಿದ್ದ.

ಉಡಾಳನಾಗಿ ಚಡ್ಡಿ ಹಾಕಿಕೊಂಡು ಸೈಕಲ್ ಅಲೆಯುತ್ತಿದ್ದ ಇವನು, ಈಗ ದೊಡ್ಡ ಸಾಫ್ಟ್‌ವೇರ್ ಕಂಪೆನಿಯಲ್ಲಿ ಸೆಕ್ಯೂರಿಟಿ ಎಂಜಿನಿಯರ್. ಎಂಜಿನಿಯರಿಂಗ್ ಓದದೇ ಎಂಜಿನಿಯರ್ ಆದ ಬುದ್ಧಿವಂತ ಇವನು.

ಕಾಲೇಜು ದಿನಗಳಲ್ಲಿ ಇವನು ಮೆಡಿಸಿನ್ ಎಕ್ಸ್‌ಪಿರಿಮೆಂಟ್ ಲ್ಯಾಬ್‌ನಲ್ಲಿ ಪ್ರಯೋಗಪಶುವಾಗಿದ್ದನಂತೆ. ಹೊಸ ಮಾತ್ರೆ, ಹೊಸ ಟಾನಿಕ್, ಹೊಸ ಇಂಜೆಕ್ಷನ್ ಕಂಡುಹಿಡಿದಾದ ಮೇಲೆ ಅವುಗಳನ್ನು ಇಲಿ, ಕೋತಿಗಳ ಮೇಲೆ ಪ್ರಯೋಗ ಮಾಡುತ್ತಾರಂತೆ. ಆ ಪ್ರಯೋಗ ಯಶಸ್ವಿಯಾದ ಮೇಲೆ ಅವನ್ನು ಮನುಷ್ಯರ ಮೇಲೆ ಪ್ರಯೋಗ ಮಾಡುತ್ತವೆ ಇಂಥ ಲ್ಯಾಬ್‌ಗಳು. ಇದೇನು ನಿತ್ಯದ ಕೆಲಸವಲ್ಲ. ಲ್ಯಾಬ್‌ನವರು ಕರೆದಾಗ ಹೋಗಿ ಬೆಡ್ ಮೇಲೆ ಮಲಗಿ ಪ್ರಯೋಗಕ್ಕೆ ಒಳಗಾಗುವ ಮುನ್ನಾ ಒಂದು ನಳಿಕೆ ರಕ್ತ ಕೊಟ್ಟು, ಪ್ರಯೋಗ ಮುಗಿದ ಗಂಟೆಯ ಬಳಿಕ ಒಂದು ನಳಿಕೆ ರಕ್ತ ಕೊಟ್ಟು ಅವರು ಕೊಡುವ ಒಂದು ಸಾವಿರ, ಒಂದು ಸೇಬು ಹಣ್ಣಿನೊಂದಿಗೆ ಹೊರಬರುವುದು. ಹೀಗೇ ಮೂರು ವರ್ಷಗಳ ಕಾಲ ಪ್ರಯೋಗಪಶುವಾಗಿದ್ದನಂತೆ ಇವನು. ಸಾವಿರದ ಆಸೆಗಾಗಿ ಆಗ ಅಲ್ಲಿ ಯಾವ ಯಾವ ಮಾತ್ರೆ ನುಂಗಿದನೋ, ಯಾವ ಯಾವ ಟಾನಿಕ್ ಕುಡಿದನೋ, ಯಾವ ಯಾವ ಇಂಜೆಕ್ಷನ್ ಎಲ್ಲೆಲ್ಲಿಗೆ ಚುಚ್ಚಿಸಿಕೊಂಡನೋ, ಈಗ ಒಮ್ಮೊಮ್ಮೆ ಹುಚ್ಚನ ಹಾಗೆ ಆಡುತ್ತಾನೆ. ಇವನ ಎಕ್ಸ್‌ಟ್ರೀಮ್‌ಗಳಿಗೆಲ್ಲಾ ಕಾರಣ ಆ ಡ್ರಗ್‌ನ ಪ್ರಭಾವವೇ ಇರಬೇಕು.

ಕಳೆದೊಂದು ವರ್ಷದಲ್ಲಿ ನಾಲ್ಕು ಕಡೆ ಕೆಲಸ ಬದಲಿಸಿದ್ದಾನೆ. ಈಗಿರುವ ಕೆಲಸದಲ್ಲೇ ಕೈತುಂಬಾ ಸಂಬಳ ಬರುತ್ತಿದೆ. ತಿಂಗಳಿಗೆ ಲಕ್ಷಕ್ಕೂ ಮೀರಿ ಸಂಬಳ ತೆಗೆಯುತ್ತಾನೆ. ಆದರೆ, ಮದುವೆಯಾಗಿ ತಿಂಗಳೂ ಕಳೆದಿಲ್ಲ. ಆಗಲೇ ಸೌದಿಗೆ ಹಾರುವ ಮಾತನಾಡುತ್ತಿದ್ದಾನೆ. ನನ್ನನ್ನೂ ಕರೆದುಕೊಂಡು ಹೋಗು ಎಂದರೆ ಸದ್ಯಕ್ಕೆ ವೀಸಾ ಸಿಗಲ್ಲ ಎನ್ನುತ್ತಾನೆ.

ಮದುವೆಯಾಗುವ ಮೊದಲು ಇದ್ದ ಪ್ರೀತಿ ಮದುವೆಯಾದ ಮೇಲೆ ಕಡಿಮೆಯಾಗುತ್ತದೆಯೇ? ಮೊದಲು ದಿನವಿಡೀ ನನ್ನೊಂದಿಗೆ ಇರಬೇಕು ಎಂದು ಹಂಬಲಿಸುತ್ತಿದ್ದವನು ಮದುವೆಯಾದ ಮೇಲೆ ಟೈಂ ಟೇಬಲ್ ಹಾಕಿಕೊಂಡು ಕೆಲಸ ಮಾಡುತ್ತಿದ್ದಾನೆ. ಬೆಳಿಗ್ಗೆ ಆರಕ್ಕೇ ಮನೆ ಬಿಡುತ್ತಾನೆ. ರಾತ್ರಿ ಎಂಟೋ ಒಂಬತ್ತೋ ಹತ್ತಕ್ಕೋ ಮನೆಗೆ ಬರುತ್ತಾನೆ. ನಾನು ರಾತ್ರಿ ಕೆಲಸಕ್ಕೆ ಹೋದ ಮೇಲೆ ಅವನು ಮನೆಗೆ ಬಂದರೆ, ನಾನು ಕೆಲಸ ಮುಗಿಸಿ ಬಂದು ಮಲಗಿದ ಸ್ವಲ್ಪ ಹೊತ್ತಿಗೇ ಎದ್ದು ರೆಡಿಯಾಗಿ ಕೆಲಸಕ್ಕೆ ಹೊರಡುತ್ತಾನೆ. ವೀಕ್‌ಎಂಡ್ ಎಂಬುದು ಇಲ್ಲದೇ ಹೋಗಿದ್ದರೆ ಒಬ್ಬರ ಮುಖ ಒಬ್ಬರು ನೋಡುತ್ತಿದ್ದುದು ಮಲಗಿರುವಾಗ ಮಾತ್ರ.

ಬೆಳಿಗ್ಗೆ ಎಂಬ ಹನ್ನೆರಡು ಗಂಟೆಗೆ ಎದ್ದರೆ ಇಡೀ ಮನೆ ಖಾಲಿ ಜಗತ್ತಿನ ಹಾಗೆ ಕಾಣುತ್ತದೆ. ಇಡೀ ಜಗತ್ತಿನಲ್ಲಿ ನಾನು ಒಂಟಿ. ರಾತ್ರಿ ಹಗಲಾಗಿ, ಹಗಲು ರಾತ್ರಿಯಾಗದ ತಳಮಳ ಇದು. ನಾನು ಮಲಗಿದ್ದು ಏಕೆ, ಎದ್ದಿದ್ದು ಏಕೆ, ಈಗ ಏನು ಮಾಡಬೇಕು, ಏನು ತಿನ್ನಬೇಕು, ಯಾತಕ್ಕಾಗಿ ತಿನ್ನಬೇಕು, ನಾನು ಬದುಕಿರುವುದು

ಯಾತಕ್ಕೆ, ಅತ್ತೆಗೆ ಯಾಕೆ ನನ್ನನ್ನು ತನ್ನ ಮಗಳು ಎಂದು ಒಪ್ಪಿಕೊಳ್ಳಲು ಆಗುತ್ತಿಲ್ಲ, ಇವನಿಗೆ ಏಕೆ ನನ್ನ ಮೇಲೆ ಪ್ರೀತಿ ಕಡಿಮೆಯಾಗಿದೆ, ಆಫೀಸ್‌ನಲ್ಲಿ ಯಾರನ್ನಾದರೂ ನೋಡಿಕೊಂಡಿದ್ದಾನೋ ಹೇಗೆ... ಪ್ರಶ್ನೆಗಳೆಲ್ಲಾ ಒಟ್ಟಿಗೆ ಗಿರಕಿ ಹೊಡೆದು ತಲೆ ಚಿಟ್ಟೆನಿಸುತ್ತವೆ. ಟಿವಿ ಹಾಕಿದರೆ ಗೊಂಬೆಗಳು ಸುಮ್ಮನೆ ಕುಣಿಯುತ್ತವೆ. ಬಾಲ್ಕನಿಗೆ ಹೋಗಿನಿಂತರೆ ರಸ್ತೆಯಲ್ಲಿ ಗಾಡಿಗಳು ತಲೆ ಕೆಟ್ಟಂತೆ ಸುಮ್ಮನೆ ಹೋಗಿ ಬರುತ್ತಿರುತ್ತವೆ. ಬೀದಿಯಲ್ಲಿ ಕಾಣುವ ಎಲ್ಲರ ಕಿವಿಗಳಲ್ಲೂ ಮೊಬೈಲ್‌ಗಳು ಸಿಕ್ಕಿಕೊಂಡಿರುತ್ತವೆ. ಬೀಸುವ ಗಾಳಿಗೂ ತಂಪಿನ ಸೋಂಕಿಲ್ಲ. ನನ್ನೊಬ್ಬಳಿಗೇ ಹೀಗಾಗುತ್ತದೆಯೇ ಅಥವಾ ರಾತ್ರಿ ಪಾಳಿಯಲ್ಲಿ ಕೆಲಸ ಮಾಡುವ ಎಲ್ಲರಿಗೂ ಹೀಗೆಯೋ.

ಅತ್ತೆಯ ಜೊತೆಯಲ್ಲಾದರೂ ಇದ್ದಿದ್ದರೆ ಅವರು ಮುಖ ತಿರುಗಿಸುವುದನ್ನು ನೋಡಿಕೊಂಡಾದರೂ, ಅವರ ಗೊಣಗಾಟ ಕೇಳಿಕೊಂಡಾದರೂ ಕಾಲ ಕಳೆಯಬಹುದಿತ್ತು. ಈ ಮನೆ ತುಂಬಿದ್ದೂ ಖಾಲಿ ಖಾಲಿ ಎನಿಸುತ್ತದೆ. ಗೋಡೆಯ ಮೇಲೆ ಯಾರೋ ಹತ್ತಿಹೋಗಿ ಕಾಲಿನ ಹೆಜ್ಜೆಗಳು ಉಳಿದಂತೆ ಕಾಣುತ್ತದೆ. ಬಚ್ಚಲಿನಲ್ಲಿ ಸ್ನಾನ ಮಾಡುವಾಗ ನೀರಿನೊಂದಿಗೆ ಯಾರೋ ನನ್ನನ್ನು ಆವರಿಸುತ್ತಿದ್ದಾರೆ ಎನಿಸುತ್ತದೆ. ಅಡಿಗೆ ಕೋಣೆಯಲ್ಲಿ ರವೆ ಹುರಿಯುವಾಗ ಹಿಂದಿನಿಂದ ಯಾರೋ ಬಂದು ಕುತ್ತಿಗೆ ಹಿಸುಕಿದಂತಾಗುತ್ತದೆ. ಇದನ್ನೆಲ್ಲಾ ಹೇಳಿದ್ದಕ್ಕೆ ಮೊದಲು ನಕ್ಕಿದ್ದ ಇವನು ಆಮೇಲೆ ಯಾವುದೋ ದೇವಸ್ಥಾನದಿಂದ ತಾಯತ ತಂದು ಕಟ್ಟಿದ್ದಾನೆ. ತಾಯತ ಕಟ್ಟಿದ ಎರಡು ದಿನ ಸುಮ್ಮನಿದ್ದ ಕಾಟ ಮತ್ತೆ ಶುರುವಾಗಿದೆ. ಇದು ನನ್ನ ಸಮಸ್ಯೆಯೋ, ಮನೆಯ ಸಮಸ್ಯೆಯೋ ಗೊತ್ತಾಗುತ್ತಿಲ್ಲ. ಮಾತು ಕೇಳಿಸಿಕೊಳ್ಳಲು ಮನೆಯಲ್ಲೊಂದು ಜೀವವಿಲ್ಲ. ಮಾತನಾಡದೆ ಮೂಕಿಯಾಗುತ್ತಿದ್ದೇನೆ ನಾನು.

ಆದದ್ದಾಗಲಿ ಅತ್ತೆಯ ಜತೆಗೆ ಹೊಂದಿಕೊಂಡು ಹೋಗುವುದೇ ಸರಿ. ಮುಖ ತಿರುವಿದರೆ ಏನಾಯಿತು, ಗೊಣಗಿದರೆ ಏನಾಯಿತು. ಚಿಕ್ಕಮ್ಮನ ಹಿಂಸೆಯನ್ನು ಸಹಿಸಿದವಳಿಗೆ ಇವರೊಂದಿಗೆ ಹೊಂದಿಕೊಳ್ಳುವುದು ಕಷ್ಟವಾಗುತ್ತದೆಯೇ. ಜಗಳವಾಡಿಕೊಂಡಾದರೂ ಅವರ ಜತೆಗಿರುವುದೇ ಸರಿ. 'ಅಮ್ಮನನ್ನ ನುಂಗಿಕೊಂಡವಳು' ಅನ್ನುತ್ತಿದ್ದವರು ಈಗ 'ಅಮ್ಮನಿಂದ ಮಗನನ್ನ ಕಿತ್ತುಕೊಂಡವಳು' ಅನ್ನುವ ಮುಂಚೆ ಈ ಮನೆ ಖಾಲಿ ಮಾಡಿ ಅತ್ತೆ ಮನೆಗೆ ಹೋಗಬೇಕು. ಆದಷ್ಟು ಬೇಗ ಈ ಕೆಲಸ ಬಿಟ್ಟು ಬೇರೆ ಕೆಲಸ ನೋಡಿಕೊಳ್ಳಬೇಕು. ಅನಿವಾರ್ಯ ಎಂದಾದರೆ ಕೆಲಸ ಬಿಟ್ಟು ಮನೆಯಲ್ಲೇ ಇದ್ದರೂ ನಡೆದೀತು. ಇವನು ಸೌದಿಗೆ ಹೋಗುವುದೇನೂ ಬೇಡ. ಬಂದಿದ್ದರಲ್ಲಿ ಹೇಗೋ ಸಂಸಾರ ನಡೆಯುತ್ತದೆ. ಇವನು ಬರಲಿ ಇಂದೇ ಇದನ್ನೆಲ್ಲಾ ಹೇಳಿಬಿಡಬೇಕು.

ಸಂಬಂಧ ಹಳಸಿಹೋಗುವ ಮೊದಲು ಸರಿ ಮಾಡಿಕೊಳ್ಳಬೇಕು.

ಅಮ್ಮ

ಹೇಳಬಹುದಿತ್ತು, ಆದರೆ ಇನ್ನೂ ಸಣ್ಣ ಹುಡುಗಿ. ಅತ್ತೆಯಿಂದ ಬೈಯಿಸಿಕೊಳ್ಳುವವರ ಕಾಲ ಇದಲ್ಲ. ತಪ್ಪುಮಾಡಿದಾಗ ಸಣ್ಣಗೆ ಕೊಂಕಿದರೂ ಗಂಡನ ಕಿವಿ ಕಚ್ಚುವ ಸೊಸೆಯರ ಕಾಲ ಇದು. ನಾನೇನು ಅವಳನ್ನು ಬೈಯಲಿಲ್ಲ, ಹಿಂಸಿಸಲಿಲ್ಲ. ನೇರಾ ನೇರಾ ಹೇಳಿದರೆ ಎಲ್ಲಿ ನೊಂದುಕೊಳ್ಳುತ್ತಾಳೋ ಎಂದು ಸುಮ್ಮನಾಗುತ್ತಿದ್ದೆ. ಅವಳೂ ಹೊಂದಿಕೊಂಡು ಹೋಗಬೇಕಲ್ಲ.

ಮನೆ ಎಂದ ಮೇಲೆ ಇದೆಲ್ಲಾ ಇದ್ದಿದ್ದೇ. ಇಪ್ಪತ್ತು ವರ್ಷ ಅಗರಬತ್ತಿ ಫ್ಯಾಕ್ಟರಿಯನ್ನೇ ಆಫೀಸ್ – ಮನೆ ಮಾಡಿಕೊಂಡಿದ್ದ ನನಗೂ ಈ ಮನೆಗೆ, ಮಗ ಸೊಸೆಗೆ ಹೊಂದಿಕೊಳ್ಳಲು ಸಮಯಬೇಕಿತ್ತು. ನಾನೂ ಈ ಹೊಂದಿಕೊಳ್ಳುವ ಬದುಕಿಗೆ ಹೊಸಬಳೇ. ಸೊಸೆಯಾಗಿ ಈ ಮನೆಗೆ ಅವಳೆಷ್ಟು ಅಪರಿಚಿತಳೋ, ಸೊಸೆಗೆ ಅತ್ತೆಯಾಗಿ, ಬೆಳೆದ ಮಗನಿಗೆ ತಾಯಿಯಾಗಿ ನಾನೂ ಈ ಮನೆಗೆ ಅಷ್ಟೇ ಅಪರಿಚಿತಳು. ಎಲ್ಲರೂ ಮನಸ್ಸು ಬಿಚ್ಚಿ ಮಾತನಾಡಿದ್ದರೆ ಸಮಸ್ಯೆ ಬಗೆಹರಿಯುತ್ತಿತ್ತು. ಇಷ್ಟಕ್ಕೇ ಬೇರೆ ಮನೆ ಮಾಡಿಕೊಂಡು ಹೋಗೋದು ಮಗ ಸೊಸೆಗೆ ಸರಿ ಕಂಡಿತೇ. ಮನೆ ಬಿಟ್ಟು ಹೋಗು ಎಂದೆ ನಿಜ. ಆದರೆ, ಸಿಟ್ಟಿನಲ್ಲಿ ಒಂದು ಮಾತು ಅನ್ನುವ ಯೋಗ್ಯತೆಯೂ ನನಗೆ ಇಲ್ಲವೇ? ಅದನ್ನೇ ಪಟ್ಟು ಮಾಡಿಕೊಂಡು ಮನೆ ಬಿಟ್ಟು ಹೊರಟೇ ಹೋದರು.

ಕಷ್ಟಗಳು ಬಂದರೆ ಒಟ್ಟೊಟ್ಟಿಗೇ ಬರುತ್ತವೆ. ಗಂಡನನ್ನು ಕಳೆದುಕೊಂಡೆ. ಹಿಂದೆಯೇ ಮಕ್ಕಳನ್ನೂ ಕಳೆದುಕೊಳ್ಳಬೇಕಾಯಿತು. ಕಷ್ಟಕಾಲದಲ್ಲಿ ಅವರಿಬ್ಬರಿಗೂ ಊಟ, ಬಟ್ಟೆ, ಓದು ಕೊಡಿಸುವಷ್ಟು ದುಡಿಮೆ ನನಗೆ ಇರಲಿಲ್ಲ. ಆದರೆ, ನನ್ನ ದುಡಿಮೆಯೂ ಒಂದು ಹಂತಕ್ಕೆ ಬಂದಾಗ ಮಕ್ಕಳನ್ನು ಕಳಿಸಿಕೊಡಲು ಅತ್ತೆ ತಯಾರಿರಲಿಲ್ಲ. ಪ್ರತಿ ಸಲ ಅತ್ತೆ ಮನೆಗೆ ಮಕ್ಕಳನ್ನು ನೋಡಲು ಹೋದಾಗಲೆಲ್ಲಾ ಇದೇ ವಿಷಯಕ್ಕೆ ಅತ್ತೆಯೊಂದಿಗೆ ಜಗಳವಾಗುತ್ತಿತ್ತು. ಕಷ್ಟಕಾಲದಲ್ಲಿ ಮಕ್ಕಳನ್ನು ನೋಡಿಕೊಂಡ ಅವರ ಇಷ್ಟಕ್ಕೆ ವಿರುದ್ಧವಾಗಿ ಮಕ್ಕಳನ್ನು ದೂಡಿಕೊಂಡು ಬರಲು ನನಗೂ ಮನಸ್ಸಾಗಲಿಲ್ಲ. ಮಕ್ಕಳಿದ್ದೂ ನಾನು ಬಂಜೆಯಾಗಿದ್ದೆ.

ಮದುವೆಗೆ ಸಿಂಗಾರಗೊಂಡಿದ್ದ ಮಗಳ ಒಡಲೊಳಗೆ ಜ್ವಾಲಾಮುಖಿಯೊಂದು ತಣ್ಣಗೆ ಅಡಗಿಕೊಂಡಿದ್ದು, ಅದು ಸ್ಫೋಟಗೊಂಡು ನನ್ನನ್ನು ಸುಟ್ಟಿದ್ದು ಸುಳ್ಳಲ್ಲ. ಅವಳು ಹೇಳಿದ್ದು ಸರಿ. ನಾನು ಮಕ್ಕಳನ್ನು ಸಾಕಲಿಲ್ಲ. ಜವಾಬ್ದಾರಿ ನಿಭಾಯಿಸಲಿಲ್ಲ. ಆದರೆ, ಸಂದರ್ಭ ನನ್ನನ್ನು ಕಟ್ಟಿ ಹಾಕಿತ್ತು. ಜನ ಗಂಡನನ್ನು ಕಳೆದುಕೊಂಡವಳು ಅನ್ನುವ ಆ ನೋವೇ ಸಾಕಾಗಿತ್ತು. ಆದರೆ, ಅಗರಬತ್ತಿ ಫ್ಯಾಕ್ಟರಿ ಮಾಲೀಕನನ್ನೇ ಇಟ್ಟುಕೊಂಡಿದ್ದಾಳೆ ಎಂದರು. ಹೋಗುವುದಿದ್ದರೆ ಯಾವತ್ತೋ ಹೋಗಬಹುದಿತ್ತು. ಒಮ್ಮೆ ನೇಣಿನ ಕುಣಿಕೆ ಬಿಗಿದುಕೊಂಡಿದ್ದವಳು ಮಕ್ಕಳ ನೆನಪಾಗಿ ಸಾಯುವ ಆಸೆ ಬಿಟ್ಟಿದೆ. ಮಕ್ಕಳು ಇದ್ದಾರೆ. ನನ್ನ ಮಕ್ಕಳು ಇದ್ದಾರೆ. ಎಲ್ಲೋ ಒಟ್ಟಿನಲ್ಲಿ ಇದ್ದಾರೆ.

ಅವರಿಗಾಗಿಯಾದರೂ ನಾನು ಬದುಕಬೇಕು. ಅವರ ಏಳ್ಗೆಯನ್ನು ಕಾಣಬೇಕು. ಸತ್ತು ಸಾಧಿಸುವುದರಲ್ಲೇನಿದೆ. ಜನ ಹೇಗಿದ್ದರೂ ಅಂದುಕೊಳ್ಳುತ್ತಾರೆ, ಬೆಂಕಿ ಹೊಕ್ಕು ಬಂದ ಜಾನಕಿಯನ್ನೂ ಬಿಡಲಿಲ್ಲ.

ಮಗ ಬೇರೆ ಮನೆ ಮಾಡುತ್ತೇನೆ ಎಂದಾಗ ಕರುಳು ಕತ್ತರಿಸಿದಷ್ಟು ನೋವಾಗಿದ್ದು ನಿಜ. ಮದುವೆಯಾದ ಮೇಲೆ ಮೂರು ವಾರವೂ ನನ್ನ ಜೊತೆಗಿರದೆ ಮಗ-ಸೊಸೆ ಈ ಮನೆಯಿಂದ ದೂರಾದರೆ ಅದನ್ನು ಗೆಲುವೆಂದು ಸಂಭ್ರಮಿಸುವಷ್ಟು ಕ್ರೂರಿಯಲ್ಲ ನಾನು. ಇದ್ದ ಇಬ್ಬರು ಮಕ್ಕಳನ್ನು ದೂರ ಮಾಡಿಕೊಂಡು ಅಗರಬತ್ತಿ ಫ್ಯಾಕ್ಟರಿಯನ್ನೇ ಬದುಕಾಗಿಸಿಕೊಂಡಿದ್ದ ನನಗೆ ಮಗನ ಮದುವೆ, ಮನೆಗೆ ಬಂದ ಸೊಸೆ ಹೊಸ ಬದುಕಿನ ಅಧ್ಯಾಯದಂತೆ ಕಂಡಿದ್ದರು.

ಆದರೆ, ಸಂಭ್ರಮ ಹೆಚ್ಚು ದಿನ ನಿಲ್ಲಲಿಲ್ಲ. ಮಗಳು ಹೇಳಿದಂತೆ ನಾನು ನನ್ನ ಜವಾಬ್ದಾರಿ ನಿಭಾಯಿಸಲಿಲ್ಲ. ಗಂಡ ಸತ್ತ ಮೇಲೆ ಮಕ್ಕಳನ್ನ ಗಂಡನ ಅಮ್ಮನ ಮನೆಗೆ ಸೇರಿಸಿದೆ. ಇಬ್ಬರು ಮಕ್ಕಳನ್ನು ಚೆನ್ನಾಗಿ ಸಾಕುವ ಶಕ್ತಿ ನನಗೆ ಇರಲಿಲ್ಲ ನಿಜ. ಅಜ್ಜಿ ಮನೆಯಲ್ಲಿ ಬೆಳೆದ ಮಕ್ಕಳೇನೂ ಅಪಾಪೋಲಿಗಳಾಗಲಿಲ್ಲ. ಆದರೆ, ಅಪ್ಪ-ಅಮ್ಮನ ಪ್ರೀತಿ ಅವರಿಗೆ ಸಿಗಲಿಲ್ಲ. ಹೀಗಾಗಿಯೇ ನಿರ್ಧಾರಗಳ ಹಿಂದೆ ಆಲೋಚನೆ ಕಡಿಮೆ.

'ನೀನು ಅವಳು ಮಾತೇ ಆಡಲ್ವಂತೆ. ನಿಮಗೆ ಹೊಂದಿಕೆ ಆಗಲ್ಲ. ನೀನು ಈ ಮನೇಲಿ ಇರು, ನಾನು ಅವಳು ಬೇರೆ ಮನೇಲಿ ಇರ್ತೇವೆ. ಈ ಮನೆಯ ಖರ್ಚೆಲ್ಲಾ ನಾನೇ ನೋಡ್ಕೋತೀನಿ. ನೀನು ಮತ್ತೆ ಆ ಫ್ಯಾಕ್ಟರಿಗೆ ಹೋಗೋದು ಬೇಡ'

ತೀರ್ಪು ಓದಿ ಮುಗಿಸಿದವನಂತೆ ಮಾತನಾಡಿದ ಮಗನಿಗೆ ಅಮ್ಮನನ್ನು ಒಂದು ಮಾತು ಕೇಳಬೇಕು ಎನ್ನುವ ಸೌಜನ್ಯವೂ ಉಳಿದಿರಲಿಲ್ಲ. ನಾನೂ ಮಾತಾಡಲಿಲ್ಲ. ಎಲ್ಲರ ಮನೆಯಲ್ಲೂ ಬರಬಹುದಾದ, ನಮ್ಮ ಮನೆಯಲ್ಲೂ ಬರಬಹುದಾಗಿದ್ದ ಸಂದರ್ಭ ಇದು ಎಂಬುದು ಎಲ್ಲರಿಗೂ ಗೊತ್ತಿತ್ತು. ಆದರೆ, ನಿಭಾಯಿಸಲಿಲ್ಲ. ನಾವು ಯಾರೂ ಈ ಸಂದರ್ಭವನ್ನು ನಿಭಾಯಿಸಲಿಲ್ಲ. ಬದುಕಲ್ಲಿ ಸಹಿಸಿಕೊಳ್ಳುವುದೂ ಮುಖ್ಯ ಎಂದು ಈಗ ಅನ್ನಿಸುತ್ತಿದೆ.

ಹೊಸ ಮನೆಗೆ ಹೊರಡುವ ಸಡಗರದಲ್ಲಿ 'ಹೋಗಿ ಬರ್ತೀನಿ' ಎಂದು ಶಾಸ್ತ್ರಕ್ಕಾದರೂ ಮಾತಾಡಲಿಲ್ಲ ಸೊಸೆ. ಹೊಸ ಮನೆಗೆ ಹೋದ ಮೇಲೂ ಸತ್ತೆಯಾ ಬದುಕಿದೆಯಾ ಎಂದು ಒಂದು ಫೋನ್ ಕೂಡಾ ಮಾಡಿಲ್ಲ ಅವಳು. ಅವಳೇಕೆ, ಮದುವೆಯಾಗಿ ಇಷ್ಟು ವರ್ಷವಾದರೂ ಮಗಳೇ ಫೋನ್ ಮಾಡಿ ಮಾತಾಡಿಲ್ಲ. ಒಂದು ಸಲವೂ ನನ್ನನ್ನು ನೋಡಲು ಬರಲಿಲ್ಲ. ಒಂದು ಸಲವೂ 'ಮನೆಗೆ ಬಾ' ಎಂದು ಕರೆದಿಲ್ಲ. ಮಕ್ಕಳನ್ನ ನಾನು ಚೆನ್ನಾಗಿ ನೋಡಿಕೊಂಡಿದ್ದರೆ ಅವರೂ ಚೆನ್ನಾಗಿ ನೋಡಿಕೊಳ್ಳುತ್ತಿದ್ದರೋ ಏನೋ. ಮತ್ತೆ ಫ್ಯಾಕ್ಟರಿಗೆ ಹೋಗೋದು ಬೇಡ, ಈ ಮನೆ ಖರ್ಚು ನಾನೇ ನೋಡ್ಕೋತೀನಿ ಎಂದ ಮಗನೇ ಇದ್ದಿದ್ದರಲ್ಲಿ ಮುಕ್ಕಾಲು ಪಾಲು

ಉತ್ತಮ. ಸದ್ಯ 'ನಿನ್ನ ದಾರಿ ನಿನಗೆ, ನಮ್ಮ ದಾರಿ ನಮಗೆ' ಎನ್ನಲಿಲ್ಲ ಪುಣ್ಯಾತ್ಮ.

ಸೇಲ್ಸ್‌ಮನ್ ಆಗಿದ್ದ ಇವರಪ್ಪನಿಗೆ ಆಗ ಒಳ್ಳೆಯ ದುಡಿಮೆ ಇತ್ತು. ಉಳಿತಾಯವೂ ಇತ್ತು. ಮನಸ್ಸು ಮಾಡಿದ್ದರೆ ನಾವಿದ್ದ ಬಾಡಿಗೆ ಮನೆಯನ್ನೇ ಕೊಂಡುಕೊಳ್ಳಬಹುದಿತ್ತು. ಅದರ ಮಾಲೀಕರೂ ಖರೀದಿ ವ್ಯವಹಾರಕ್ಕೆ ಸಡಿಲ ಇದ್ದರು. ಆದರೆ ಇವರು ಮನಸ್ಸು ಮಾಡಲಿಲ್ಲ. ದುಡಿಮೆಯ ಜತೆಗೆ ಕುಡಿತದ ಪಾಲೂ ಕೂಡಿಕೊಂಡಿತು. ದಿನಗಳು ಕಳೆದಂತೆ ದುಡಿಮೆ ಕಡಿಮೆಯಾಗಿ ಕುಡಿತ ಹೆಚ್ಚಾಯಿತು. ಅವರ ಕುಡಿತ ನಮ್ಮ ಬದುಕನ್ನು ಬೀದಿಯ ಅಂಚಿಗೆ ತಂದು ನಿಲ್ಲಿಸಿತ್ತು. ನಾವು ಬೀದಿಗೆ ಬೀಳುವ ಮುಂಚೆಯೇ ಅವರು ಇಲ್ಲವಾದರು.

ಗಂಡ ಇದ್ದ ಕಾಲದಲ್ಲಿಯೂ ನೆಮ್ಮದಿ ಇರಲಿಲ್ಲ. ಅವರು ಹೋದ ಮೇಲೆ ಅಗರ ಬತ್ತಿ ಫ್ಯಾಕ್ಟರಿಯೇ ಎಲ್ಲವೂ ಆಗಿತ್ತು. ಅದು ಬರೀ ಫ್ಯಾಕ್ಟರಿ ಅಲ್ಲ, ನನ್ನಂಥ ಅದೆಷ್ಟೋ ಜನರಿಗೆ ನೀರು ನೆರಳು ಕೊಟ್ಟ ಆಲದ ಮರ. ಅದೊಂದು ಇರದೇ ಇದ್ದಿದ್ದರೆ ನಾನು ಬೀದಿಗೆ ಬೀಳಬೇಕಿತ್ತು. ಗಂಡ ಸತ್ತ ಮೇಲೆ ನನ್ನ ಮಕ್ಕಳನ್ನ ಮಡಿಲಿಗೆ ಹಾಕಿಕೊಂಡ ಅತ್ತೆಗೆ ಸೊಸೆಯನ್ನ ಸಾಕುವಷ್ಟು ಕರುಣೆ ಇರಲಿಲ್ಲ. ಗಂಡ ಸತ್ತು ನಿರ್ಗತಿಕಳಾಗಿದ್ದ ನನ್ನನ್ನು ತವರು ಮನೆಯೂ ಸಲಹಲಿಲ್ಲ. 'ನಮ್ಮ ಜೊತೆಗೇ ಬಂದು ಇರು' ಎಂದು ಅತ್ತೆಯೂ ಒಂದು ಮಾತು ಹೇಳಲಿಲ್ಲ. ನನ್ನ ಕಂದಮ್ಮಗಳನ್ನು ಅವರು ನಡು ನೀರಲ್ಲಿ ಬಿಡಲಿಲ್ಲ ಎನ್ನುವುದಷ್ಟೇ ಸಮಾಧಾನ. ಮಕ್ಕಳೂ ಅವರವರ ದಾರಿ ನೋಡಿಕೊಂಡರು. ಹೇಗೋ ಅವರ ಬದುಕು ಹಸನಾಗಿ ನಡೆಯಲಿ. ನನ್ನ ಹಣೆಬರಹಕ್ಕೆ ಸೊಸೆ, ಮಗ, ಮಗಳು, ಅತ್ತೆಯನ್ನು ದೂಷಿಸುವುದು ಎಷ್ಟು ಮಾತ್ರ ಸರಿ? ಇದು ನನ್ನ ಹಣೆಬರಹದಲ್ಲಿ ಇದ್ದಿದ್ದು. ಬರೆದಿದ್ದು ತೀರಲೇ ಬೇಕು, ವಿಧಿಯಿಲ್ಲ.

ನಾನೇ ಸೋಲಬಹುದಿತ್ತು. ಸೊಸೆ ಹೇಳಿದ ಮಾತಿಗೆ, ಅವಳು ನಡೆದ ನಡೆಗೆ ಹೊಂದಿಕೊಂಡು ಹೋಗಬಹುದಿತ್ತು. ಆದರೆ, ನನ್ನ ಮನಸ್ಸು ಬೇರೆಯದೇ ದಾರಿ ಬಯಸುತ್ತಿದೆ. ಇದು ಬರಿಯ ಹೊಂದಿಕೊಳ್ಳುವುದರ ಸಮಸ್ಯೆಯಲ್ಲ. ಬದುಕಿನ ಸಮಸ್ಯೆ. ನಮ್ಮ ನಮ್ಮ ಬದುಕಿನ ಸಮಸ್ಯೆ. ಸೊಸೆಗಷ್ಟೇ ಅಲ್ಲ, ನಾನೀಗ ಮಗನಿಗೂ ಬೇಡವಾಗಿದ್ದೇನೆ. ಒಟ್ಟಿಗಿದ್ದು ಒಬ್ಬರಿಗೊಬ್ಬರು ಹಿಂಸೆಯಾಗುವುದಕ್ಕಿಂತ ದೂರವಿದ್ದು ಒಂಟಿಯಾಗಿ ನೋವು ತಿನ್ನುವುದೇ ಲೇಸು. ಹಿಂದಿನಿಂದಲೂ ಒಂಟಿಯಾಗಿದ್ದೆ, ಈಗಲೂ ಒಂಟಿಯಾಗಿರುತ್ತೇನೆ ಅಷ್ಟೆ.

ಎರಡೂ ಮನೆ ನಿಭಾಯಿಸುವುದು ಮಗನಿಗೂ ಹೊರೆಯೇ. ಇರುವ ಒಬ್ಬಳಿಗಾಗಿ ಇಷ್ಟು ದೊಡ್ಡ ಮನೆ ಯಾಕೆ. ಮಗ ಸೊಸೆ ಜತೆಗೆ, ಮುಂದೆ ಬರುವ ಮೊಮ್ಮಕ್ಕಳ ಜತೆಗೆ ಉಳಿದ ಕಾಲ ದೂಡಬಹುದು ಎಂದು ಕನಸಿದ್ದೇ ಬಂತು. ಅದೇನೂ ಈಗ ಆಗುವ ಹೋಗುವ ಮಾತಲ್ಲ. ಮಗ ಸೊಸೆ ಚೆನ್ನಾಗಿರಲಿ. ಅವರ ಅನ್ನದ ಮಧ್ಯೆ ನಾನು ಹುಳುವಾಗುವುದು ಯಾತಕ್ಕೆ. ಮಕ್ಕಳ ಬಾಳಲ್ಲಿ ನಾನು ಹಿಂದೆಯೂ ಇರಲಿಲ್ಲ, ಈಗಲೂ ಇಲ್ಲ. ಮಧ್ಯದ ಈ ಒಂದಷ್ಟು ದಿನ ಕನಸಿನ ಹಾಗೆ, ಅಷ್ಟೆ. ಸಮಾಧಾನದಿಂದ ಹೇಳಿ ಈ ಮನೆ ಖಾಲಿ ಮಾಡಿಸಲು ಮಗನನ್ನು

ಒಪ್ಪಿಸಬೇಕು. ಮುಂದೆ ಹೇಗೂ ಅಗರಬತ್ತಿ ಫ್ಯಾಕ್ಟರಿ ಇದೆ. ಮತ್ತೆ ಅಲ್ಲಿಗೆ ಹೋಗಿ 'ಹೀಗೀಗೆ'ಎಂದರೆ 'ಆಗದು' ಎನ್ನುವಷ್ಟು ಕಠಿಣ ಮನಸ್ಸಿನವರಲ್ಲ ಮಾಲೀಕರು. ಹೇಗೋ ಇದ್ದಷ್ಟು ದಿನ ಅಲ್ಲಿ ಕಾಲ ಮಾಡಿ, ಕೊನೆಗಾಲಕ್ಕೆ ಯಾವುದಾದರೂ ಆಶ್ರಮ ಸೇರಿಕೊಂಡರಾಯಿತು. ಬದುಕು ಹೀಗೇ ಹೇಗೋ ನಡೆಯುತ್ತದೆ.

ಇಷ್ಟಕ್ಕೂ ಬದುಕೇನೂ ನಿಂತ ನೀರಲ್ಲವಲ್ಲ.

ಸಾಪೇಕ್ಷ

ಆ ನೋ ಭದ್ರಾಃ ಕ್ರತವೋ ಯನ್ತು ವಿಶ್ವತಃ

ಕತ್ತಲಾಗುತ್ತಿದೆ. ಸಂಜೆಯ ಈ ಮಬ್ಬಿಗೆ ಬೆಳಗಿನ ಮಬ್ಬಿನ ಹೊಳಪಿಲ್ಲ. ಎಲ್ಲಿಗೆ ಇನ್ನೆಂದೂ ಬರಬಾರದೆಂದುಕೊಂಡಿದ್ದೆನೋ ಮತ್ತೆ ಅಲ್ಲಿಗೇ ಬಂದು ಬಿದ್ದಿದ್ದೇನೆ. ಇನ್ನೆಂದೂ ಇತ್ತ ತಲೆಹಾಕಬಾರದೆಂದು ಊರು ಬಿಟ್ಟಿದ್ದೆ. ಆದರೆ ಈಗ ಇಲ್ಲೇ ಅವಸಾನ. ಒಂದು ಕಾಲದಲ್ಲಿ ತುಂಬಿತುಳುಕುತ್ತಿದ್ದ ಮನೆ ಇಂದು ಬಣಬಣ. ದೊಡ್ಡಮನೆ, ಒಂಟಿ ಜೀವ. ಉರಿದು ಹೋಗಲೂ ರಕ್ತದಲ್ಲಿ ಬಿಸಿಯಿಲ್ಲ. ಇನ್ನು ಸಣ್ಣಗೆ ಉಸಿರು ಬಿಡುವುದಷ್ಟೇ ಉಳಿದಿದೆ. ಬಾಲಗ್ರಹದಂತೆ ಇದು ವೃದ್ಧಗ್ರಹ. ಕಾಲು ಬಿದ್ದು ಹೋದ ಹಾಗೆ ಈ ಮಿದುಳೂ ಯಾವತ್ತು ಬಿದ್ದು ಹೋಗುತ್ತದೋ ಗೊತ್ತಿಲ್ಲ.

ಆಗ ಮನೆ ತುಂಬಾ ಮಕ್ಕಳು. ಯಾವುದು ಎತ್ತಗೆ ಹೋಗಿ ಬರುತ್ತದೆ ಎಂದು ನೋಡಿಕೊಳ್ಳುವಷ್ಟೂ ಪುರುಸೊತ್ತು ಅಮ್ಮನಿಗೆ ಇರಲಿಲ್ಲ. ರಿಟೈರ್ ಆದ ಮೇಲೆ ಅಪ್ಪನೂ ಅಷ್ಟೆ, ಸಂಘ ಎಂದೋ, ಮಠದ ಕೆಲಸ ಎಂದೋ ಸದಾ ಮನೆಯಿಂದ ಹೊರಗೇ ಇರುತ್ತಿದ್ದ. ಅಪ್ಪ ಅಮ್ಮನಿಗೆ ನಾನು ಒಂಬತ್ತನೇ ಗ್ರಹ. ಆಸೆಯ ಮಗುವಲ್ಲ, ಅಭ್ಯಾಸದ ಮಗು! ಹೀಗಂದಿದ್ದಕ್ಕೆ ಒಂದು ದಿನ ಅಮ್ಮ ಹೊಟ್ಟೆತುಂಬಾ ಬೈದಿದ್ದಳು. 'ಏನು ಗೊತ್ತಿದೆ ನಿನಗೆ ಯಾವುದು ಆಸೆ, ಯಾವುದು ಅಭ್ಯಾಸ ಎನ್ನುವುದು' ಎಂದು ಕಣ್ಣೀರಿಟ್ಟಿದ್ದಳು. ತನ್ನ ದೇಹದಿಂದ ಬಂದ ಒಂದು ಪಿಂಡ ಹೀಗೆ ತನ್ನದೇ ಹುಟ್ಟಿನ ಬಗ್ಗೆ ಉಡಾಫೆಯ ಮಾತಾಡುವುದು ಅಮ್ಮನಿಗೆ ಸಹಿಸಲಾಗಿರಲಿಲ್ಲ. ಆಮೇಲೆ ನನಗೂ ಅನ್ನಿಸಿತ್ತು, ಇದು ನಾನು ಆಡಬಾರದಾಗಿದ್ದ ಮಾತು ಎಂದು. ಆಗ ನಾನು ದಾಟಬಾರದಾಗಿದ್ದ ಗಡಿಯಾಗಿತ್ತು ಅದು. ಆದರೆ,

ಗಡಿ ದಾಟಿ, ಮಾತು ಆಡಿಯಾಗಿತ್ತು. ಅಮ್ಮನಿಗೆ ಬೇಸರವೂ ಆಗಿತ್ತು. ನನಗೆ ಬುದ್ಧಿ ಬರುವ ಹೊತ್ತಿಗೆ ಅಪ್ಪ ಕೆಲಸದಿಂದ ರಿಟೈರ್ ಆಗಿದ್ದ. ರಿಟೈರ್ ಆದ ಮೇಲೆಯೇ ಈ ಮನೆ ಕಟ್ಟಿಸಿದ್ದು. ಅಪ್ಪನಿಗೆ ಅದೇಕೋ ಕೊನೆ ಕೊನೆಗೆ ಯಾವುದರಲ್ಲೂ ಆಸಕ್ತಿ ಇರಲಿಲ್ಲ. ನನಗೂ ಹೀಗೇ ಆಗಬಹುದೇನೋ ಎಂದುಕೊಂಡಿದ್ದೆ ಆಗ. ಆದರೆ, ನನಗೆ ಆಗುತ್ತಿರುವುದು ಬೇರೆ, ಅಪ್ಪನಿಗೆ ಆಗಿದ್ದು ಬೇರೆ. ನಾನೂ ಅಪ್ಪನ ಅಂಶ, ಆದರೆ ನಾನು ಅಪ್ಪನಲ್ಲ.

ಓದಿದ್ದೆ ಎಂಬ ನೆವಕ್ಕೆ ಕೆಲಸ ಸಿಕ್ಕಿತ್ತು. ಲೆಕ್ಚರರ್ ಕೆಲಸ. ಎಲ್ಲರೂ ಹೇಳುವಂತೆ ಅದು ಒಳ್ಳೆಯ ಕಾಲೇಜು. ನನಗೇನೂ ಹಾಗೆ ಅನಿಸಿರಲಿಲ್ಲ. ಇಷ್ಟಕ್ಕೂ ಅದು ಜ್ಞಾನ ಪಸರಿಸುವ ಕೇಂದ್ರವಾಗಿರಲಿಲ್ಲ. ಯಾಂತ್ರಿಕದ ತಿಳಿವಳಿಕೆಯನ್ನು ಕಲಿಸುವ ಶಿಕ್ಷಣ ಅಷ್ಟೆ. 6+3=9 ಇಷ್ಟನ್ನು ಯಾರು ಬೇಕಾದರೂ ಕಲಿಸಬಹುದು, ಯಾರು ಬೇಕಾದರೂ ಕಲಿಯಬಹುದು. ಆದರೆ, 6+3 ಕೂಡಿದರೆ ಒಂಬತ್ತೇ ಯಾಕೆ ಎನ್ನುವ ಕನಿಷ್ಠ ತರ್ಕ ಕೂಡಾ ಬೆಳೆಯಬೇಕು ಬುದ್ಧಿಗೆ. ಆದರೆ, ಅಲ್ಲಿ ಅಂತಹದ್ದೇನೂ ಇರಲಿಲ್ಲ. ಹೇಳುವವೂ ಕುರಿಗಳು, ಕೇಳುವವೂ ಕುರಿಗಳು. ಹೆಚ್ಚು ದಿನ ಇರಲಾಗಲಿಲ್ಲ ಅಲ್ಲಿ. ಇದ್ದಿದ್ದರೆ ಒಂದಷ್ಟು ದುಡ್ಡು, ಸೈಟು, ಕಾರು, ಮನೆ, ಪ್ರೊಫೆಸರ್ ಎಂಬ ಹೆಸರು ಇನ್ನು ಏನೇನೋ ಮಾಡಬಹುದಿತ್ತು ಅಷ್ಟೆ. ಆದರೆ, ಅಂತಲ್ಲಿ ನಿಲ್ಲುವ ಯಾವ ಆಸಕ್ತಿಯೂ ನನಗೆ ಇರಲಿಲ್ಲ. ಅಲ್ಲಿಂದ ನಾನು ಹೊರಬಂದದ್ದು ನನ್ನ ತಪ್ಪು ನಿರ್ಧಾರ ಎಂದು ಅನೇಕರು ಹೇಳಿದ್ದರು. ಆದರೆ, ನನಗೇನೋ ನಾನು ಒಳ್ಳೆಯ ಕೆಲಸವನ್ನೇ ಮಾಡಿದೆ ಎನಿಸಿತ್ತು. ಇದು ಅತಿರೇಕ ಎಂದು ಕೆಲವರು ಆಡಿಕೊಂಡರು. ಕೊಬ್ಬು ಎಂದು ಕೆಲವರು ನೇರವಾಗಿಯೇ ಹೇಳಿದರು. ಆದರೆ, ಅದು ನನ್ನ ಬದುಕಿನ ನಿರ್ಧಾರವಾಗಿತ್ತು.

ನಾನು ಅಲ್ಲಿದ್ದ ಕಾಲದಲ್ಲಿ ಒಂದಷ್ಟು ಒಳ್ಳೆಯ ಮೇಷ್ಟ್ರು ಅಲ್ಲಿದ್ದರು. ಆದರೆ, ಅವರೂ ಅಲ್ಲಿನ ಸ್ಥಿತಿಗೆ ಒಗ್ಗಿ ಹೋಗಿದ್ದರು. ಅದು ಅವರಿಗೆ ಅನಿವಾರ್ಯವಾಗಿತ್ತು. ಹಲವರ ಬದುಕಿನಲ್ಲಿ ಪ್ರಯೋಗಗಳು ಬೇಗನೇ ನಿಂತು ಹೋಗುತ್ತವೆ. ಆದರೆ, ನನ್ನಂಥವರಿಗೆ ಬದುಕೇ ಪ್ರಯೋಗ ಎನಿಸುತ್ತದೆ. ಇದು ಹೊರಗಿನವರಿಗೆ ತಿಕ್ಕಲುತನ. ಹೊರಗಿನವರಿಗೆ ಏಕೆ, ನನ್ನ ಮನೆಯವರಿಗೇ ಹಾಗೆನ್ನಿಸಿತ್ತು. ಹೆಚ್ಚೆಂದರೆ ನನ್ನ ತಿಕ್ಕಲುತನಕ್ಕೆ ನನ್ನ ಜಾತಿಯ ಬಲವಿತ್ತು. 'ಇಂಥ ಪಿಂಡಗಳು ಹುಟ್ಟೋದಿಲ್ಲ, ಸಂಭವಿಸುತ್ತವೆ' ಎನ್ನುತ್ತಿದ್ದ ಅಮ್ಮನ ತಮ್ಮ. ಅವನ ಮಟ್ಟಿಗೆ ನಾನು ಅಪೂರ್ವ ಪಿಂಡ. ಉಲ್ಕೆಗಳಿಂದ ಒಡೆದ ಪ್ರಭೆಯ ಕಣಗಳು ಗರ್ಭಿಣಿಯರ ಹೊಟ್ಟೆ ಮೇಲೆ ಹಾದುಹೋದರೆ ಅವು ಅತಿಯಾಗುತ್ತವೆ, ಇಲ್ಲವೇ ಮಿತಿಯಾಗುತ್ತವೆ ಎಂಬ ನಂಬಿಕೆ ಅವನಿಗಿತ್ತು. ಆದರೆ, ಅವನಿಗೆ ಹುಟ್ಟಿದವು ಅತಿಯಾಗೂ ಇರಲಿಲ್ಲ, ಮಿತಿಯಾಗೂ ಇರಲಿಲ್ಲ; ಸಾಧಾರಣ, ಮಧ್ಯಮ. ಅತ್ತೆಯ ಹೊಟ್ಟೆಗೆ ಯಾವ ಉಲ್ಕಾ ಪ್ರಭೆಯೂ ಸೋಕಲಿಲ್ಲವೋ ಏನೋ.

ನಾನು ಹುಟ್ಟು ಬ್ರಾಹ್ಮಣ. ಹುಟ್ಟು ಕುರುಡ ಇದ್ದಹಾಗೆ. ಅದು ಹುಟ್ಟಿನೊಂದಿಗೇ ಬಂದಿದ್ದು. ಬ್ರಾಹ್ಮಣ ದಂಪತಿಗೆ ಹುಟ್ಟಿದೆ ಎಂಬುದು ಬಿಟ್ಟರೆ ಬ್ರಾಹ್ಮಣ್ಯಕ್ಕೂ ನನಗೂ

ಯಾವ ಸಂಬಂಧವೂ ಇಲ್ಲ. ಉಪಾಕರ್ಮಕ್ಕೆ ಎಳೆಯುತ್ತಿದ್ದ ದಾರದ ಬಗ್ಗೆ ಅಜ್ಜನಿಗೆ ಭಕ್ತಿಗಿಂತಾ ಹೆಚ್ಚಾಗಿ ಭಯವಿತ್ತು. ಯಜ್ಞೋಪವೀತ ಬ್ರಹ್ಮಕ್ಕೆ ಸಮ ಎನ್ನುತ್ತಿದ್ದ ಅಜ್ಜ. ನಿಜ, ಅಜ್ಜ ಏನಾದರೂ ಬ್ರಾಹ್ಮಣ ಎಂದು ಆಗಿದ್ದಿದ್ದರೆ ಅದು ಆ ಜನಿವಾರದ ದಾರದ ಎಳೆಗಳಿಂದ ಮಾತ್ರ. ಮತ್ತೆಲ್ಲಾ ಮಾಮೂಲು. ಇದೇ ಊರಲ್ಲಿ ಇದ್ದ, ಇದೇ ದಾರಿಯಲ್ಲಿ ನಡೆದಾಡುತ್ತಿದ್ದ. ಎಲ್ಲರಂತೇ ಒಕ್ಕಲು ಮಾಡುತ್ತಿದ್ದ. ಅಪ್ಪ ಬ್ರಾಹ್ಮಣನಾಗಿದ್ದೂ ಹೀಗೆ, ಅಜ್ಜನಿಂದ. ಅಜ್ಜ ಬ್ರಾಹ್ಮಣ ಆಗಿದ್ದಕ್ಕೆ ಅಪ್ಪ ಬ್ರಾಹ್ಮಣ ಆದ, ಅಪ್ಪ ಬ್ರಾಹ್ಮಣ ಆಗಿದ್ದಕ್ಕೆ ನಾನೂ ಬ್ರಾಹ್ಮಣನಾದೆ. ಅಷ್ಟೇ. ಇದರಲ್ಲಿ ಹೆಚ್ಚೇನೂ ಇಲ್ಲ. ಮಾಂಸ ಮಡ್ಡಿ ತಿನ್ನುವುದಿಲ್ಲ ಎಂದ ಮಾತ್ರಕ್ಕೆ ನಾನೇನು ಸ್ವಯಂಭು ಆದೆನೇ. ಲೋಕದಲ್ಲಿ ನನ್ನಂತೆ ಎಷ್ಟೋ ಜಂತುಗಳು ಕ್ಷಣ ಕ್ಷಣವೂ ಹುಟ್ಟುತ್ತಿವೆ, ಬಹುಶಃ ನನಗಿಂತಲೂ ಉತ್ತಮವಾಗೇ ಸಾಯುತ್ತಿವೆ. ಆದರೆ, ನಾನು ಬ್ರಾಹ್ಮಣ. ಈಗ ಮುದಿ ಬ್ರಾಹ್ಮಣ. ಮೈ ಮೇಲಿನ ದಾರ ಕಿತ್ತೆಸೆದು ಯಾವುದೋ ಕಾಲವಾಗಿದ್ದರೂ ಜಾತಿ ನನ್ನನ್ನು ಬಿಟ್ಟಿಲ್ಲ.

ಇಲ್ಲಿಯವರೆಗೂ ನನಗೇನು ಸಿಕ್ಕಿದೆಯೋ ಅದು ನನಗೆ ಮಾತ್ರ ಸಿಕ್ಕಿದ್ದಲ್ಲ. ಅದು ನನ್ನ ಜಾತಿ ಕಾರಣಕ್ಕೆ ಸಿಕ್ಕಿದ್ದು. ಅಂದ ಮೇಲೆ ಅದು ನನಗೆ ಸಿಕ್ಕಿದ್ದಲ್ಲ ಜಾತಿಗೆ ಸಿಕ್ಕಿದ್ದು. ನಾನು ಬ್ರಾಹ್ಮಣನಾಗಿ ಹುಟ್ಟದೇ ಇದ್ದಿದ್ದರೆ ಇದೆಲ್ಲಾ ನನಗೆ ಸಿಗುತ್ತಿತ್ತೋ? ಖಂಡಿತ ಇಲ್ಲ. ಅದೂ ಇದೂ ಅಲ್ಲ. ನನ್ನ ಹೆಸರೇ ನನಗೆ ಸಿಗುತ್ತಿರಲಿಲ್ಲ.

ಜನ್ಮನಾ ಜಾಯತೇ ಶೂದ್ರಃ ಬ್ರಹ್ಮ ಜಾನಾತೀತಿ ಬ್ರಾಹ್ಮಣಃ. ಆದರೆ, ನಾನು ಇಲ್ಲಿ ಹುಟ್ಟಿದ್ದಕ್ಕೆ ಬ್ರಾಹ್ಮಣನಾದೆ. ಗಾಯಿತ್ರಿಮಂತ್ರವನ್ನು ಕಿವಿಯಲ್ಲಿ ಊದಿ ಸುಮ್ಮನಾದ ಅಪ್ಪ, ತಾನು ಸತ್ತರೂ ಅದರ ಅರ್ಥ ಹೇಳಲಿಲ್ಲ. ಬಾಯಿಪಾಠದ ಗಿಣಿ ಅಪ್ಪ. ಅಜ್ಜನಿಂದ ಕಂಠಪಾಠವಾಗಿದ್ದ ಶ್ಲೋಕಗಳನ್ನು ಆರತಿ ಮಾಡುವಾಗ ಮಣಮಣಿಸುತ್ತಿದ್ದ. ಆ ಶ್ಲೋಕಗಳಲ್ಲಿ ಅಪ್ಪನಿಗೆ ಅದೆಷ್ಟು ಅರ್ಥವಾಗಿದ್ದವೋ ಗೊತ್ತಿಲ್ಲ. ಅಪ್ಪ ಅವನ್ನು ಮಂತ್ರ ಎನ್ನುತ್ತಿದ್ದನೇ ಹೊರತು ಶ್ಲೋಕ ಎಂದು ಹಗುರಗೊಳಿಸುತ್ತಿರಲಿಲ್ಲ!

ಬ್ರಹ್ಮ ಎಂದರೇನು? ಅಪ್ಪನಲ್ಲಿ ಕೇಳಿದಾಗ, 'ಈ ಪಿಳ್ಳೇದು ತಲೆಹರಟೆ ಹೆಚ್ಚಾಯ್ತು ನೋಡೂ' ಎಂದು ಅಮ್ಮನಿಗೆ ಕೂಗಿ ಹೇಳಿದ್ದ. ಬ್ರಹ್ಮ? ಹವಿಸ್ಸಿಗಾಗಿ ಯಜ್ಞಕುಂಡಕ್ಕೆ ಬಾಲ ಬಿಟ್ಟು ಕುಂತ ಹಿರಣ್ಯಗರ್ಭ? ಆಕಾಶಂ ಶರೀರಂ ಬ್ರಹ್ಮ ಸತ್ಯಾತ್ಮ ಪ್ರಾಣಾರಾಮಃ ಮನಃ ಸದನಮ್ ಶಾಂತಿ ಸಮೃದ್ಧಮಮೃತಮ್. ಅದು ಬ್ರಹ್ಮ ಸಾಕ್ಷಾತ್ಕಾರಕ್ಕಲ್ಲ. ಯಜ್ಞಪೀಠಕ್ಕೆ ಅವನು ಬಲಿಪಶು! ಶಂಕರ ಹೇಳಿದ ಹಾಗೆ 'ಅಹಂ ಬ್ರಹ್ಮಾಸ್ಮಿ' ಅಂದಾಗ ಮಾತ್ರ ಬ್ರಹ್ಮಕ್ಕೆ ಬೆಲೆ, ಅರ್ಥ. ಬ್ರಹ್ಮ ಎನ್ನುವುದು ದೇವರಲ್ಲ. ಅವನು ನಾನೇ. ನಾನೇ ಬ್ರಹ್ಮ. ಅದನ್ನು ಹೇಳಿದ್ದು ಶಂಕರ ಅಲ್ಲ, ಶಂಕರಾಚಾರ್ಯ. ಶಂಕರನಿಗೆ ಶಂಕರ ಬ್ರಹ್ಮ, ಶಂಕರಾಚಾರ್ಯರಿಗೆ ಆಚಾರ್ಯ ಬ್ರಹ್ಮ. ಶಂಕರನೂ ಅಲ್ಲ, ಆಚಾರ್ಯನೂ ಅಲ್ಲ, ಅದನ್ನು ಹೇಳಿದ್ದು ಬೃಹದಾರಣ್ಯಕ.

ತದಾತ್ಮಾನ ಸ್ವಯಮ್ ಕುರುತ ತಸ್ಮಾತ್ತತ್ ಸುಕೃತಮುಚ್ಯತೇ. ಆತ್ಮನಲ್ಲಿ ನೆಲೆ ಕಂಡುಕೊಳ್ಳುವುದೇ ಮನುಷ್ಯನ ಪಾರಮ್ಯ. ಹಾಗಾದರೆ ದೇಹದ ಮಹತ್ತು ಏನು? ಕೇಳಿಸುವ ಕಿವಿ, ನೋಡುವ ಕಣ್ಣು, ಸವಿಯುವ ನಾಲಿಗೆ, ಮೂಸುವ

ಮೂಗು, ಅನುಭವಿಸುವ ಚರ್ಮ ಈ ಪಂಚೇಂದ್ರಿಯಗಳ ಕೆಲಸವೇನು. ಇವೆಲ್ಲಾ ಅನುಭವಿಸಿದ್ದನ್ನು ಆತ್ಮಕ್ಕೆ ಒಪ್ಪಿಸುವ ತುಂಡುಗುತ್ತಿಗೆ ನೌಕರರೋ ಹೇಗೆ? ನಿರಾಕಾರನಾದ ಬ್ರಹ್ಮ ಮತ್ತು ಆಕಾರರೂಪಿ ಮನುಷ್ಯ. ಆತ್ಮರೂಪಿಯಾದ ಬ್ರಹ್ಮ ಮತ್ತು ದೇಹರೂಪಿ ಮಾನವ. ಇದು ಇದಷ್ಟೇ. ಆದರೆ, ಇದು ಇದು ಮಾತ್ರ ಅಲ್ಲ. ಸಾವು ಮನುಷ್ಯನಿಗೆ ಬ್ರಹ್ಮಕ್ಕಲ್ಲ. ಇಲ್ಲಿ ಕಾಲು ಕಳೆದುಕೊಂಡು ಕುಂಟನಾದ ಮೇಲೆ ಬ್ರಹ್ಮತತ್ವ ಅಲ್ಪಸ್ವಲ್ಪ ಅರ್ಥವಾಗುತ್ತಿದೆ. ಅರ್ಥವಾಗದ ಕಾಲಕ್ಕೆ ಇದೇ ಬ್ರಹ್ಮ! ಸರಳ ಎನಿಸಿದ ಬದುಕೂ ಹೀಗೆ ಸುರುಳಿ ಸುತ್ತಿಕೊಂಡು ನಿಂತಿದೆ. ಅಂತರಂಗ ಯಾವುದು ಬಹಿರಂಗ ಯಾವುದು ಎಂದು ಎದುರಿಗೆ ಕುಂತು ಕೆಣಕುವ ಮುದಿ ಜೀವ. ಅದು ನನ್ನದೇ ಎಂದುಕೊಳ್ಳುವ ಹೊತ್ತಿಗೆ, ಅದರ ಕೊರಳಪಟ್ಟಿ ಹಿಡಿದು ಕೆನ್ನೆಗೆ ನಾಲ್ಕು ಬಾರಿಸಬೇಕು ಎನ್ನುವ ಹೊತ್ತಿಗೆ ಪಿಶಾಚಿಯಂತೆ ಕೇಕರಿಸಿ ಮಾಯವಾಗುವ ಪೀಡೆ. ಬೆನ್ನತ್ತಿ ಹಿಡಿದು ಚಚ್ಚಬೇಕೆನ್ನುವ ನಾನು ಕುಂಟ. ಆದರೆ, ಈ ನೆರಳಿಗೆ ಐಬಿಲ್ಲ. ಅದು ಕುಣಿಯುತ್ತದೆ, ಕೆನೆಯುತ್ತದೆ, ಕೇಕೆ ಹಾಕಿ ನಗುತ್ತದೆ, ಹೀಯಾಳಿಸುತ್ತದೆ. ಒಮ್ಮೊಮ್ಮೆ ನನ್ನ ಹೆಡೆಮುರಿಗೆ ಕಟ್ಟಿ ಒದೆಯುತ್ತದೆ.

ಯತ್ ಕೃತಂ ತದನಿತ್ಯಮ್. ಕೃತಕವಾದ್ದು ಅನಿತ್ಯ. ಹಾಗೆಂದ ಮೇಲೆ ಅನಿತ್ಯನಾದ ಮನುಷ್ಯನೂ ಕೃತಕ. ಮನುಷ್ಯನ ಹುಟ್ಟು ಸಂಘರ್ಷವಲ್ಲ, ಅದು ಮಥಿಸಿದ ಸೃಷ್ಟಿ. ಮೊಸರು ಕಡೆದು ಬೆಣ್ಣೆ ಕೂಡುವ ಹಾಗೆ. ಕಡೆಯದ ಹೊರತು ಸೃಷ್ಟಿ ಇಲ್ಲ. ಆಸೆ, ಕನಸು, ಬ್ರಹ್ಮ ಒಟ್ಟೊಟ್ಟಿಗೇ ಮಥಿಸಬೇಕು. ಎಲ್ಲವೂ ಏಕಾಏಕಿ ಕೂಡಬೇಕು, ಸಂಭವಿಸಬೇಕು. ಸರಳ ರೇಖೆಯಲ್ಲಿ ವಿದ್ಯುತ್ ಹರಿದ ಹಾಗೆ. ಅದು ಬೆಳಕಿನ ಕಿಡಿ ಹೊತ್ತಿಸುವ ಹಾಗೆ. ವಕ್ರೀಭವನಕ್ಕೆ ಹುಟ್ಟುವವು ಎಡಬಿಡಂಗಿಗಳು ನನ್ನ ಹಾಗೆ. ದೇಹವೂ ಐಬು, ಮನಸ್ಸೂ ಐಬು. ಪ್ರಜ್ವಲಿಸುವ ಧೂಮಕೇತುಗಳು. ಇದ್ದೂ ಇಲ್ಲದ ಹಾಗೆ, ಸತ್ತೂ ಸಾಯದ ಹಾಗೆ.

ಅಣು ಮಾತ್ರದಿಂದಲೇ ನಿರ್ಮಿತವಾದ ಈ ವಿಶ್ವದಲ್ಲಿ ನಾನು ಅಣುವಿನ ಧೂಳಿಗೆ ಒಂದು ಕಣ. ಸ್ಥಳ ಮತ್ತು ಕಾಲ ಏಕತ್ರ ಸಂಭವಿಸಿದಾಗ ವಿಶ್ವ ಹುಟ್ಟಿತಂತೆ. ಕಾಲ ಸ್ಥಳವನ್ನು ಕೂಡಿತೋ, ಸ್ಥಳ ಕಾಲವನ್ನು ಅಪ್ಪಿತೋ ಅಂತೂ ವಿಶ್ವ ಹುಟ್ಟಿದೆ. ವಿಶ್ವ ಇರುವುದರಿಂದ ನಾನೂ ಇದ್ದೇನೆ. ಇದೆಲ್ಲಾ ಏಕಾಏಕಿ ಸಂಭವಿಸುವಂಥದ್ದು. ಒಂದು ಇಲ್ಲದಿದ್ದರೆ ಮತ್ತೊಂದು ಇಲ್ಲ. ನಾನು ಇಲ್ಲದಿದ್ದರೆ ವಿಶ್ವವೂ ಇರುತ್ತಿರಲಿಲ್ಲ. ವಿಶ್ವದ ಅರಿವು ನನಗಾಗುವುದು ನಾನು ಇರುವುದರಿಂದಲೇ. ಬಹುಶಃ ಇದೇ ಬ್ರಹ್ಮ. ಈ ಇರವಿನ ಅರಿವೇ ಬ್ರಹ್ಮ. ಈ ಬ್ರಹ್ಮನೇ ಅಮೃತ. ಈ ಅಮೃತ ಬೇರೆ ಯಾರೋ ಅಲ್ಲ, ಅದು ನಾನೇ. ಹಾಗಾದರೆ, ನನ್ನನ್ನು ನನಗಿಂತಲೂ ಕಾಡುವ ಈ ನೆರಳು ಯಾರು? ಇದು ಬ್ರಹ್ಮನೋ, ನಾನೋ? ಅಥವಾ ನನ್ನ ಮೂರನೇ ಅಸ್ತಿತ್ವವೋ? ನಿಜಕ್ಕೂ ಮನುಷ್ಯನಿಗೆ ಎಷ್ಟು ಅಸ್ತಿತ್ವಗಳು? ಬ್ರಹ್ಮ ಮತ್ತು ನಾನೂ ಒಂದೇ ಅಂದ ಮೇಲೆ ಈ ನೆರಳೂ ನಾನೇ. ಆದರೆ ಇದು ಬ್ರಹ್ಮಕ್ಕಿಂತಲೂ ಹೆಚ್ಚು ಭಯ ಹುಟ್ಟಿಸುವ ಭೂತ. ಇದು ನನ್ನದೇ ಭೂತ. ಆದರೆ, ಇದು ಬೇರೆ ಅಸ್ತಿತ್ವ,

ನಾನು ಇದ್ದರೇ ಇದೂ, ನಾನು ಇಲ್ಲವಾದರೆ ಇಲ್ಲ. ಆದರೂ ನನ್ನನ್ನೇ ಹಿಡಿದು ಜಗ್ಗುತ್ತದೆ. ಕೆಣಕುತ್ತದೆ. ಆದರೆ, ಆಗಾಗ ಸಮಾಧಾನ ಮಾಡಿಸುತ್ತದೆ!

■

ಬೇಕಿತ್ತು ಅನಿಸುತ್ತದೆ. ಹೀಗೆ ಅನಿಸುವುದರಿಂದ ಈಗ ಹೆಚ್ಚೇನೂ ಪ್ರಯೋಜನವಿಲ್ಲ. ಒಂದಷ್ಟು ಆತ್ಮರತಿ ಖುಷಿ ಬಿಟ್ಟರೆ ಇದರಿಂದ ಈಗ ಹೆಚ್ಚೇನೇನೂ ಪ್ರಯೋಜನ ಇಲ್ಲ. ಹುಡುಗಿ ಬೇಡ, ಈ ಮುದುಕನೊಂದಿಗೆ ಗೊಣಗಿಕೊಂಡಿರಲು ಒಂದು ಮುದುಕಿಯಾದರೂ ಇದ್ದಿದ್ದರೆ ಜೀವಕ್ಕಿಷ್ಟು ತಂಪು ಎನಿಸುತ್ತಿತ್ತೋ ಏನೋ. ಬಾಂಬೆಯಲ್ಲಿದ್ದ ಕಾಲಕ್ಕೆ ನನಗೂ ಹೆಣ್ಣು ಕೊಡುವ ಜನರಿದ್ದರು. ಯೂನಿವರ್ಸಿಟಿಯಲ್ಲಿ ಕೆಲಸ, ಕೈ ತುಂಬಾ ಸಂಬಳ, ದಕ್ಷಿಣದ ಬ್ರಾಹ್ಮಣ. ನಾನಿದ್ದ ಛಾಳ್‌ನ ಮಾಲೀಕನ ಮಗಳು ನೋಡಲೂ ಚೆನ್ನಾಗಿದ್ದಳು. ಅವನು ತಾನಾಗಿಯೇ ಮುಂದಿಟ್ಟಿದ್ದ ಪ್ರಸ್ತಾವ ಅದು. ಮದುವೆಯಾದರೆ ಆ ಬಿಲ್ಡಿಂಗ್ ನನ್ನ ಹೆಸರಿಗೇ ಮಾಡಿಕೊಡುವ ಆಫರ್ ಬೇರೆ ಇತ್ತು. ಆದರೆ, ನನಗೆ ಆಗ ಬೇಡ ಎನಿಸಿತ್ತು. ಜೀವ ಏನೇನೋ ಬೇಡುತ್ತಿತ್ತು. ಸಂಸಾರ, ಹೆಂಡತಿ, ಮನೆ, ಮಕ್ಕಳು ಎಂಬ ಬಂಧದೊಳಗೆ ಮತ್ತೆ ಸಿಲುಕಲು ನನಗೆ ಇಷ್ಟವಿರಲಿಲ್ಲ. ಆಗ ಈ ಮನೆ ಬಿಟ್ಟು ದೂರಾಗಿದ್ದೂ ಇದೇ ಕಾರಣಕ್ಕೆ. ಅಪ್ಪ ಸತ್ತ ಮೇಲೆ ಅಮ್ಮ ಒಂಟಿ, ಅಮ್ಮ ಸಾಯುವ ಕಾಲಕ್ಕೆ ನಾನೂ ಒಂಟಿ. ಅಣ್ಣ, ಅಕ್ಕ ಎಂಬ ಸಂಬಂಧಗಳು ತಂತಮ್ಮ ಸಂಸಾರ ಜಂಜಡಗಳಲ್ಲಿ ದ್ವೀಪಗಳಾಗಿದ್ದ ವೇಳೆ ಅವನ್ನು ಜಗ್ಗಿ ಒಂದುಗೂಡಿಸುವುದರಲ್ಲಿ ಅರ್ಥವೇ ಇರಲಿಲ್ಲ. ಊರು ಬಿಟ್ಟೆ.

ಪ್ರೊಫೆಸರ್ ಅಂದರೆ ಪ್ರೊಫೆಸರ್ ಅಷ್ಟೆ. ಅದನ್ನು ಹೆಸರಿನ ಮುಂದಕ್ಕೆ ಒತ್ತಿಕೊಂಡು ಹೇಳಿಕೊಳ್ಳುವುದರಲ್ಲಿ, ಅದನ್ನು ಹಾಗೆ ಕೇಳಿಸಿಕೊಳ್ಳುವುದರಲ್ಲಿ ನನಗೆ ಯಾವ ತೆವಲೂ ಇರಲಿಲ್ಲ. ಅದು ಒಂದು ಅನ್ವರ್ಥನಾಮ. ಮಿಸ್ಟರ್ ಅನ್ನುವ ಹಾಗೆ. ಮಿಸ್ಟರ್‌ಗೂ ಪ್ರೊಫೆಸರ್‌ಗೂ ಹೆಸರಿನ ಮುಂದಿನ ಸಂಬಂಧದಲ್ಲಿ ನನಗೆ ಯಾವ ಹೆಚ್ಚೂ ಕಡಿಮೆಯೂ ಕಾಣದು. ಆದರೂ ಯೂನಿವರ್ಸಿಟಿಯಲ್ಲಿ ಹಾಗೆ ಕರೆಸಿಕೊಳ್ಳುವ, ಕರೆಯುವ ಕೆಟ್ಟ ರೋಗ ಇದ್ದೇ ಇರುತ್ತದೆ. ಅದು ಅಲ್ಲೂ ಇತ್ತು. 'ಪ್ರೊಫೆಸರ್' ಚೆಂದನೆಯ ಹುಡುಗಿಯರು ಹೀಗೆ ಕರೆಯುವಾಗ ಅವರೆಲ್ಲಾ ನನ್ನನ್ನು ಶತಮಾನದಷ್ಟು ಹಿಂದಕ್ಕೆ ನೂಕಿ ನನ್ನ ಹಣೆಗೆ ಅರಿಸಿನ-ಕುಂಕುಮ ಮೆತ್ತಿ, ಕೈ ಮುಗಿದು ಕಾಲಿಗೆ ಬೀಳುತ್ತಿರುವ ಹಾಗೆ ಅನ್ನಿಸುತ್ತಿತ್ತು. ಹೆಚ್ಚೆಂದರೆ ನಾನು ಅವರಿಗಿಂತ ನಾಲ್ಕೈದು ವರ್ಷ ದೊಡ್ಡವನಿದ್ದೆ ವಯಸ್ಸಿನಲ್ಲಿ. ಡಾಕ್ಟರೇಟ್, ರಿಸರ್ಚ್ ಕಾರಣಕ್ಕಲ್ಲ, ಡಿಪಾರ್ಟ್‌ಮೆಂಟ್‌ನಲ್ಲಿ ಬೇರೆ ಯಾರೂ ಇಲ್ಲದಿದ್ದ ಕಾರಣಕ್ಕೆ ಅಲ್ಲಿ ನಾನೇ ಅಸಿಸ್ಟಂಟ್, ನಾನೇ ಅಸೋಸಿಯೇಟ್ ಪ್ರೊಫೆಸರ್ ಆಗಿದ್ದೆ. ಜತೆಗೆ ನಾನೇ ಛೇರ್ಮನ್.

ತರಗತಿಯಲ್ಲಿ ತುಂಟತನ ಮಾಡುತ್ತಲೇ ನನ್ನ ಪಾಠ ಕೇಳುತ್ತಿದ್ದ ಚೆಂದನೆಯ ಹುಡುಗಿಯರು. ಬಿಳಿ ತೊಗಲು, ಮೆತ್ತನೆಯ ದೇಹ; ಸುಕೋಮಲ, ಸೊಗಸು

ಎನ್ನುವುದಕ್ಕೆ ಪರ್ಯಾಯ ಎನ್ನುವಂತೆ. ಆದರೆ, ಇದು ಸರಿಯಲ್ಲ ಎನಿಸುತ್ತಿತ್ತು. ಒಂದು ಬಾರಿ ಬೇಕು ಎನಿಸಿದರೆ ಮತ್ತೆ ಸಾವಿರ ಬಾರಿ ಬೇಡವೇ ಬೇಡ ಎಂಬ ತೊಳಲಾಟ. ಅದು ಸರಿಯಲ್ಲ ಎನ್ನುವ ನೈತಿಕ, ಜೀವನವೇ ಭ್ರಮೆ ಇದೂ ಭ್ರಮೆ ಎನ್ನುವ ತತ್ವ, ಅದೆಲ್ಲಾ ಮಣ್ಣು, ಬಯಸುವುದಷ್ಟೇ ನಿಜ ಮುಂದುವರಿ ಎನ್ನುವ ದೇಹ. ಪ್ರೊಫೆಸರ್ ಎಂದು ಕರೆದೂ ಮೋಹದ ನಗೆ ಬೀರುವ ಹುಡುಗಿಯರಿಗೇನೂ ಕಡಿಮೆ ಇರಲಿಲ್ಲ ಅಲ್ಲಿ. ಅದೆಲ್ಲಾ ಆಗಲೂ ನಡೆಯುತ್ತಿತ್ತು. ಯೂನಿವರ್ಸಿಟಿಯ ಹಾಸ್ಟೆಲ್‌ನಲ್ಲೊ, ಇಲ್ಲಾ ದುಬಾರಿ ಹೋಟೆಲ್‌ನಲ್ಲೋ. ಎಲ್ಲಿಗೆ ಕೈ ಎಟುಕುತ್ತದೆ ಅಲ್ಲಿ. ಆದರೆ, ಮನಸ್ಸು ಗಟ್ಟಿ ಮಾಡಿ ಮುಟ್ಟುವ ಹೊತ್ತಿಗೆ ನಾನು ಡೆಲ್ಲಿಯಲ್ಲಿದ್ದೆ.

■

ಸುಂದರ ಹುಡುಗಿಯರ ಗುಂಪು ನನ್ನ ಕೈ ಹಿಡಿದು ಕರೆದುಕೊಂಡು ಹೋಗುತ್ತಿದೆ. ಒಬ್ಬೊಬ್ಬಳೂ ನಾಜೂಕಿನ ಬೆಣ್ಣೆ ಮುದ್ದೆ. ಪಾರದರ್ಶಕದಲ್ಲಿ ಪಾರದರ್ಶಕ ಉಡುಪು. ಕಾಣಬೇಕು, ಆದರೆ ಕಾಣಬಾರದು. ಪೂರ್ತಿ ಕಂಡರೆ ಖುಷಿಯಿಲ್ಲ, ಇಷ್ಟಿಷ್ಟೇ ಇಣುಕುವ ಚರ್ಮಕ್ಕೆ ಎಂಥದ್ದೋ ಸೆಳೆತ! ಮೊದಲು ಉದ್ಯಾನದಲ್ಲಿ ನನ್ನೊಂದಿಗೆ ಆಟವಾಡಿದ ಲಲನೆಯರು. ಹತ್ತಿರದಲ್ಲೇ ಸುಂದರ ಸರೋವರ, ಅಲ್ಲಿ ಜಲಕ್ರೀಡೆ. ಸುತ್ತಲೂ ಹಸಿರು, ಸರೋವರದಲ್ಲಿ ತಾವರೆ ಹೂಗಳ ಓಲಾಟ, ಹಕ್ಕಿಗಳ ಚಿಲಿಪಿಲಿ. ಇದನ್ನೂ ಮೀರಿಸುವಂತೆ ಹುಡುಗಿಯರ ಕಿಲಕಿಲ ನಿನಾದ. ಆಮೇಲೆ ದೋಣಿ ಏರಿಸಿಕೊಂಡ ಹುಡುಗಿಯರು ಮಧುಪಾತ್ರೆ ಹಿಡಿದು ತಾವೂ ಕುಡಿದು ಅದೇ ಗ್ಲಾಸನ್ನು ನನ್ನ ತುಟಿಗೂ ಇಟ್ಟರು. ಒಗರು, ಘಾಟು ಎಂಥದ್ದೂ ಇಲ್ಲ. ಸಿಹಿಯಾಗಿದೆ. ಅಮಲು ಏರುತ್ತಿದ್ದುದು ಹುಡುಗಿಯರು ನನ್ನ ಮೈ ಮೇಲೆ ತಮ್ಮ ಬೆಣ್ಣೆಬೆರಳ ನೇವರಿಸುತ್ತಿದ್ದುದಕ್ಕೋ ಅಥವಾ ಹೊಟ್ಟೆಗಿಳಿದ ಮಧುವಿನಿಂದಲೋ ಗೊತ್ತಾಗಲಿಲ್ಲ. ಅಮಲಿಗೆ ಸಣ್ಣಗೆ ಜೋಂಪು ಹತ್ತಿ ಕಣ್ಣು ಮುಚ್ಚಿದೆ.

ಕಣ್ಣು ತೆರೆದಾಗ ನಾನು ದೋಣಿಯಲ್ಲೇ ಇದ್ದೆ. ಆದರೆ, ಹುಡುಗಿಯರಿಲ್ಲ. ಮಧುಪಾತ್ರೆಯೂ ಇಲ್ಲ. ಮೈ ಮೇಲೆ ಬಟ್ಟೆಯೂ ಇಲ್ಲ. ಎಲ್ಲಾ ಕದ್ದೊಯ್ದಿದ್ದಾರೆ ರಂಡೇರು ಎಂದುಕೊಂಡು ಕಣ್ಣುಜ್ಜಿಕೊಂಡು ಎದ್ದರೆ ಸರೋವರವೇ ಇಲ್ಲ. ಮರುಭೂಮಿ. ಮರಳುಗಾಡು. ಕಣ್ಣು ಹಾಯಿಸಿದಷ್ಟೂ ದೂರ ಬಟಾಬಯಲು. ಉರಿಯುತ್ತಿರುವ ಸೂರ್ಯ ಬರಿ ಮೈಯನ್ನು ಸುಡು ಸುಡು ಸುಡುತ್ತಿದ್ದ. ಬಳಲಿಕೆ ಶುರುವಾಯಿತು. ಕೂಗಿದೆ. ಬೊಬ್ಬೆ ಹೊಡೆದೆ. ಊಹುಂ. ಒಂದು ಜಂತುವೂ ಇಲ್ಲದ ಒಂಟಿ ಜಗತ್ತು. ಆಯಾಸವಾಯಿತು. ದೋಣಿಯಲ್ಲೇ ಕುಸಿದು ಕುಂತೆ. ತಲೆ ಬಗ್ಗಿಸಿಕೊಂಡು ಅಳಲು ಶುರು ಮಾಡಿದೆ. ಬಿಸಿ ಹವೆಗೆ ಕಣ್ಣೀರು ಕಣ್ಣೊಳಗೇ ಇಂಗುತ್ತಿತ್ತು. ಒಂದಷ್ಟು ಹೊತ್ತಾದ ಮೇಲೆ ಕತ್ತೆತ್ತಿದರೆ ದಿಗಂತದಲ್ಲೇನೋ

ಸರಿದಾಡುವಂತೆ ಕಂಡಿತು. ಬರಬರುತ್ತಾ ಅದು ಒಂಟೆಗಾಡಿಯ ರೂಪ ತಾಳಿತು. ಬಂದೂ ಬಂದೂ ಆ ಗಾಡಿ ಹತ್ತಿರಾಯಿತು. ಗಾಡಿಗೆ ಕಟ್ಟಿದ್ದ ಒಂಟೆಗೆ ಕಣ್ಣು, ಕಿವಿ, ಮೂಗು, ಬಾಯಿ ಏನೂ ಇಲ್ಲ. ಸರಿಯಾಗಿ ನೋಡಿದರೆ ಅದಕ್ಕೆ ಕಾಲೇ ಇಲ್ಲ. ಬಾಯಾರುತ್ತಿದೆ. ಬಾಯಲ್ಲಿನ ಎಂಜಲು ಒಣಗಿ ಅಂಟಂಟಾಗುತ್ತಿದೆ. ಯಾರೋ ಯಾವಾಗಲೋ ಹೇಳಿದ್ದು – ಒಂಟೆಯ ಡುಬ್ಬದಲ್ಲಿ ನೀರಿರುತ್ತದೆ ಎಂದು. ಅತ್ತಿತ್ತ ನೋಡಿದೆ. ಗಾಡಿಯ ಚಕ್ರಕ್ಕೆ ಸಿಕ್ಕಿಸಿದ್ದ ಚೂಪಾದ ಕಡಾಣಿ ಕಂಡಿತು. ಅದನ್ನು ಕಿತ್ತೆ. ಗಾಡಿಯಿಂದ ಸರಿದ ಚಕ್ರ ಮರಳಲ್ಲಿ ಹೂತು ಹೋಯಿತು. ಒಂಟೆ ಅಲುಗಾಡಿತು. ಅದರ ಕುತ್ತಿಗೆ ಹಿಡಿದು ಕಡಾಣಿಯಿಂದ ಡುಬ್ಬಕ್ಕೆ ಜೋರಾಗಿ ಚುಚ್ಚಿದೆ. ರಕ್ತ ಚಿಮ್ಮಿತು. ಚಿಮ್ಮಿದ ರಕ್ತ ನನ್ನ ಮುಖ ಮೈಯನ್ನೆಲ್ಲಾ ತೋಯಿಸಿತು. ಬಾಯಾರುತ್ತಿದೆ. ಡುಬ್ಬದಲ್ಲಿ ನೀರಿಲ್ಲ. ಆದರೆ, ರಕ್ತ ಚಿಮ್ಮುತ್ತಿದೆ. ಈ ರಕ್ತವನ್ನೇ ಕುಡಿದು ಬಿಡಲೇ. ಅಯ್ಯೋ ನಾನು ಬ್ರಾಹ್ಮಣ. ಇದೇನು ಮಾಡಿದೆ. ಒಂಟೆಯ ಡುಬ್ಬದಿಂದ ಚಿಮ್ಮಿ ಕೆಳಕ್ಕಿಳಿಯುತ್ತಿದ್ದ ರಕ್ತವನ್ನೆಲ್ಲಾ ಮರಳು ಬೊಗಸೆ ಮಾಡಿಕೊಂಡು ಕುಡಿಯುತ್ತಿದೆ. ಒಂಟೆ ಜೋರಾಗಿ ಅಲುಗಾಡುತ್ತಾ ಗಾಡಿಯನ್ನು ಜಗ್ಗಲು ಶುರು ಮಾಡಿತು. ಹಿಂದೆ ನೋಡಿದರೆ ಗಾಡಿಯಲ್ಲೊಂದು ದೊಡ್ಡ ಪೆಟ್ಟಿಗೆ. ಒಂಟೆ ಜಗ್ಗುತ್ತಿದೆ. ಪೆಟ್ಟಿಗೆ ಇಷ್ಟಿಷ್ಟೇ ಕೆಳಕ್ಕೆ ಇಳಿಯುತ್ತಿದೆ. ಒಂಟೆ ಒಮ್ಮೆ ಜೋರಾಗಿ ಜಗ್ಗಿತು. ಪೆಟ್ಟಿಗೆ ಕೆಳಕ್ಕೆ ಬಿದ್ದು ಅದರ ಬಾಗಿಲು ತೆರೆಯಿತು. ಗಾಡಿಯ ಭಾರ ಕಡಿಮೆಯಾಗಿ ಒಂಟಿ ಚಕ್ರದ ಗಾಡಿಯನ್ನು ಎಳೆಯುತ್ತಾ ಒಂಟೆ ಓಡತೊಡಗಿತು. ಓಡುತ್ತಾ ಓಡುತ್ತಾ ಒಂಟೆಯೂ, ಗಾಡಿಯೂ ಬಿಸಿಲುಗುದುರೆ ಜತೆ ಸೇರಿ ಕರಗಿಹೋದವು.

ಕಾಲೆಳೆಯುತ್ತಾ ಪೆಟ್ಟಿಗೆ ಕಡೆಗೆ ನಡೆದೆ. ಅದರೊಳಗೆ ಕುಡಿಯಲು ಒಂದಿಷ್ಟು ನೀರೇನಾದರೂ ಇದೆಯೋ ಎಂದು ಹತ್ತಿರ ಸಾರಿದೆ. ತೆರೆದಿದ್ದ ಪೆಟ್ಟಿಗೆಯಿಂದ ಕೈಯೊಂದು ಹೊರಕ್ಕೆ ಚಾಚಿತ್ತು. ಇದೇನು ಶವದ ಪೆಟ್ಟಿಗೆಯೋ. ಯಾವ ಅಲಂಕಾರವೂ ಇಲ್ಲದ ಶವದ ಪೆಟ್ಟಿಗೆ. ಹೌದು ಅದು ಶವದ ಪೆಟ್ಟಿಗೆ. ಹತ್ತಿರ ಹೋದೆ. ಇಣುಕಿದೆ. ಹೊರಚಾಚಿದ್ದ ಕೈ ಅಲುಗಲು ಶುರುವಾಯಿತು. ನಿಧಾನವಾಗಿ ಆ ಕೈ ನನ್ನ ಕೈ ಹಿಡಿದುಕೊಂಡಿತು. ಬಿಡಿಸಿಕೊಳ್ಳಲು ಹೆಣಗಾಡಿದೆ. ಊಹುಂ. ಬಿಡಿಸಿಕೊಳ್ಳಲು ಯತ್ನಿಸಿದಷ್ಟೂ ಅದರ ಹಿಡಿತ ಬಿಗಿಯಾಗುತ್ತಿದೆ. ಬಾಗಿದೆ. ಪೆಟ್ಟಿಗೆಯೊಳಗೆ ಅದರ ಮುಖ ಒಂದು ಕಡೆಗೆ ವಾಲಿತ್ತು. ಅದನ್ನು ಹೊರಳಿಸಿದೆ. ಅಯ್ಯೋ ಅದು ನಾನೇ. ನನ್ನದೇ ಹೆಣ. ಬಿಗಿಯಾಗಿ ಸೆಳೆದುಕೊಂಡ ಅದು ಎಳೆಯುತ್ತಾ ಎಳೆಯುತ್ತಾ ಅದರೊಳಗೆ ನನ್ನನ್ನು ಹುದುಗಿಸಿಕೊಂಡಿತು.

ಅಯ್ಯೋ...

ಚೀರಿ ಕಣ್ಣು ಬಿಟ್ಟೆ; ಬೆಳಕಾಗಿತ್ತು.

ಡೆಲ್ಲಿಯಲ್ಲಿದ್ದ ದಿನಗಳಲ್ಲಿ ಬಹಳಷ್ಟು ಸಾರಿ ಈ ಕನಸು ಪದೇ ಪದೇ ಬಂದು ಕಾಡುತ್ತಿತ್ತು. ರಾತ್ರಿ ಎಂದರೆ ರಾತ್ರಿ, ಹಗಲು ಎಂದರೆ ಹಗಲು. ಸಣ್ಣ ತೂಕಡಿಕೆಯೂ ಸಾಕು. ಸಿಟಿ ಬಸ್‌ನಲ್ಲಿರಲಿ, ಲೋಕಲ್ ಟ್ರೈನಿನಲ್ಲಿರಲಿ, ಸ್ಟಾಫ್ ರೂಮಿನಲ್ಲಿರಲಿ,

ಟಾಯ್ಲೆಟ್‌ನಲ್ಲಿರಲಿ, ಬಾರಿನಲ್ಲಿರಲಿ, ರೂಮಿನಲ್ಲಿರಲಿ, ಎಲ್ಲೆಂದರಲ್ಲಿ ಬಂದು ಆವರಿಸಿಕೊಂಡು ಹೆದರಿಸುತ್ತಿತ್ತು. ಬೆಚ್ಚಿಬೀಳಿಸುತ್ತಿತ್ತು. ಆದರೆ ಡೆಲ್ಲಿ ಬಿಟ್ಟಮೇಲೆ ಒಮ್ಮೆಯೂ ಅದು ಕಣ್ಣಿಗೆ ಹತ್ತಿಲ್ಲ. ಬಯಸಿದರೂ ಆ ಕನಸು ಈಗ ಬೀಳುವುದಿಲ್ಲ. ಆ ಕನಸಿಗೆ ಏನು ಅರ್ಥ? ಆ ಹುಡುಗಿಯರು ಯಾರು? ಅವರು ನನ್ನೊಂದಿಗೆ ಏಕೆ ಆಟವಾಡಿದರು? ಸರೋವರದಲ್ಲಿ ಕೂರಿಸಿಕೊಂಡು ಮರುಭೂಮಿಯಲ್ಲೇಕೆ ತಂದು ಬಿಟ್ಟರು? ಆ ಇನ್ನೊಬ್ಬ ನಾನು ಏಕೆ ಸತ್ತೆ? ಸತ್ತರೂ ಆ ಮರಳುಗಾಡಿಗೆ ಏಕೆ ಹೋದೆ? ಕಣ್ಣು, ಕಿವಿ, ಮೂಗು, ಬಾಯಿ ಇರದ ಒಂಟೆಯ ಗಾಡಿಗೆ ನನ್ನ ಹೆಣ ಹಾಕಿದವರು ಯಾರು? ನನ್ನ ಹೆಣ ನನ್ನನ್ನೇ ಏಕೆ ತನ್ನೊಳಗೆ ಹುದುಗಿಸಿಕೊಂಡಿತು? ಈಗ ಬದುಕಿರುವುದು ನಾನೋ ನನ್ನ ಹೆಣವೋ? ಪ್ರಶ್ನೆಗಳು ಮಾತ್ರ ತಲೆಯೊಳಗೆ ಗಿರಕಿ ಹೊಡೆಯುತ್ತಲೇ ಇವೆ. ಆದರೆ, ಆ ಕನಸು ಮಾತ್ರ ಮತ್ತೆ ಬಿದ್ದಿಲ್ಲ.

■

ಅಲ್ಲೆಲ್ಲೋ ಉಳಿದುಬಿಡಬಹುದಿತ್ತು. ಕೇಪ್ ಟೌನ್‌ನಲ್ಲೋ, ಪ್ಯಾರಿಸ್‌ನಲ್ಲೋ ಅಥವಾ ಬಾಂಬೆಯಲ್ಲೋ, ಡೆಲ್ಲಿಯಲ್ಲೋ, ಮದ್ರಾಸಿನಲ್ಲೋ. ಆದರೆ, ಮತ್ತೆ ಇಲ್ಲಿಗೆ ಬಂದೆ. ಇಲ್ಲಿ ಉಳಿಯುವ ಯಾವ ಪೂರ್ವ ನಿರ್ಧಾರವೂ ಇಲ್ಲದೆ ಇಲ್ಲಿಗೆ ಬಂದೆ. ಮತ್ತೆ ಹೋಗಿಬಿಡಬೇಕೆಂದುಕೊಂಡೇ ಬಂದೆ. ಯೂನಿವರ್ಸಿಟಿಯ ಹಳೆಯ ಕಾಲದ ಗೆಳೆಯರು ಗೋಹಾಟಿಯಲ್ಲಿ ಸಂಘವೋ, ಆಶ್ರಮವೋ ಎಂಥದ್ದೋ ಕಟ್ಟಿದ್ದರು. ನನ್ನಂಥ ಎಷ್ಟೋ ಜನ ಈಗ ಅಲ್ಲಿದ್ದಾರೆ. ನನ್ನಂಥ ಅಂದರೆ ಹೆಚ್ಚೂ ಕಡಿಮೆ ನನ್ನದೇ ವಯಸ್ಸಿನ, ನನ್ನಂತೇ ಯೋಚಿಸುವ, ನನ್ನಷ್ಟೇ ಮಾಗಿರುವ, ಅದೂ ಇದೂ ದೇಹ–ಮನಸ್ಸಿನ ಕಾಯಿಲೆ ಇರುವವರು. ಆ ವಿಷಯ ಗೊತ್ತಾದ ಮೇಲೆ ಅಲ್ಲಿಗೇ ಹೋಗಿಬಿಡಲು ಒಂದಷ್ಟು ಹಣವನ್ನೂ ಸೇರಿಸಿದ್ದೆ. ಹೆಚ್ಚೇನೂ ಅಲ್ಲ. ಅಲ್ಲಿಗೆ ಎಷ್ಟು ಬೇಕಾಗಬಹುದು ಎನಿಸುತ್ತದೋ ಅಷ್ಟು. ಕೊನೇ ಗುಕ್ಕಿಗೆ ಗಂಗಾಜಲ ಎನ್ನುವಷ್ಟು. ಆದರೆ ಆಗಲಿಲ್ಲ. ಅಲ್ಲಿಗೆ ಹೋಗಬೇಕೆಂದು ಎಷ್ಟು ಅಂದುಕೊಂಡರೂ ಆಗಲಿಲ್ಲ. ನಾನು ಬೆಳೆದ ಮನೆ, ಕೊನೆಯ ಸಲ ಒಮ್ಮೆ ನೋಡಬೇಕೆಂದು ಇಲ್ಲಿಗೆ ಬಂದೆ. ಇಲ್ಲಿಗೆ ಬಂದ ಮೇಲೆ ನಾನು ಸಂಪೂರ್ಣ ಬಿದ್ದು ಹೋದೆ. ಈ ಮನೆಗೆ ಬಂದ ಮರುದಿನಕ್ಕೇ ನನ್ನ ಕಾಲುಗಳು ಬಿದ್ದು ಹೋದವು. ಒಂಟಿಯಾಗಿದ್ದ ಈ ಹಳೆಯ ಮನೆಗೂ ಹಳೆಯ ಜೀವವೊಂದು ಜತೆಗೆ ಬೇಕಿತ್ತೋ ಏನೋ. ಬಿದ್ದ ಕಾಲುಗಳನ್ನು ಎಳೆದುಕೊಂಡು ಗೋಹಾಟಿಗೆ ಹೋಗಿ ಅಲ್ಲಿ ಇನ್ಯಾರನ್ನೋ ಅವಲಂಬಿಸುವುದೂ ಸರಿ ಎನಿಸಲಿಲ್ಲ. ಇಲ್ಲೇ ಉಳಿದೆ. ಉಳಿದೆ ಎನ್ನುವುದಕ್ಕಿಂತಲೂ ಅಳಿಯುತ್ತಿದ್ದೇನೆ ಎನ್ನುವುದೇ ಸರಿ.

ಸೌತ್ ಆಫ್ರಿಕಾಗೆ ಹೋಗಿದ್ದು ಮದ್ರಾಸಿನ ಪತ್ರಿಕೆಯ ವರದಿಗಾರನಾಗಿ. ಪತ್ರಿಕೆಗೆ ಆಗೀಗ ಏನೇನೋ ಗೀಚುತ್ತಿದ್ದೆ. ಅವು ಪ್ರಕಟವೂ ಆಗುತ್ತಿದ್ದವು. ಅದರ ಋಣದ

ಚೆಕ್ಕುಗಳು ಡೆಲ್ಲಿಗೂ ಬರುತ್ತಿದ್ದವು. ಹೀಗೇ ಒಮ್ಮೆ ಮದ್ರಾಸಿಗೆ ಬಂದಿದ್ದಾಗ ಪತ್ರಿಕೆಯ ಕಚೇರಿಗೆ ಹೋದೆ. ನನ್ನ ಪೂರ್ವಾಪರ ವಿಚಾರಿಸಿದ ಅದರ ಮಾಲೀಕರೂ ಆಗಿದ್ದ ಸಂಪಾದಕರು ಒಂದು ಆಫರ್ ಮುಂದಿಟ್ಟಿದ್ದರು. ಒಳ್ಳೆಯ ಇಂಗ್ಲಿಷ್ ಇದೆ ಎಂಬ ಕಾರಣಕ್ಕೆ ನಾನು ಸೌತ್ ಆಫ್ರಿಕಾಗೆ ಹೋಗಿ ವರದಿ ಮಾಡಬೇಕೆಂಬ ಆಫರ್ ಅದು. ಪಾಠ ಮಾಡಿಕೊಂಡಿರುವವನನ್ನು ವರದಿಗಾರನಾಗಿ, ಅದೂ ಸೌತ್ ಆಫ್ರಿಕಾಗೆ ಕಳಿಸಬೇಕೆಂಬ ಯೋಚನೆ ಆ ಪುಣ್ಯಾತ್ಮನಿಗೆ ಯಾಕೆ ಬಂದಿತ್ತೋ ಗೊತ್ತಿಲ್ಲ. ಅದೇನೂ ಬಲವಂತವಾಗಿರಲಿಲ್ಲ. ನಾನು ಬೇಡ ಎಂದರೆ ಬೇಡವಾಗಿತ್ತು ಅಷ್ಟೆ. ಆದರೆ ನಾನು ಹೋದೆ. ಪಾಠ ಮಾಡುವುದರಿಂದ ಬರುವ ಸಂಬಳಕ್ಕಿಂತ ಹೆಚ್ಚಿನ ಸಂಬಳ ಅಲ್ಲಿ ಸಿಗುತ್ತದೆ ಎಂದಲ್ಲ, ವರದಿಗಾರ ಎಂಬ ಕೋಡು ಬರುತ್ತದೆ ಎಂದಲ್ಲ, ನಾನು ಬರೆದಿದ್ದನ್ನು ಲಕ್ಷಾಂತರ ಮಂದಿ ಓದುತ್ತಾರೆ ಎಂದಲ್ಲ, ಮುಖ್ಯ ನಾನು ಡೆಲ್ಲಿ ಬಿಡಬೇಕಿತ್ತು, ಈ ದೇಶ ಬಿಡಬೇಕಿತ್ತು.

ಆಗ ಅದು ಯಾಕೆ ಹಾಗೆನಿಸಿತ್ತೋ ಈಗಲೂ ನನಗೆ ತಿಳಿಯುತ್ತಿಲ್ಲ. ಸಾಗರ ದಾಟಿ ಆಚೆ ಹೋದರೆ ಅಲ್ಲೇನೋ ಬೇರೆ ಇದೆ ಎಂಬ ಭ್ರಮೆ. ಆದರೆ, ಅಲ್ಲೂ ಮನುಷ್ಯರಿದ್ದರು. ಅಲ್ಲೂ ಜನರಿಗೆ ಆಸೆಗಳಿದ್ದವು, ಕನಸುಗಳಿದ್ದವು. ಅಲ್ಲಿನ ಜನರಿಗೂ ಕಷ್ಟಗಳಿದ್ದವು. ಅಲ್ಲೂ ಚಳವಳಿಗಳಿದ್ದವು. ಅಲ್ಲೂ ರಾಜಕೀಯವಿತ್ತು. ಅದೂ ಇಲ್ಲಿಯ ಹಾಗೇ ಎನಿಸಲು ನನಗೆ ಹೆಚ್ಚು ದಿನ ಬೇಕಾಗಲಿಲ್ಲ. ಒಂದಷ್ಟು ದಿನ ಸುತ್ತಾಡಿದೆ. ಪತ್ರಿಕೆಗೆ ಬರೆದೆ. ಅದೂ ಇದೇ ಅನಿಸುವ ಹೊತ್ತಿಗೆ ಮದ್ರಾಸಿಗೆ ಬಂದು ರಾಜೀನಾಮೆ ನೀಡಿದೆ. ರಾಜೀನಾಮೆ ಕೊಡುವ ವಿಷಯ ಮೊದಲೇ ತಿಳಿಸಲಿಲ್ಲ ಎಂದು ಆ ಸಂಪಾದಕರೇನೂ ಸಿಟ್ಟು ಮಾಡಿಕೊಳ್ಳಲಿಲ್ಲ. ಆದರೆ, ನನ್ನ ಏಕಾಏಕಿ ವಾಪಸಾತಿ ಅವರಿಗೆ ಸ್ವಲ್ಪ ಬೇಸರ ತರಿಸಿತ್ತು. ಅದು ವೈಯಕ್ತಿಕ ಕಾರಣಕ್ಕಲ್ಲ, ನಾನು ಕೆಲಸ ಬಿಡುವ ವಿಚಾರ ಗೊತ್ತಾಗಿದ್ದರೆ ಅಲ್ಲಿಗೆ ಮತ್ಯಾರನ್ನೋ ಕಳಿಸಲು ಅನುಕೂಲವಾಗುತ್ತಿತ್ತು ಎಂದಷ್ಟೆ. ನನ್ನ ರಾಜೀನಾಮೆಯೇನೂ ಅವರಿಗೆ ಆಶ್ಚರ್ಯ ತರಿಸಿರಲಿಲ್ಲ. ಯೂನಿವರ್ಸಿಟಿಯ ಕೆಲಸ ಬಿಟ್ಟು ಬೇರೆ ಖಂಡಕ್ಕೆ ಹಾರಿದವನು ಎಂದಾದರೂ ಒಂದು ದಿನ ಹೇಳದೇ ಕೇಳದೇ ವಾಪಸ್ ಬಂದು ರಾಜೀನಾಮೆ ಪತ್ರವನ್ನು ಚಾಚಬಹುದು ಎಂಬುದು ಅವರಿಗೆ ಮೊದಲೇ ಗೊತ್ತಿತ್ತೋ ಏನೋ.

ಸೌತ್ ಆಫ್ರಿಕಾದಿಂದ ವಾಪಸ್ ಬಂದ ಮೇಲೆ ಅಲ್ಲಿಲ್ಲಿ ಕೆಲಸ ಹುಡುಕಿಕೊಂಡು ಹೋಗುವ ಮನಸ್ಸಾಗಲಿಲ್ಲ. ಕೆಲಸ ಸಿಗಬಹುದಿತ್ತೇನೋ ಆದರೆ, ನನಗೇ ಇಷ್ಟವಿರಲಿಲ್ಲ. ಯಾಕೋ ಒಂದು ಹಂತದಲ್ಲಿ ಪ್ಯಾರಿಸ್‌ಗೆ ಹೋಗಿ ಅಲ್ಲೇ ನಿಂತುಬಿಡಬೇಕೆಂಬ ತುಡಿತ ಹೆಚ್ಚಾಯಿತು. ಅಲ್ಲೇನು ನನ್ನ ಸ್ನೇಹಿತರು, ಬಳಗದವರು ಯಾರೂ ಇರಲಿಲ್ಲ. ಯಾಕೋ ಅಂತಹ ಆಸೆ ಬೆಳೆದಿತ್ತು. ಅಲ್ಲಿ ಹೋಗಿ ಎಲ್ಲಿ ಉಳಿಯುವುದು, ಏನು ಮಾಡುವುದು ಯಾವ ಮುಂದಾಲೋಚನೆಯೂ ಇಲ್ಲದೇ ಒಂದು ದಿನ ಪ್ಯಾರಿಸ್‌ನಲ್ಲಿ ಇಳಿದೆ. ತೆಗೆದುಕೊಂಡು ಹೋಗಿದ್ದ ದುಡ್ಡಿನ ಭಾರ ಕಡಿಮೆಯಾಗುವವರೆಗೂ ಅಲ್ಲಿ ಸುತ್ತಾಡಿದೆ. ಒಳ್ಳೊಳ್ಳೆ ಹೋಟೆಲ್‌ಗಳಲ್ಲಿ

ಉಳಿದುಕೊಂಡೆ. ಕುಡಿದೆ, ತಿಂದೆ. ಯಾಕೋ ಅಲ್ಲೂ ಬದುಕು ರುಚಿ ಇಲ್ಲ ಎನಿಸಿತು. ಹೊರಟು ಬಂದೆ. ಈ ಬಾರಿ ಮದ್ರಾಸ್‌ಗೆ ಬರುವ ಮುಂಚೆ ಸ್ವಲ್ಪ ಯೋಚನೆ ಮಾಡಿದ್ದೆ. ಪತ್ರಿಕೆಗೆ ಹೋಗಿ ದೇಶದಲ್ಲೇ ಎಲ್ಲಾದರೂ ಒಂದು ಕಡೆ ಕೆಲಸ ಕೊಡುವಂತೆ ಕೇಳುವುದು. ಕೆಲಸ ಸಿಕ್ಕಲ್ಲಿ ಸೈಟೋ, ಮನೆಯೋ ಮಾಡಿ ನೆಲೆ ನಿಂತುಬಿಡುವುದು. ನಾಡಿನೊಳಗೇ ಕೆಲಸ ಸಿಕ್ಕರೆ ಅನುಕೂಲ. ಆಗದಿದ್ದರೆ ಹೊರ ರಾಜ್ಯವಾದರೂ ಸರಿ. ಆದರೆ ದೇಶ ಬಿಟ್ಟು ಹೋಗುವುದು ಬೇಡ ಎಂದುಕೊಂಡಿದ್ದೆ. ವಿದೇಶದಲ್ಲೇ ಕೆಲಸ ಮಾಡಿದವನು ದೇಶದಲ್ಲಿ ಕೆಲಸ ಮಾಡದೆ ಇದ್ದಾನೆಯೇ ಎಂದು ಸಂಪಾದಕರು ಕೆಲಸ ಕೊಡಬಹುದು ಎಂಬ ಗಟ್ಟಿ ನಂಬಿಕೆ ಇತ್ತು. ಆದರೆ, ಅದು ಉಲ್ಟಾ ಹೊಡೆಯಿತು. ಎದುರು ಕುಳಿತಿರುವವನನ್ನು ಈ ಹಿಂದೆ ಕಂಡೇ ಇಲ್ಲ ಎಂಬಂತೆ ಮಾತನಾಡಿದ ಸಂಪಾದಕ ದೇಶದಲ್ಲೆಲ್ಲೂ ಕೆಲಸವಿಲ್ಲ ಎಂದ. ಈ ದೇಶದಲ್ಲಿ ಕೆಲಸ ಮಾಡುವವರು ಬೀದಿಗೊಬ್ಬರು ಸಿಗುತ್ತಾರೆ ಎಂಬಂತಿತ್ತು ಅವನ ಮಾತಿನ ಧಾಟಿ. ನಾನೇ ಬಾಯಿ ಬಿಟ್ಟು, 'ಯಾವುದಾದರೂ ಪರದೇಶಕ್ಕೆ ಎಸೆಯಿರಿ ಪರವಾಗಿಲ್ಲ' ಎಂದು ಕೇಳುತ್ತೇನೋ ಎಂದು ಕಾದ ಸಂಪಾದಕ ಟೀ ಮುಗಿದ ಕಪ್ ಟೇಬಲ್ ಮೇಲಿಟ್ಟು, 'ನೀನಿನ್ನು ತೊಲಗಬಹುದು' ಎಂಬಂತೆ ನೋಡಿದ. ನನಗೂ ಗೋಗರೆಯುವ ಪ್ರಮೇಯವಿರಲಿಲ್ಲ. ಎದ್ದು ಬಂದೆ.

ಮದ್ರಾಸಿಗೆ ಬರುವವರೆಗೂ ಇಂದಿಲ್ಲ ನಾಳೆ ನಾನೂ ಮದುವೆಯಾಗುತ್ತೇನೆ ಎಂದುಕೊಂಡಿದ್ದೆ. ಆದರೆ ಮದ್ರಾಸಿಗೆ ಬಂದ ಮೇಲೆ ನಾನು ಮದುವೆಯಾಗಲಿಲ್ಲ. ಇದಕ್ಕೂ ಮುಂಚೆ ಅಕ್ಕ ತನ್ನ ಮಗಳನ್ನೇ ಮಾಡಿಕೋ ಎಂದು ಗಂಟುಬಿದ್ದಿದ್ದಳು. ಅವಳಿಗೂ ಒಬ್ಬಳೇ ಮಗಳು. 'ತವರು ಉಳಿಯಲಿ' ಎಂಬುದು ಅವಳ ಆಸೆ. ಕಟ್ಟಿಕೊಳ್ಳಬಹುದಿತ್ತೇನೋ, ಆದರೆ, ಅಕ್ಕನ ಮಗಳು ನನಗೂ ಮಗಳು ಎನಿಸಿತ್ತು. ನಾನು ಎತ್ತಿ ಆಡಿಸಿ ಬೆಳೆಸಿದ ಮಗು, ಅನ್ನ ತಿನಿಸಿ, ಅಂಡು ತೊಳೆಸಿದ ಮಗು. ಬೆಳೆದು ದೊಡ್ಡವಳಾಗಿದ್ದಾಳೆ ಎಂಬ ಕಾರಣಕ್ಕೆ ಅವಳನ್ನು ಕೂಡುವುದೇ. ಅದೇಕೋ ಸ್ವಲ್ಪವೂ ಸರಿಕಾಣಲಿಲ್ಲ ನನಗೆ. ಅಷ್ಟೆ. ಆಮೇಲೆ ಮದುವೆಯಾಗಲಿಲ್ಲ. ಮಕ್ಕಳೂ ಆಗಲಿಲ್ಲ. ಇವೆಲ್ಲಾ ನನ್ನ ಐಲು ಅಷ್ಟೆ. ಅಂಕೆ ಇಲ್ಲದೆ ಬೆಳೆದೆ. ಏನೇನೋ ಕನಸಿದೆ. ಏನೇನೋ ಓದಿದೆ. ಎಲ್ಲೆಲ್ಲೋ ಸುತ್ತಿದೆ. ಏನೇನೋ ಬರೆದೆ. ಆದರೆ, ಇಲ್ಲಿಗೇ ಬಂದು ಬಿದ್ದೆ. ಅಷ್ಟೆ. ಮಕ್ಕಳಿದ್ದಿದ್ದರೆ ಈ ಕೊನೆಗಾಲಕ್ಕೆ ಅವಾದರೂ ಆಗುತ್ತಿದ್ದವೋ ಏನೋ. ಎಷ್ಟೇ ಕಟುಕರಾದರೂ ಕನಿಷ್ಠ ಎತ್ತಿ ಇಳುಕಲಾದರೂ ಆಗದೇ ಇರುತ್ತಿರಲಿಲ್ಲ.

ಈ ಲೋಕವನ್ನು ಬೇರೆಯದೇ ಬಣ್ಣದಿಂದ ನೋಡಬೇಕೆಂದರೆ ಬರೀ ಕನ್ನಡಕ ಬದಲಿಸಿದರೆ ಸಾಲದು, ನಮ್ಮ ಕಣ್ಣುಗಳನ್ನೇ ಬದಲಿಸಿಕೊಳ್ಳಬೇಕು. ಆದರೆ, ನಾನು ನನ್ನ ದೇಹವನ್ನೇ ಬದಲಿಸಿಕೊಂಡೆ, ಬದುಕನ್ನೇ ಬದಲಿಸಿಕೊಂಡೆ. ಹುಟ್ಟುತ್ತಾ ನಾನು ಏನಾಗಿದ್ದೆನೋ ಈಗ ನಾನು ಅದಲ್ಲ. ಅಂದಿನ ನಾನು ಬೇರೆ ಇಂದಿನ ನಾನು ಬೇರೆ. ನಾನು ನಾನಾಗಿ ಉಳಿದುಕೊಂಡಿದ್ದರೆ ಬಹುಶಃ ಇಷ್ಟೊತ್ತಿಗೆ ಸತ್ತುಹೋಗುತ್ತಿದ್ದೆ.

ಸಾಯುತ್ತೇನೆ. ಇಂದಿಲ್ಲ ನಾಳೆ ಬಿದ್ದು ಹೋಗುವ ದೇಹ ಇದು. ಕಾಲು ಗಟ್ಟಿ ಇದ್ದಷ್ಟು ಕಾಲ ಖಂಡ ಖಂಡ ಸುತ್ತಿದೆ. ಈಗ ಎಳೆಯಲೂ ಆಗದಂತೆ ಮೂಲೆ ಸೇರಿಸಿವೆ ನನ್ನ ಕಾಲುಗಳು. ಮನುಷ್ಯ ಮಿತಿ ಅಂದರೆ ಇದೇ ಇರಬೇಕು. ಮನಸ್ಸು ಬಯಸ್ಸಿದ್ದಕ್ಕೆ ದೇಹ ಸ್ಪಂದಿಸದು, ದೇಹ ಸ್ಪಂದಿಸಿದ್ದಕ್ಕೆ ಮನಸ್ಸು ಒಪ್ಪದು. ವಯಸ್ಸು ಇರುವಾಗಲೇ ಈ ಶರೀರಕ್ಕೆ ಒಂದಿಷ್ಟು ಸುಖ. ಎಲೆ ಹಣ್ಣಾದರೆ ಉದುರುವ ದಿನಕ್ಕಾಗಿ ಕಾಯುವುದಷ್ಟೇ ಬದುಕು. ಆದರೆ, ಹಾಗಾಗಬಾರದು. ಈ ದಿನಗಳ ಕಳೆಯುವುದು ಹಿಂಸೆ ಎನಿಸಬಾರದು ಎಂದುಕೊಳ್ಳುತ್ತೇನೆ. ಸಾವು ಬಂದು ಕೊನೇ ಉಸಿರನ್ನು ನನ್ನಿಂದ ಬಲವಂತವಾಗಿ ಕಿತ್ತುಕೊಂಡು ಹೋಗುವವರೆಗೂ ಮನಸ್ಸನ್ನು ಗೆಲುವಾಗಿ ಇಟ್ಟುಕೊಳ್ಳಬೇಕೆಂಬ ಹಂಬಲ. ಆದರೆ, ಹೇಗೆ ಗೆಲುವಾಗಿರುತ್ತದೆ ಮನಸ್ಸು. ನಾನಿಲ್ಲಿ ಒಂಟಿ ಪಿಶಾಚಿ. ಕಾಡುವ ನನ್ನದೇ ನೆರಳನ್ನು ಬಿಟ್ಟರೆ ಇಲ್ಲಿ ಬೇರೆ ಯಾರೂ ಇಲ್ಲ. ಇತ್ತೀಚೆಗೆ ಕಣ್ಣಿಗೆ ನಿದ್ದೆಯೂ ಹತ್ತುತ್ತಿಲ್ಲ, ನಾನೂ ಗುಡಾಕೇಶ. ಮುಪ್ಪಿಗೆ ಇದು ಅವಸಾನಪ್ರಭೆ.

ದಾರಿಯೇನೋ ಇನ್ನೂ ಬಹಳಷ್ಟಿದೆ. ಆದರೆ, ನಡೆಯುವ ಶಕ್ತಿ ಇಲ್ಲ. ಇಲ್ಲಿಯವರೆಗೂ ಬಂದಿದ್ದಷ್ಟೇ ಭಾಗ್ಯ. ಇನ್ನು ಸಾಯುವ ಆಟ. ಸಾವಿನೊಂದಿಗೆ ಆಡುವ ಆಟ. ಏನು ಮಾಡಿದರೂ ಇದು ನನ್ನನ್ನು ಬಿಡದು. ಈಗ ನಾನು ಈ ಮನೆಯಲ್ಲಿ ಒಂಟಿ. ನಾನು ಸತ್ತ ಮೇಲೆ ಈ ಮನೆಯೂ ಒಂಟಿ. ಬದುಕನ್ನು ಎಲ್ಲರಂತೆ ಬಾಳದೆ ಬೇರೆ ದಿಕ್ಕಿಗೆ ನಡೆದಿದ್ದೂ ನಾನೇ. ಈಗ ಹಪಹಪಿಸುತ್ತಿರುವುದೂ ನಾನೇ. ಇದಕ್ಕೆ ಯಾರನ್ನೂ ದೂರುವುದು ಸರಿಯಲ್ಲ. ಇದು ನನ್ನದೇ ಬದುಕು. ನಾನೇ ಆರಿಸಿಕೊಂಡ ದಾರಿ. ಆದರೆ, ಎಲ್ಲಿಗೆ ಇನ್ನೆಂದೂ ಬರಬಾರದೆಂದುಕೊಂಡಿದ್ದೆನೋ ಅಲ್ಲಿಗೇ ಬಂದು ಸಾವಿನ ದಿನ ಎಣಿಸುತ್ತಿರುವುದು ಮಾತ್ರ ನನ್ನ ಶಕ್ತಿಗೂ ಮೀರಿದ್ದು. ವಿಧಿ ಎಂದು ಹೇಳುವುದು ಇದಕ್ಕೇ ಇರಬೇಕು. ಇದರಿಂದ ತಪ್ಪಿಸಿಕೊಳ್ಳುವುದೇನೂ ದೊಡ್ಡ ಮಾತಲ್ಲ. ಆದರೆ, ಬೇರೆಲ್ಲಿಗೆ ಹೋದರೂ ಈಗ ಅದು ಇದೇ ಆಗುವ ಕಾಲ ಇದು. ಮಾಗಿದ ಮೇಲೆ ಉದುರಲೇಬೇಕು.

Ripeness is all

ಸುಳ್ಳು.

ಉಪ್ಪು ಹುಳಿ ಕಜ್ಜಾಯ

'ಅವ್ವನ್ನೂ ಕರ್ಕೊಂಡು ಬಾ. ಇಲ್ಲೇ ಎಲ್ಲಾದ್ರೂ ಊಟಕ್ಕೆ ಹೋಗೋಣ. ಸಾಕಾಗಿದೆ ನನಗೆ, ಮನೆಗೆ ಹೋಗಿ ಬೇಯಿಸೋ ಅಷ್ಟು ಪೇಷನ್ಸ್ ಇಲ್ಲ ಈಗ' ಎಂದು ಮೊಬೈಲ್ ಹಿಚುಕಿದಳು ಹೇಮಾ.

ಸಿಸ್ಟಮ್ ಷಟ್‌ಡೌನ್ ಮಾಡಿ ಬಗಲಿಗೆ ಬ್ಯಾಗೇರಿಸಿಕೊಂಡು ಒಂದು ಕೈಲಿ ನೀರಿನ ಬಾಟಲಿ ಹಿಡಿದು ಕ್ಯಾಬೀನ್ ಲೈಟ್ ಸ್ವಿಚ್ ಆಫ್ ಮಾಡಿದಳು. ಬಾಟಲಿ ತೆಗೆದು ಬಾಯಿಗಿಟ್ಟು ನೀರು ಹೀರುತ್ತಾ ಲಿಫ್ಟ್‌ನ ಕಡೆಗೆ ಓಡಿದಳು. ಗುಂಡಿ ಒತ್ತಿದ ಅರ್ಧ ನಿಮಿಷಕ್ಕೆ ಬಂದ ಲಿಫ್ಟ್ ನಿಧಾನವಾಗಿ ಬಾಗಿಲು ತೆರೆದು 'ವೆಲ್‌ಕಮ್' ಹೇಳಿತು.

ಎಂಟು ಮಹಡಿ ಕೆಳಗಿಳಿಯೋ ಹಣೆಬಹರ. ಈ ಲಿಫ್ಟ್ ಒಂದು ಇಲ್ಲದಿದ್ರೆ ದಿನವೂ ಸಾಯೋದೇ ಆಗ್ತಿತ್ತು. ಉಸ್ಸಪ್ಪಾ ಎಂದುಕೊಂಡು ಶೂನ್ಯಕ್ಕೆ ಒತ್ತಿದಳು. ಲಿಫ್ಟ್‌ನ ಒಂದು ಬದಿಗೆ ಒರಗಿ ಮೊಬೈಲ್ ತೆರೆದಳು. ನೂರೆಂಟು ನೋಟಿಫಿಕೇಷನ್‌ಗಳು ಮೊಬೈಲ್ ತುಂಬಿ ತುಳುಕುತ್ತಿದ್ದವು. ಮೇಲ್ ಚೆಕ್ ಮಾಡೋದೆ ಸಾಕುಸಾಕಾಗಿ ಹೋಗುತ್ತೆ, ಇನ್ನು ಈ ನೋಟಿಫಿಕೇಷನ್‌ಗಳ ರಗಳೆ. ಎಲ್ಲಾ ನೋಟಿಫಿಕೇಷನ್ ಬಂದ್ ಮಾಡಿಬಿಡಬೇಕು ಎಂದುಕೊಳ್ಳುತ್ತಲೇ ಒಂದೊಂದನ್ನೇ ತೆರೆಯುತ್ತಾ ಹೋದಳು.

'Nice Skirt' ಬಾಸ್ ಬೆಳಿಗ್ಗೆ 11ಕ್ಕೇ ಕಳಿಸಿದ್ದ ಮೆಸೇಜ್.

'Looking pretty' 12ಕ್ಕೆ ಮತ್ತೊಂದು.

ಅಯ್ಯೋ ಕನಿಷ್ಠ ಒಂದು 'tnx' ಕೂಡಾ ಕಳಿಸಲಿಲ್ಲ. ಇನ್ನು ನಾಳೆ ಯಾವುದೋ ಪ್ರಾಜೆಕ್ಟ್ ವಿಷಯ ತೆಗೆದು ಇದಕ್ಕೆ ಜೋಡಿಸಿ ಪ್ರಾಣ ತಿನ್ನುತ್ತಾನೆ. ಎದುರು ನಿಲ್ಲಿಸಿಕೊಂಡು ಸಣ್ಣಗೆ ಬೈಯುತ್ತಾ ದೇಹದ ಆದ್ಯಂತವನ್ನೂ ದಿಟ್ಟಿಸುತ್ತಾನೆ. ಈಗಲಾದರೂ ಒಂದು ಮೆಸೇಜ್ ಬಿಸಾಕಲೇ? ಬೇಡ ಎನಿಸಿತು. ಹೆಚ್ಚೆಂದರೆ ಯಾವುದೋ ರಗಳೆಗೆ ಇದನ್ನು ಪೋಣಿಸಿ, 'what is this nonsense?' ಎಂದು ಜೋರು ಮಾಡಿಯಾನು ಅಷ್ಟೇ ತಾನೆ. ಅಷ್ಟಕ್ಕೆಲ್ಲಾ ಹೆದರಿ ಬದುಕೋಕಾಗಲ್ಲ.

'0' ಗೆ ಬರುವಷ್ಟರಲ್ಲಿ ಲಿಫ್ಟ್ ಲೋಕಲ್ ಟ್ರೈನಾಗಿತ್ತು. ಎಲ್ಲರಿಗೂ ಬೇಗ ಬೇಗ ಮುಂದೆ ಹೋಗಬೇಕೆಂಬ ಧಾವಂತ. ಲಿಫ್ಟ್‌ನಿಂದ ಜಿಗಿದವರೇ ತಂತಮ್ಮ ಗಾಡಿಗಳ ಕಡೆಗೆ ಓಡಿದರು. ಪಾರ್ಕಿಂಗ್ ಕ್ಲಿಯರೆನ್ಸ್, ಟ್ರಾಫಿಕ್ ಜಾಮ್ ದಾಟಿಕೊಂಡು ನಿತ್ಯ ಮನೆ ಮುಟ್ಟಲು ಕನಿಷ್ಠ ಎರಡು ಮೂರು ಗಂಟೆಯಾದರೂ ಬೇಕು. ಇಲ್ಲಿ ಕೆಲಸಕ್ಕಿಂತ ಈ ಟ್ರಾಫಿಕ್‌ನಲ್ಲಿ ಬೇಯುವುದೇ ದೊಡ್ಡ ಹಿಂಸೆ. ಕೆಲಸ ಕೊಡುವ ಕಂಪೆನಿ ಸಮೀಪದಲ್ಲೇ ಒಂದು ಕ್ವಾಟ್ರಸ್ ಕೊಡಬಾರದೇ ಎಂದುಕೊಂಡಳು ಹೇಮಾ.

ಹಾಗೆ ನೋಡಿದರೆ ಪೊಲೀಸ್ ಕೆಲಸವೇ ಚೆಂದ. ಅಪ್ಪ ಸ್ಟೇಷನ್‌ನಲ್ಲಿ ಇದ್ದುದಕ್ಕಿಂತ ಮನೆಯಲ್ಲಿ ಇರುತ್ತಿದ್ದುದೇ ಹೆಚ್ಚು. ಪ್ರೈಮರಿ ಸ್ಕೂಲ್ ಟೀಚರ್ ಆಗಿದ್ದ ಅಮ್ಮ ಶಾಲೆಗೆ ನಿತ್ಯ ನಾಲ್ಕು ಮೈಲು ನಡೆದೇ ಹೋಗಿ ಬರುತ್ತಿದ್ದಳು. ಅಪರೂಪಕ್ಕೆ ಅಪ್ಪ ಜೀಪ್‌ನಲ್ಲಿ ಅಮ್ಮನಿಗೆ ಡ್ರಾಪ್ ಕೊಡುತ್ತಿದ್ದ. ಸರ್ಕಾರಿ ಸೇವೆ, ಸರ್ಕಾರಿ ವಾಹನ, ಸರ್ಕಾರಿ ಮನೆ. ಸರ್ಕಾರದ ಜೀವನವೇ ಒಂದು ರೀತಿ ನೆಮ್ಮದಿ. ಈ ಪ್ರೈವೇಟ್ ಫರ್ಮ್ ಯಾವತ್ತಿಗೂ ಹಿಂಸೆಯೇ ಎಂದುಕೊಂಡು ರಸ್ತೆಗೆ ಬಂದಳು.

ರಸ್ತೆಗಿಳಿಯುವಷ್ಟರಲ್ಲಿ ಪಾರ್ಕಿಂಗ್ ಲಾಟಿನಿಂದ ಹೊರಟಿದ್ದ ಚೇತನ ಕಾರು ತಂದು ನಿಲ್ಲಿಸಿದ್ದ. ಮುಂಬಾಗಿಲು ತೆರೆದು ಒಳಗೆ ಕೂತವಳೇ, 'ಏಸಿ ಜಾಸ್ತಿ ಮಾಡು' ಎಂದಳು. ಹಿಂದಿನ ಸೀಟಿನಲ್ಲಿ ಕುಳಿತಿದ್ದ ಮಗ ಅವಳ ದಣಿದ ಮುಖ ನೋಡಿ 'ಮಮ್ಮೀ' ಎಂದು ಅಳುಮೋರೆ ಮಾಡಿಕೊಂಡ. ಹಿಂತಿರುಗಿ ನೋಡಿ 'ಲವ್ ಯು' ಎಂದಳು. ಫಾರ್ಮಾಲಿಟೀಸ್‌ಗೆ ಎಂಬಂತೆ 'ಸೇಮ್ ಟು ಯು ಮಮ್ಮೀ' ಎಂದ ಮಗ ಮತ್ತೆ ಅಪ್ಪನ ಮೊಬೈಲ್ ಒಳಗೆ ಮುಳುಗಿದ.

ಕಾರು ಮೆರಿಡಿಯನ್‌ಗೆ ಹೊರಳುವಾಗ, 'ತಾಜ್‌ಗೆ ಹೋಗೋಣ' ಎಂದಳು. ಕಾರು ತಾಜ್ ಕಡೆಗೆ ನಡೆಯಿತು. 'ನಾನ್ ವೆಜ್ ಇಲ್ಲಿ ಸರಿ ಇರೋಲ್ಲ' ಎಂದಳು ಕಿಟಕಿಯಾಚೆ ನೋಡುತ್ತಾ. 'ಓಕೆ' ಎಂದಷ್ಟೇ ಹೇಳಿದ ಚೇತನ. 'ನೀನು ಸೋಮವಾರ ತಿನ್ನೋದಿಲ್ಲ ಅಲ್ವಾ, ಸಾರಿ' ಎಂದಳು ಸಹಜವಾಗಿ.

'ವೆಲ್. ಇಟ್ಸ್ ಓಕೆ. ಫೈನ್' ಎಂದ ಚೇತನ ಗೇರು ಬದಲಿಸುತ್ತಾ ಕಾರನ್ನು ಮೂವತ್ತಕ್ಕೆ ತಂದು, 'ಹೆವೀ ಟ್ರಾಫಿಕ್, ಬೇಗ ಬಂದಿದ್ರೆ' ಎಂದು ಆಕ್ಸಲೇಟರ್ ತುಳಿದ.

ಹೊರಗೆ ನೋಟ ನೆಟ್ಟಿದ್ದ ಹೇಮಾ ಏನೂ ಹೇಳಲಿಲ್ಲ.

■

'ಒಂದು ಇರೋದು ಸಾಲದಾ. ಈಗ ಎರಡನೆಯದ್ದು ಯಾಕೆ. ಇವನನ್ನ ಬೆಳೆಸಿ ದೊಡ್ಡೋನ್ನಾಗಿ ಮಾಡೋದೆ ಸಾಕಾಗುತ್ತೆ. ಆಫೀಸ್, ಮನೆ, ಮಗು, ಗಂಡ ಎಲ್ಲಾ ನಿಭಾಯಿಸೋದು ಎಷ್ಟು ಕಷ್ಟ ಅಂತ ನಿನಗೂ ಗೊತ್ತು ತಾನೆ' ಸಿಪ್ ವಿಸ್ಕಿ ಹೀರಿ ಹುಬ್ಬೇರಿಸಿದಳು.

'ವೆಲ್. ಬಟ್, ಐಮ್ ಸಾರಿ. ಇನ್ನೊಂದು ಬೇಕು ಅನಿಸುತ್ತೆ. ನೋಪ್ರಾಬ್ಲಮ್' ಎಂದು ತಡಬಡಿಸಿದ ಚೇತನ.

'ನೀನು ನನಗಿಂತ ಚಿಕ್ಕೋನು ಕಣೋ. ನನಗೆ ನಿನ್ನ ನೋಯಿಸೋಕೂ ಇಷ್ಟ ಇಲ್ಲ. ಬಟ್ ಐಮ್ ಸಾರಿ. ನನಗೆ ಸಾಕಾಗಿದೆ' ಚೇತನನನ್ನು ಎದೆಗೆ ಅವುಚಿಕೊಂಡಳು ಹೇಮಾ.

'ಫ್ಲ್ಯಾಟು, ಕಾರು, ವಿಲ್ಲಾ, ಷೇರ್ಸ್, ಪ್ರೊಮೋಷನ್ ಜೊತೆಗೆ ನನಗೆ ನೀನೂ ಬೇಕು ಕಣೋ' ಅವನ ಎದೆ ಮೇಲೆ ಬೆಳೆದಿದ್ದ ಕೂದಲನ್ನು ಜಗ್ಗಿದಳು.

'ಸಾರಿ' ಎಂದು ಅವಳ ತುಟಿಗೆ ತುಟಿ ಬಿಗಿದ ಚೇತನ.

ದೀಪ ಆರಿತು.

■

ರಾತ್ರಿಯೆಲ್ಲಾ ಜೋರು ಮಳೆ ಹುಯ್ದಿತ್ತು. ಬೆಳಗಿನ ಹವೆ ಹಿತವಾಗಿತ್ತು. ಕರ್ಟನ್‌ನಿಂದ ಹರಿಯುತ್ತಿದ್ದ ಬೆಳಕಲ್ಲಿ ಹಳದಿಗೆಂಪು ನೇವರಿಸುತ್ತಿತ್ತು. ಮಗ್ಗುಲಲ್ಲಿ ಗಂಡನಿಗಾಗಿ ತಡಕಾಡಿದಳು ಹೇಮಾ. ನಗುವಿನೊಂದಿಗೆ ಬಂದು, 'ಮಾರ್ನಿಂಗ್' ಹೇಳಿ ಅವಳತ್ತ ಕಾಫಿ ಮಗ್ ಚಾಚಿದ ಚೇತನ. ಮಗ ಯೂನಿಫಾರ್ಮ್ ತೊಟ್ಟು, ಬ್ಯಾಗ್ ಪೋಣಿಸಿಕೊಂಡು ಸ್ಕೂಲಿಗೆ ಸಜ್ಜಾಗಿದ್ದ. ಇವಳು ಕಣ್ಣು ಬಿಡುವುದನ್ನೇ ಕಾಯುತ್ತಿದ್ದವನಂತೆ, 'ಬೈ ಮಮ್ಮೀ' ಹೇಳಿ ಲಿಫ್ಟ್ ಕಡೆಗೆ ಓಡಿದ.

ಗಂಡನಿಗೆ ಬೆಳಗಿನ ಕಾಫಿ ಮಾಡಿಕೊಟ್ಟು ಎಷ್ಟು ವರ್ಷವಾಯಿತೋ. ಮಗನನ್ನು ಸ್ಕೂಲಿಗೆ ರೆಡಿ ಮಾಡುವುದು ಮರೆತೇ ಹೋಗಿದೆ. ಕೆಲಸ, ಆಫೀಸ್, ಅಚೀವ್‌ಮೆಂಟ್ ಎಂದು ಮನೆಯನ್ನೇ ಮರೆಯುತ್ತಿದ್ದೇನೆಯೇ? ಇವನೇ ಎದ್ದು ಮನೆಯ ಎಲ್ಲಾ ಕೆಲಸ ಮುಗಿಸಿ, ಮಗನನ್ನೂ ಸ್ಕೂಲಿಗೆ ರೆಡಿ ಮಾಡುತ್ತಾನೆ. ಬೆಳಗಿನ ತಿಂಡಿಯನ್ನೂ ತಾನೇ ಮಾಡುತ್ತಾನೆ. ಇಂಥ ಗಂಡ ಸಿಕ್ಕಿದ್ದು ನಿಜಕ್ಕೂ ನನ್ನ ಪುಣ್ಯ. ಆದರೆ, ಅವನ ರಾಗಕ್ಕೆ ನಾನು ಶ್ರುತಿಯಾಗುತ್ತಿಲ್ಲ. ಅವನನ್ನು ಕಡೆಗಣಿಸುತ್ತಿದ್ದೇನೆಯೇ? ಹಿಂಸೆ, ವಿಚಿತ್ರ ಹಿಂಸೆ. ಯಾಕೋ ವಿಪರೀತ ಹಿಂಸೆ ಎನಿಸುತ್ತಿದೆ. ಈಗ ನನಗೆ ಹಿಂಸೆಯಾಗುತ್ತಿರುವುದು ಕೆಲಸವೋ, ಆಫೀಸೋ, ಬಾಸೋ, ಬಾಸ್‌ನ ಹೆಂಡತಿಯೋ? ಅಥವಾ ಯಾವುದೊಂದನ್ನೂ ಸರಿಯಾಗಿ ನಿಭಾಯಿಸಲಾಗದ ಈ ಒತ್ತಡದ ಬದುಕೋ?

ಬಾಸ್‌ನ ಹೆಂಡತಿ ಗುಜರಾತಿ. ಅಪ್ಪಟ ವ್ಯವಹಾರಗಾತಿ. ಕಂಪೆನಿಗೆ ಅವಳು ಜಾಯಿಂಟ್ ಮ್ಯಾನೇಜಿಂಗ್ ಡೈರೆಕ್ಟರ್. ವರ್ಷದ ಹನ್ನೊಂದೂ ತಿಂಗಳು ಆ ದೇಶ, ಈ ದೇಶ ಎಂದು ಅವಳ ಸುತ್ತಾಟ. ಮಕ್ಕಳಿಲ್ಲ, ಮರಿಯಿಲ್ಲ. ದೊಡ್ಡ ಪಾರ್ಟಿಗಳಲ್ಲಿ ಎಕ್ಸ್‌ಚೇಂಚ್ ಮೇಲೆ ಸೆಕ್ಸ್ ಗೇಮ್ ಆಡ್ತಾರಂತಲ್ಲ ಅಂತಲ್ಲಿಯೇ ಈ ಗಂಡ ಹೆಂಡತಿಯ ಹೆಚ್ಚಿನ ಹಾಜರಾತಿ. ಗುಂಡಿನ ಪಾರ್ಟಿ ಒಂದು ಹಂತಕ್ಕೆ ಬರುವ

ವೇಳೆಗೆ ಎಲ್ಲರೂ ಅವರವರ ಕಾರಿನ ಕೀಗಳನ್ನು ಒಂದು ಟ್ರೇಗೆ ಹಾಕುತ್ತಾರಂತೆ. ಆ ಮೇಲೆ ಅವನ್ನು ಕುಲುಕಿ ಇಡುತ್ತಾರಂತೆ. ನಂತರ ಆ ಟ್ರೇಗೆ ಕೈ ಹಾಕಿದವರಿಗೆ ಯಾವ ಕೀ ಸಿಗುತ್ತದೋ ಆ ಕಾರಿನ ಮಾಲೀಕನ ಹೆಂಡತಿಯ ಜತೆಗೆ ಅಂದಿನ ರಾತ್ರಿ ಸೆಕ್ಸ್ ಗೇಮ್. ಇದೇನೂ ಬಲವಂತದ್ದಲ್ಲ. ಇಂಥ ಪಾರ್ಟಿಗಳಿಗೆ ಇದಕ್ಕೆಂದೇ ಹೋಗುವವರು ಅವರು. ಹೊಸ ತಾಡನಕ್ಕಾಗಿ ಹಪಹಪಿಸಿದವರಿಗಾಗಿಯೇ ಇಂಥ ಪಾರ್ಟಿಗಳು ನಡೆಯುತ್ತವಂತೆ.

ಆದರೆ, ನಾನು ಅಂಥವಳಲ್ಲ. ನಾನೇ ಬೇರೆ. ನೈತಿಕತೆ ಎಂಬುದರಲ್ಲಿ ನನಗೆ ಇನ್ನೂ ಅಷ್ಟು ಇಷ್ಟು ನಂಬಿಕೆ ಉಳಿದುಕೊಂಡಿದೆ. ಚೂಡಿದಾರ್ ಬಿಟ್ಟು ಷಾರ್ಟ್ಸ್, ಸ್ಕರ್ಟ್ ಹಾಕಿಕೊಂಡು ಆಫೀಸ್‌ಗೆ ಹೋದರೂ ಅದನ್ನು ಅನುಮಾನದಿಂದ ನೋಡಿದವನಲ್ಲ ಚೇತನ. ಆಫೀಸ್, ಕೆಲಸ ಎಂಬುದು ಅನಿವಾರ್ಯವಾದಾಗ ಮಾತ್ರ ಬಗೆ ಬಗೆಯ ವೇಷ ಹಾಕಬಹುದೇನೋ. ಆದರೆ, ನನಗೆ ದುಡಿಯಬೇಕಾದ ಅನಿವಾರ್ಯವೇನೂ ಇಲ್ಲ. ಆದರೂ ಕೆಲಸ ಮಾಡುತ್ತಿದ್ದೇನೆ. ಅದೂ ಇಂಥ ಬಾಸ್‌ನ ಕೈಕೆಳಗೆ. ಆಫೀಸ್‌ನಲ್ಲಿ ಕೆಲಸಕ್ಕೆ ಬರುವ ಹೆಂಗಸರೆಲ್ಲಾ ತನ್ನ ತೆವಲಿಗಾಗಿಯೇ ಇರುವವರು ಎಂಬಂತೆ ಆಡುವ ಕಚ್ಚೆಹರುಕ ಬಾಸ್. ಅವನ ಹೆಂಡತಿಯೂ ಆಫೀಸ್‌ನ ಹುಡುಗರ ಜತೆಗೆ ನೈಟ್ ಪಾರ್ಟಿಗಳಿಗೆ ಹೋಗುವವಳೇ. ಆಫೀಸ್‌ನಲ್ಲಿದ್ದಾಗ ಮೊಲೆ, ತೊಡೆ ತೋರಿಸಿಕೊಂಡು ತಿರುಗುವುದೇ ಅವಳಿಗೆ ಚೆಂದ. ಜೆಎಂಡಿ, ಎಕ್ಸಿಕ್ಯೂಟಿವ್, ಕ್ಲರ್ಕ್ ಎಂಬ ಯಾವ ಅಂತರವೂ ಇಲ್ಲದೆ ಇಷ್ಟ ಬಂದ ಹುಡುಗರ ಜತೆಗೆ ಹೋಟೆಲ್‌ಗೆ ಹೋಗುತ್ತಾಳೆ. ತೆವಲು ಎಂಬುದು ಕೇವಲ ಗಂಡಸರಿಗೆ ಮಾತ್ರ ಇರುತ್ತದೆ ಎಂದುಕೊಂಡಿದ್ದವಳು ಇವಳನ್ನು ನೋಡಿದ ಮೇಲೆ ಆ ಅಭಿಪ್ರಾಯ ಬದಲಿಸಿಕೊಂಡಿದ್ದೇನೆ. ಅರೆ ಇವರೆಲ್ಲಾ ಮೈ, ಮನಸ್ಸಿಗೆ ನೈತಿಕತೆಯ ಧೂಳೂ ಸೋಕದಂತೆ ಬದುಕುತ್ತಿದ್ದಾರಲ್ಲ!

ಹಾಗೆ ನೋಡಿದರೆ ವರ್ಕ್ ಟೆನ್ಷನ್ ಎಂಬುದು ಕೆಲಸಕ್ಕೆ ಸೇರಿದ ಆರಂಭದಲ್ಲಿ ಮಾತ್ರ ಇರುವಂಥದ್ದು. ಆಮೇಲೆ ಕೆಲಸದ ಒತ್ತಡಕ್ಕಿಂತ ಆಫೀಸ್‌ನ ತಲೆನೋವುಗಳೇ ಬೇರೆಯಾಗುತ್ತವೆ. ಯಾವನು ಯಾವಳ ಜತೆಗೆ ಕ್ಯಾಂಟೀನ್‌ಗೆ ಹೋದ, ಯಾವಳು ಯಾವನ ಜತೆಗೆ ಡಿನ್ನರ್‌ಗೆ ಹೋದಳು. ಯಾರು ಯಾರ ಕಾರ್ ಹತ್ತಿದರು. ಯಾವತ್ತು ಯಾರ ಫ್ಲ್ಯಾಟ್‌ನಲ್ಲಿ ಯಾರುಯಾರು ಬೆತ್ತಲಾಟ ಆಡುತ್ತಾರೆ. ಯಾರು ಯಾರಿಗೆ ಕಾರು ಗಿಫ್ಟ್ ಮಾಡುತ್ತಾರೆ. ಯಾರು ಯಾರಿಗೆ ವೀಕ್‌ಎಂಡ್ ಏರ್ ಟಿಕೇಟ್ ಕೊಡಿಸುತ್ತಾರೆ. ಯಾರಿಗೆ ಯಾವ ಕಾರಣಕ್ಕೆ ಪ್ರೊಮೋಷನ್ ಸಿಕ್ಕಿತು. ಯಾರಿಗೆ ಯಾಕೆ ಇನ್‌ಕ್ರಿಮೆಂಟ್ ಕಟ್ ಆಯಿತು – ಹೀಗೆ ಆಫೀಸ್‌ನಲ್ಲಿ ನಿಜವಾದ ಕೆಲಸ ಎಂಬುದು ಸೈಡ್ ಲೈನ್ ಆಗಿ ಈ ಇವೇ ವಿಚಾರಗಳು ಆಫೀಸ್‌ನಲ್ಲಿ ಬಣ್ಣ ಕಟ್ಟಿಕೊಂಡು ಕುಣಿಯುತ್ತವೆ. ಇವೆಲ್ಲದರ ಮಧ್ಯೆ ಆಫೀಸ್‌ನ ಕೆಲಸ ಹೇಗೋ ಒಂದು ಲಯದಲ್ಲಿ ತನಗೆ ತಾನೆಂಬಂತೆ ನಡೆಯುತ್ತಿರುತ್ತದೆ. ಇದೇನೂ ನಮ್ಮ ಆಫೀಸ್ ಒಂದರ ಹಗಲುವೇಷ ಅಲ್ಲ. ಹೆಚ್ಚೂ ಕಡಿಮೆ ಎಲ್ಲಾ ಆಫೀಸ್‌ಗಳ ಹಣೆಬರಹವೂ ಇದೇ. ಸದಾ ಬಿಸ್‌ನೆಸ್ ಎಕ್ಸ್‌ಪಾನ್ಷನ್

ಎಂದು ಸಾಯುವ, ಡಾಲರ್‌ನಲ್ಲೇ ಲೆಕ್ಕಾಚಾರ ಹಾಕುವ, ಹೆಣ್ಣಿನ ಮಾಂಸಕ್ಕಾಗಿ ಹಾತೊರೆಯುವ ಬಾಸ್ ಕೊನೆಗೆ ಏನು ಹೊತ್ಕೊಂಡು ಹೋಗ್ತಾನೆ?

ಇಷ್ಟಕ್ಕೂ ಸಾಧಿಸೋದು ಅಂದ್ರೆ ಏನು? ಕೆಲಸದಲ್ಲಿ ಮೇಲೇರೋದು? ಪ್ರೊಮೋಷನ್ ಗಿಟ್ಟಿಸಿಕೊಳ್ಳೋದು? ನಾಲ್ಕಾರು ಫ್ಲ್ಯಾಟ್, ವಿಲ್ಲಾ, ಸೈಟ್, ಬಂಗಲೆ ಮಾಡಿಕೊಳ್ಳೋದು? ಷೇರ್ಸ್ ಹೆಚ್ಚಿಸಿಕೊಳ್ಳೋದು? ಬ್ಯಾಂಕ್ ಬ್ಯಾಲೆನ್ಸ್ ಯಾವತ್ತೂ ಕುಸಿಯದ ಹಾಗೆ ಅಕೌಂಟ್ಸ್ ಕಾಪಾಡಿಕೊಳ್ಳೋದು? ಐಷಾರಾಮಿ ಕಾರು ತಗೊಳ್ಳೋದು? ಲಕ್ಷದಿಂದ ಕೋಟಿಗೆ, ಕೋಟಿಯಿಂದ ಹಲವು ನೂರು ಕೋಟಿಗಳಿಗೆ ಹಣ ಗಳಿಸೋದು? ಈ ಗಳಿಸೋದೇ ಬದುಕಾ? ಕೆಲಸವೇ ಜೀವನಾನಾ? ಸಾಧನೆ ಅಂದ್ರೆ ಇಷ್ಟೇನಾ?

ಚಿಕ್ಕಂದಿನಲ್ಲಿ ಭರತನಾಟ್ಯವೇ ಸಾಧನೆ ಎಂದುಕೊಂಡಿದ್ದೆ. ರಂಗಪ್ರವೇಶ ಆದ ಮೇಲೆ ಹೆಜ್ಜೆಯಲ್ಲೂ ರುಚಿ ಇರಲಿಲ್ಲ. ಆ ಮೇಲೆ ಚಿತ್ರಕಲೆಯೇ ಸಾಧನೆ ಎಂದುಕೊಂಡಿದ್ದೆ. ನಾಲ್ಕಾರು ಪ್ರದರ್ಶನಗಳಾದ ಮೇಲೆ ಬಣ್ಣದಲ್ಲೂ ರುಚಿ ಕಾಣಲಿಲ್ಲ. ಡಿಗ್ರಿ, ಮಾಸ್ಟರ್ಸ್ ಮಾಡುವಾಗ ಅಂಕ ಗಳಿಕೆಯೇ ಸಾಧನೆ ಎಂದುಕೊಂಡಿದ್ದೆ. ಗೋಲ್ಡ್ ಮೆಡಲ್‌ಗಳು ಬಂದ ಮೇಲೆ ಅದರ ರುಚಿಯೂ ಹಾಳಾಯಿತು. ಮದುವೆಯಾಗುವವರೆಗೂ ಅದೂ ಒಂದು ಸಾಧನೆ ಎನಿಸಿತ್ತು. ಆದರೆ ಮಗುವಾದ ಮೇಲೆ ಅದರ ರುಚಿಯೂ ಹೋಯಿತು. ಹಾಗಾದರೆ ಬದುಕಿನ ರುಚಿ ಯಾವುದು? ಬದುಕಿಗೇನು ಒಂದೇ ರುಚಿಯೇ ಅಥವಾ ಬದುಕಿನ ಅಧ್ಯಾಯಗಳು ಬದಲಾದಂತೆ ರುಚಿಗಳೂ ಬದಲಾಗುತ್ತವೆಯೋ ಹೇಗೆ? ಅರೆ, ಈಗ ಹಣದ ರುಚಿ ಹತ್ತಿಬಿಟ್ಟಿದೆಯಲ್ಲಾ ನನ್ನ ಜೀವನಕ್ಕೆ?! ಹಣದ ರುಚಿಯ ಮುಂದೆ ಗಂಡನ ಪ್ರೀತಿಯ ರುಚಿ, ಮಗನ ಅಕ್ಕರೆಯ ರುಚಿಗಳು ರುಚಿ ಕಳೆದುಕೊಳ್ಳುತ್ತಿವೆಯೋ ಹೇಗೆ?

ಇದು ನನಗೆ ಮಾತ್ರ ಹೀಗಾಗುತ್ತಿದೆಯೋ ಅಥವಾ ದುಡಿಯುವ ಎಲ್ಲಾ ಹೆಣ್ಣುಮಕ್ಕಳ ಪಾಡೂ ಇದೇ ರೀತಿಯದ್ದೋ? ಬಾಸ್‌ನ ಹೆಂಡತಿಗೆ ಯಾವತ್ತಾದರೂ ಹೀಗೆ ಅನಿಸಿರಬಹುದಲ್ಲಾ? ಅಥವಾ ಅವಳು, ಅವಳಂಥವರು ಇಲ್ಲಿ ಈ ಇದೇ ನಾಟಕವೇ ಚೆಂದ ಎಂದುಕೊಂಡಿದ್ದಾರೋ ಏನೋ? ಚೇತನನೂ ದುಡಿಯುತ್ತಾನೆ. ಆದರೆ ಒಂದು ದಿನವೂ ಆಫೀಸ್ ರಗಳೆ ಎಂದವನಲ್ಲ. ಮೊದಲೆಲ್ಲಾ ಆಫೀಸ್‌ನ ತರಲೆ ತಾಪತ್ರಯಗಳನ್ನು ನನ್ನೊಂದಿಗೆ ಹೇಳಿಕೊಳ್ಳುತ್ತಿದ್ದ. ಆದರೆ, 'ಆಫೀಸ್‌ನ ತಲೆನೋವುಗಳನ್ನ ಆಫೀಸ್‌ನಲ್ಲೇ ಬಿಟ್ಟು ಬಾ' ಎಂದ ದಿನವೇ ಕೊನೆ; ಮತ್ತೆ ಅವನು ಆಫೀಸ್ ವಿಚಾರಗಳ ಬಗ್ಗೆ ನನ್ನಲ್ಲಿ ಬಾಯಿ ಬಿಟ್ಟಿಲ್ಲ. ಹಾಗೆ ನೋಡಿದರೆ ಆಫೀಸ್‌ಗಳಲ್ಲಿ ಗಂಡಸರ ತಾಪತ್ರಯಕ್ಕೂ ಹೆಂಗಸರ ತಲ್ಲಣಗಳಿಗೂ ಸಾಕಷ್ಟು ವ್ಯತ್ಯಾಸವಿರುತ್ತದೆ. ನಾನು ಆಫೀಸ್ ರಾಮಾಯಣಗಳನ್ನೇ ಹಗಲೂ ರಾತ್ರಿ ತಲೆಗೆ ತುಂಬಿಕೊಂಡು ಸಾಯುತ್ತಿದ್ದೇನೆ. ಈ ಸುಳಿಯಲ್ಲಿ ಸಿಕ್ಕು ಒದ್ದಾಡುತ್ತಿದ್ದೇನೆ. ತೇಲಲೂ ಆಗದು, ಮುಳುಗಲೂ ಆಗದು. ಇಲ್ಲಿ ತೇಲಬೇಕು, ಇಲ್ಲಾ ಮುಳುಗಬೇಕು. ಈ ಮಧ್ಯದ ಸ್ಥಿತಿ ಬೇಡ ನನಗೆ. ಹೇಮಾ ಯೋಚಿಸುತ್ತಾ ಹೋದಂತೆ ಜ್ವರ ಬಂದು

ಇಳಿದಂತೆ ಮೈಯೆಲ್ಲಾ ಬೆವರಿಳಿದು ತಣ್ಣಗಾಯಿತು. ಮೊಬೈಲ್ ಕೈಗೆತ್ತಿಕೊಂಡು ನಿಮಿಷ ಪಟಪಟ ಟೈಪಿಸಿದಳು.

ಟವೆಲ್ ಹಿಡಿದು ಬಂದ ಚೇತನ, 'ವೆಲ್ ಕಮಾನ್ ಡಿಯರ್. ರೆಡಿ ಟು ಷವರ್' ಎಂದ.

ಯಾಕೋ ಇಂದು ನಾನೇ ಅವನ ಬೆನ್ನುಜ್ಜಿ ನೀರೆಯಬೇಕೆನಿಸಿತು. ಮದುವೆಯಾದ ಹೊಸತರಲ್ಲಿ ಸೆಳೆತ, ಸಂಭ್ರಮದಿಂದ ಅವನ ಬೆನ್ನುಜ್ಜಿ ಸ್ನಾನ ಮಾಡಿಸುತ್ತಿದ್ದೆ. ಆಮೇಲೆ?

'ಇದೆಲ್ಲಾ ಯಾಕೆ ಹೀಗೆ?'

ಸಣ್ಣಗೆ ತೊದಲಿದಳು ಹೇಮಾ.

■

'ನಾನು ಕೆಲಸಕ್ಕೆ ರಿಸೈನ್ ಮಾಡ್ತೀನಿ'

ಡೈನಿಂಗ್ ಟೇಬಲ್ ಮೇಲಿದ್ದ ಪ್ಲೇಟಿನಿಂದ ಉಪ್ಪಿಟ್ಟನ್ನು ಬಾಯಿಗಿಡುತ್ತಾ ಹೇಳಿದಳು ಹೇಮಾ. ಗಂಡ ಮಾಡಿದ ಉಪ್ಪಿಟ್ಟು ರುಚಿಯಾಗಿದೆ ಎನಿಸಿತು.

'ಎನೀ ಪ್ರಾಬ್ಲಮ್?' ಎಂದ ಚೇತನ.

'ನಾನು ದುಡೀದಿದ್ರೂ ನಡೆಯುತ್ತಲ್ಲಾ' ಎಂದಳು ಹಗುರಾಗಿ.

'ವೆಲ್ ನೋ ಇಶು ಹೇಮಾ' ಎಂದ.

'ಬಿ ಇನ್‌ಫಾರ್ಮಲ್ ಚೇತೂ. ಹೇಮಿ ಅಂತಲೇ ಕರಿ. ಹಾಗೆ ಕರೆದು ಎಷ್ಟು ವರ್ಷ ಆಯ್ತು' ಎಂದಳು.

ಕಣ್ಣರಳಿಸಿ ಮಗ್ ನೀರು ಕುಡಿದ ಚೇತನ, 'ಅಮೇಜಿಂಗ್' ಎಂದ.

ಹೊರಗೆ ಸೋನೆ ಶುರುವಾಗಿತ್ತು.

ಕೈ ಚಾಚಿದ ಆಕಾಶ

'ಸಾಯಲೆಂದೇ ಹುಟ್ಟಿದವಳು ನಾನು. ಕಣ್ಣಿಂದ ಕಂಡ ಎಲ್ಲವೂ ಸತ್ಯವೆಂದು ಭಾವಿಸಿದ್ದ ನನಗೆ ಕಣ್ಣಿಗೆ ಕಾಣದ ಸತ್ಯಗಳು ಹಾಗೂ ಸತ್ಯದಂತೆ ಕಾಣುವ ಸುಳ್ಳಿನ ನಡುವಿನ ಸೂಕ್ಷ್ಮ ಅಂತರವನ್ನು ಬದುಕು ಕಲಿಸಿದೆ. ನನ್ನ ಬದುಕಿನ ಸಾವಿರಾರು ಸತ್ಯಗಳ ಮಧ್ಯೆ ಸುಳ್ಳುಗಳಾಗಿ ಬಂದು ಹೋದವರು ಅನೇಕ. ಸಾವಿನ ಬಗ್ಗೆ ಇದ್ದ ಅಂಜಿಕೆ ಎಂದೋ ಹೋಗಿ ಬಿಟ್ಟಿದೆ. ಮಲಗಿದ್ದಲ್ಲಿ ತಣ್ಣಗೆ ಸಾಯಬೇಕೆಂಬುದು ನನ್ನಾಸೆ. ಆದರೆ, ಕಳೆದ ಬಾರಿ ವಿಷ ಕುಡಿದಾಗಲೇ ತಣ್ಣಗೆ ಕೊಲ್ಲುವ ಕರುಣೆ ಸಾವಿಗೆ ಇಲ್ಲ ಎಂಬುದು ಗೊತ್ತಾಗಿದೆ. ಪಾಪ, ಅದಕ್ಕಾದರೂ ಎಲ್ಲಿ ಗೊತ್ತಿರಬೇಕು. ಸಾಯುವವರೆಲ್ಲರೂ ತಣ್ಣಗಿನ ಸಾವನ್ನೇ ಬಯಸುತ್ತಾರೆ ಎಂದು. ಸಾವಿನಲ್ಲಿ ಸಂತೃಪ್ತಿ ಹುಡುಕಲು ಹೊರಟಿದ್ದೇನೆ. ಹಾಗೆ ನೋಡಿದರೆ ಈ ಸಾವಿಗೆ ಅಂತಹ ಹೇಳಿಕೊಳ್ಳುವ ಕಾರಣವೇನೂ ಇಲ್ಲ. ನನ್ನ ಮಟ್ಟಿಗೆ ಸಾವಿಗೆ ಕಾರಣವೂ ಬೇಕಿಲ್ಲ. ಅದು ಎಷ್ಟರ ಮಟ್ಟಿಗೆ ಸರಿ, ತಪ್ಪು ಎಂಬ ಎಣಿಕೆಗೆ ಹೋದರೆ ಈ ಬಾರಿಯೂ ನಾನು ಸಾಯದೇ ಉಳಿದುಬಿಡಬಹುದು. ಹೀಗಾಗಿ ಕಳೆದ ಬಾರಿಗಿಂತ ಎರಡು ಪಟ್ಟು ಹೆಚ್ಚು ವಿಷವನ್ನು ಕುಡಿಯುತ್ತಿದ್ದೇನೆ. ವಿಷ ಕೊಟ್ಟವನು ಹೇಳಿದ್ದ, 'ಇದು ಅಮೃತದ ಹಾಗಿದೆ' ಅಂತ. ಕಳೆದ ಬಾರಿ ಕುಡಿದ ವಿಷ ಹೆಚ್ಚು ಒಗರಾಗಿತ್ತು. ಕಮಟು ವಾಸನೆಯ ವಿಷ ಅಷ್ಟು ಕೆಟ್ಟ ರುಚಿ ಹೊಂದಿರುತ್ತದೆ ಎಂದು ಆಗಲೇ ಗೊತ್ತಾಗಿದ್ದು. ವಾಸನೆ, ರುಚಿಗಳಿಗಿಂತ ಅದು ಜೀವವನ್ನು ಹಿಂಡಿದ್ದು, ಅದು ಹೇಳಿಕೊಳ್ಳಲಾಗದಂಥ ಸಂಕಟ. ಸಾಯಲು ಹೊರಟವಳಿಗೆ ಮಾತುಗಳು ಕಡಿಮೆ ಇರಬೇಕು. ಈ ಪತ್ರ ಕಂಡವರು ನನ್ನ ಮುಖದ ಮೇಲೆ ನಗುವಿದೆಯೇ ನೋಡಿ. ನನ್ನ ಮುಖದಲ್ಲಿ ಸಾವು ನಗು ತರಿಸಿದ್ದರೆ ನನ್ನ ಸಾವಿಗೂ ಸಾರ್ಥಕ. ನನ್ನ ಮನಸ್ಸಿನ ಗಾಯಗಳಿಗಿಂತ ಮೈ ಮೇಲಿನ ಗಾಯಗಳೇ ಹೆಚ್ಚಾಗಿವೆ. ಹೀಗಾಗಿ ನನ್ನನ್ನು ಬಟ್ಟೆ ಇದ್ದಂತೆ ಸುಟ್ಟು ಬಿಡಿ, ಬೆತ್ತಲಾಗಿ ಉರಿದು ಹೋಗಲು ನನಗೆ ಇಷ್ಟವಿಲ್ಲ...'

ಕಣ್ಣಿಂದ ತೊಟ್ಟಿಕ್ಕಿದ ನೀರ ಬಿಂದುಗಳಿಂದ ಅಳಿಸಿದ ಮುಂದಿನ ಅಕ್ಷರಗಳನ್ನು ಹುಡುಕುವ ಪ್ರಯತ್ನ ಮಾಡದೆ ಅನಂತ ಚೀಟಿಯನ್ನು ಮಡಚಿ ಜೇಬಿಗಿಟ್ಟ.

ಮನೆ ಒಪ್ಪವಾಗಿತ್ತು. ಕಿಟಕಿ ಪರದೆಯ ಅಂಚೂ ಕೊಳೆಯಾಗದ ಹಾಗೆ ಶುಭ್ರವಾಗಿತ್ತು. ನೆಲದ ಮೇಲೆ ಒಂದಿಷ್ಟು ದೂಳು ಇರದ ಹಾಗೆ ಒರೆಸಿಯಾಗಿತ್ತು. ನೆಲ ಇನ್ನೂ ಹಸಿಯಾಗಿತ್ತು. ಟೇಬಲ್ ಮೇಲಿದ್ದ ಹೂದಾನಿಯಲ್ಲಿ ನೀರಿನೊಳಗೆ ತೊಟ್ಟು ಬಿಟ್ಟ ಗುಲಾಬಿಗಳು ನಳನಳಿಸುತ್ತಿದ್ದವು. ಮಂಚದ ಮೇಲೆ ಹಾಸಿದ್ದ ಬಿಳಿ ಹೊದಿಕೆಯಲ್ಲಿ ನೀಲಿ ಹೂಗಳ ಚಿತ್ತಾರ ಸುಕ್ಕಾಗದ ಹಾಗೆ ಮಲಗಿದ್ದಳು ತಾಜುಮಾ.

ದಟ್ಟ ಕೆಂಪಿನ ಅನಾರ್ಕಲಿ ಚೂಡಿಯ ಅಲ್ಲಲ್ಲಿ ಚಿನ್ನದ ಬಣ್ಣದ ಸುನಾರಿಯಿಂದ ಮಾಡಿದ್ದ ಕುಸುರಿ ಹೊಲಿಗೆ ಕಿಟಕಿಯಿಂದ ಹರಿಯುತ್ತಿದ್ದ ಬೆಳಕಿಗೆ ಫಳಫಳಿಸುತ್ತಿತ್ತು. ಯಾವತ್ತಿನಂತೆ ಮಡಚಿ ಕುತ್ತಿಗೆಯ ಸುತ್ತಾ ಹಾರದಂತೆ ಹೊದ್ದಿದ್ದ ದುಪಟ್ಟಾ ಸ್ವಲ್ಪವೂ ಅಲುಗಿರಲಿಲ್ಲ. ಕಣ್ಣಿಂದ ಒಸರಿದ್ದ ಹನಿಗಳು ಅವಳ ಕೆನ್ನೆಯಿಂದ ಇಳಿದು ಮುಂದೆ ಹಾಸಿದ್ದ ಮುಂಗುರುಳ ಒದ್ದೆಯಾಗಿಸಿದ್ದವು.

ಬಾಡದ ಮುಖದ ಮೇಲೆ ಅರಳಿದ್ದ ತುಟಿಯ ಅಂಚಿಗೆ ಜಿನುಗಿದ್ದ ರಕ್ತದ ಹನಿ ಅವಳ ನಗುವನ್ನು ಮಾಸುವ ಮನಸ್ಸಿಲ್ಲದೆ ಅಲ್ಲೇ ಹೆಪ್ಪುಗಟ್ಟಲು ಯತ್ನಿಸಿದ್ದಂತಿತ್ತು. ಕುಡಿದಿದ್ದ ವಿಷಕ್ಕೆ ಅವಳ ನಗುವನ್ನು ಕೊಲ್ಲುವ ಶಕ್ತಿ ಇರಲಿಲ್ಲ. ಅವಳಿಗೆ ವಿಷದ ಬಾಟಲಿ ಕೊಟ್ಟವನು ಹೇಳಿದ ಹಾಗೆ ಅದು ಅಮೃತದ ಹಾಗಿತ್ತೋ ಏನೋ.

ಹಾಗೆ ನೋಡಿದರೆ ಇಪ್ಪತ್ತೆಂಟು ಸಾಯುವ ವಯಸ್ಸಲ್ಲ. ನೋವನ್ನು ಎಂದೂ ತೋರಿಸಿಕೊಳ್ಳದ ತಾಜುಮಾ ನಗುವನ್ನು ಹಂಚಲು ಕಂಜೂಸಿ ಮಾಡಿದವಳಲ್ಲ. ಸಾವಿನಲ್ಲೂ ನಗು ಮೂಡಿದ್ದ ಅವಳ ಮುಖದ ಮೇಲೆ ನೋವಿನ ಗೆರೆಗಳಿಗೆ ಜಾಗವಿಲ್ಲದ ಹಾಗೆ ಇಪ್ಪತ್ತೆಂಟು ವರ್ಷಗಳನ್ನು ಕಳೆದಿದ್ದಳು. ಬ್ಲಾಸಮ್ ಅವೆನ್ಯೂನ ಮಿಲಿಂದ್ ಅಪಾರ್ಟ್‌ಮೆಂಟ್‌ನ 703ನೇ ನಂಬರಿನ ಫ್ಲ್ಯಾಟ್ ಅವಳಿಗೆ ಎಲ್ಲವೂ ಆಗಿತ್ತು.

■

ಸೆಂಟ್ರಲ್ ಸ್ಟೇಷನ್‌ನಲ್ಲಿ ಬೆಳಗ್ಗಿನಿಂದ ಅಳುತ್ತಾ ನಿಂತಿದ್ದ ಅವಳನ್ನು ಮಧ್ಯಾಹ್ನದ ಮೇಲೆ ಯಾರೋ ಕೈ ಹಿಡಿದು ನಕ್ಕಾಗ ಅವಳು ಅಳು ನಿಲ್ಲಿಸಿದ್ದಳು. ಅಂದು ಮೈಮೇಲೆ ಇದ್ದದ್ದು ಹಳದಿ ಬಣ್ಣದ ಫ್ರಾಕ್. ಕೈ ಹಿಡಿದ ಬಿಳಿ ಗಡ್ಡದ ವ್ಯಕ್ತಿಯ ಮುಖದ ತುಂಬ ಮುಗ್ಧ ಭಾವ. ಆತ ಹೇಳಿದ್ದು, ಕೇಳಿದ್ದೊಂದೂ ಕಿವಿಗೆ ಬೀಳದ ಹಾಗೆ ಅವಳ ಮನಸ್ಸನ್ನು ಆತನ ನಗು ತುಂಬಿತ್ತು. ಆತ ಆಟೊದಲ್ಲಿ ತಂದು ಸೇರಿಸಿದ್ದು ಜಾನ್ಸನ್ ರಸ್ತೆಯ ಕ್ಯಾಥಡ್ರಲ್‌ನ ಸಿಸ್ಟರ್ಸ್ ಹೋಮ್‌ಗೆ.

'ರೀಟಾ ಡಿ'ಮೆಲ್ಲಾ' – ತನ್ನ ಇರುವಿಕೆಗೆ ಯಾರೋ ಲೆಡ್ಜರ್‌ಗೆ ಕೊಟ್ಟಿದ್ದ ಹೆಸರು. ನಾನು ತಾಜುಮಾ? ಗೊಂದಲ ಇದು. ಯಾರು ಕೊಟ್ಟ ಹೆಸರು? ಅಪ್ಪ

ಅಮ್ಮ, ಉಹುಂ, ಯಾರೆಂಬ ನೆನಪಿಲ್ಲ. ಕಿವಿಯ ಮೇಲೆ ಎರಡು ಮೂರು ಬಾರಿ ಬಿದ್ದ ಶಬ್ದಕ್ಕೆ ತಿರುಗಿ ನೋಡಿದ್ದಳು. ಆದರೆ ಅದೇ ಒಗ್ಗಿ ಹೋಗಿತ್ತು ಆಗ. ಅದು ನನ್ನ ಹೆಸರಾದರೆ, ಈ ಹೊಸ ಹೆಸರು ಯಾರದ್ದು? ಹಿಂದೆ ಯಾರದ್ದೋ ಆಗಿದ್ದು ಇಂದು ನನ್ನದಾಗಿ ಮುಂದೆ ಇನ್ನ್ಯಾರದ್ದೋ ಆಗುವ ಹೆಸರು. ಚಿಕ್ಕ ಮಿದುಳಿಗೆ ಏನೇನೋ ಅನ್ನಿಸುವ ವೇಳೆಗೆ ರೀಟಾ ಶಬ್ದಕ್ಕೇ ಕಿವಿ ಸ್ಪಂದಿಸಲು ಶುರು ಮಾಡಿತ್ತು.

ಇಷ್ಟಕ್ಕೂ ನನ್ನ ಅಪ್ಪ ಅಮ್ಮ ಯಾರು? ನಾನು ಎಲ್ಲಿಯವಳು? ನನ್ನನ್ನು ಹೆತ್ತವರು ರೈಲ್ವೆ ಸ್ಟೇಷನ್‌ನಲ್ಲಿ ಬಿಟ್ಟು ಹೋದರೇ? ನಾನು ತಪ್ಪಿಸಿಕೊಂಡವಳೇ? ನಿಜಕ್ಕೂ ತಪ್ಪಿಸಿಕೊಂಡಿದ್ದರೆ ಅಪ್ಪ ಅಮ್ಮ ಹುಡುಕಾಡದೇ ಇರುತ್ತಿದ್ದರೇ? ಅಥವಾ ನಾನು ಯಾರದೋ ಪಾಪಕ್ಕೆ ಭೂಮಿಗೆ ಬಿದ್ದವಳೇ? ಬಾಲ್ಯ ಎಂದರೆ ಸೆಂಟ್ರಲ್ ಸ್ಟೇಷನ್, ಗಡ್ಡದ ಮುಖದವನ ನಗು, ಸಿಸ್ಟರ್ಸ್ ಹೋಮ್, ಹಳದಿ ಫ್ರಾಕ್ ಇಷ್ಟೇ ನೆನಪು. ಆಮೇಲೆಲ್ಲಾ ಸಿಸ್ಟರ್ಸ್ ಹೋಮ್ ತಾಪತ್ರಯ.

ಸಿಸ್ಟರ್ಸ್ ಹೋಮ್‌ನಲ್ಲೇ ಅಕ್ಷರ ಕಲಿತ ರೀಟಾ, ನರ್ಸಿಂಗ್ ಓದಿದ ಬಳಿಕ ಅದೇ ಕ್ಯಾಥಡ್ರಲ್‌ನ ಆಸ್ಪತ್ರೆಯಲ್ಲಿ ದಾದಿಯ ಕೆಲಸ ಮುಂದುವರಿಸಿದ್ದಳು. ಹೇಲು ಉಚ್ಚೆ ಬಾಚುವ ಕೆಲಸ ಎಂದು ಹೊರಗಿನವರು ಅಸಹ್ಯಗೊಳ್ಳುವ ಕೆಲಸ ಇಲ್ಲಿ ಮಾನವೀಯ ಸೇವೆ. ಅಬಲರ ಅಸಹ್ಯ ಬಾಚುವುದರಲ್ಲೂ ದೇವರನ್ನು ಕಾಣುವ ಕೆಲಸ. ಅಸಹ್ಯ ಎಂದು ಕೊಂಡರೆ ಎಲ್ಲವೂ ಅಸಹ್ಯವೇ. ಕ್ಯಾಥಡ್ರಲ್‌ನ ಫಾದರ್ ಎನಿಸಿಕೊಂಡ ಪುಣ್ಯಾತ್ಮರು ಇಲ್ಲಿ 'ಸಿಸ್ಟರ್' ಎಂದು ಕರೆಯುವ ನರ್ಸ್‌ಗಳೊಂದಿಗೆ ಹಗಲಲ್ಲೇ ಕರ್ಟನ್ ಮರೆಯಲ್ಲಿ ಕಾಮದಾಟ ಆಡುತ್ತಿದ್ದಾರೆ. ಏಸುವಿಗೆ ಕ್ಷಮಾಗುಣ ಹೆಚ್ಚು. ಅವನು ಎಲ್ಲರನ್ನೂ, ಎಲ್ಲವನ್ನೂ ಮನ್ನಿಸಿ ಬಿಡುತ್ತಾನೆ. ತಪ್ಪುಗಳನ್ನು ಮಾಡಿದವರೂ ಅವನ ಮಕ್ಕಳೇ ತಾನೆ. ಅವರಿವರ ಮಾತಿರಲಿ ಕೊನೆಗೆ ತನ್ನನ್ನು ಶಿಲುಬೆಗೇರಿಸಿದವರನ್ನೂ ಕ್ಷಮಿಸಿಬಿಟ್ಟ ಪುಣ್ಯಾತ್ಮ. ದಂಡನೆಯಿಂದಲ್ಲ, ಕ್ಷಮೆಯಿಂದ ಭಗವಂತನಾದವನು ಅವನು. ಎಲ್ಲರಿಗೂ ಕ್ಷಮಿಸುವ ಗುಣವಿದ್ದರೆ ಜಗತ್ತಿನಲ್ಲಿ ಸಂಘರ್ಷ, ಯುದ್ಧಗಳೇ ಇರುತ್ತಿರಲಿಲ್ಲ. ಏಸು ಈಗ ಬದುಕಿದ್ದರೆ ಕ್ಷಮೆಯಲ್ಲೂ ಒಂದಷ್ಟು ವಿಭಾಗಗಳನ್ನು ಮಾಡುತ್ತಿದ್ದನೋ ಏನೋ. ಆದರೆ, ನಾನಂತೂ ಎಲ್ಲವನ್ನೂ, ಎಲ್ಲರನ್ನೂ ಕ್ಷಮಿಸುತ್ತಿದ್ದೇನೆ.

ಹನ್ನೆರಡು ವರ್ಷದವಳಿದ್ದಾಗ ಮೊದಲು ಫಾದರ್‌ಗೆ ತೊಡೆಯಗಲಿಸಲು ಒತ್ತಾಯಿಸಿದ ಮರಿಯಮ್, ಎದೆಯ ಮೇಲೆ ಮೊಲೆಗಳು ಬೆಳೆಯಲು ಆರಂಭವಾದ ಮೇಲೆ ಅವುಗಳನ್ನು ಹಿಸುಕಿ ವಿಕೃತ ಆನಂದ ಪಡುತ್ತಿದ್ದ ಮುದುಕಿ ಬೆಸಿಲ್ಲಾ, ಕೂಡಿಯಾದ ಮೇಲೆ ಆ ಜಾಗಕ್ಕೇ ಉಚ್ಚೆ ಹುಯ್ದು ಸಂಭ್ರಮಿಸುತ್ತಿದ್ದ ಸಿಸ್ಟರ್ಸ್ ಹೋಮ್‌ನ ವ್ಯಾನ್ ಡ್ರೈವರ್ ಫರ್ನಾಂಡಿಸ್, ಸಿಗರೇಟು ಸೇದಿ ತೊಡೆಗೆ ಕಿಡಿ ಸುಟ್ಟು ನನ್ನ ಚೀರಾಟದಿಂದ ಉನ್ಮತ್ತನಾಗುತ್ತಿದ್ದ ಫಾದರ್ – ಇವರೆಲ್ಲರನ್ನೂ ಕ್ಷಮಿಸಿದ್ದೇನೆ. ಅಂದ ಮೇಲೆ ಇನ್ನು ಕ್ಷಮಿಸಿಕೊಳ್ಳಲು ಉಳಿದೆಲ್ಲರೂ ಅರ್ಹರೇ. ನಾನೂ ಸೇರಿದಂತೆ.

■

ಎಂಥ ಸಂದರ್ಭದಲ್ಲೂ ಹಸನ್ಮುಖಿಯಾಗಿರುತ್ತಿದ್ದ ಅಮ್ಮನಂಥ ಹುಡುಗಿ ಈಗ ಸಾವಿನಲ್ಲೂ ನಗು ಉಳಿಸಿಕೊಂಡಿದ್ದಾಳೆ. ಕೊನೆಗೂ ತನ್ನ ಹಠ ಸಾಧಿಸಿಯೇ ಬಿಟ್ಟಳು. ನೋವಿನೊಂದಿಗೇ ಸಣ್ಣ ಸಿಟ್ಟೂ ಬಂದು ಬಿಕ್ಕಿಬಿಕ್ಕಿ ಅತ್ತ ಅನಂತ.

■

ಬೈಕ್‌ನಿಂದ ಬಿದ್ದು ತೊಡೆಯ ಮೂಳೆ ಜರುಗಿದ್ದ ಅನಂತ ಆಸ್ಪತ್ರೆಯ ಬೆಡ್ ಮೇಲೆ ಮಲಗಿದ್ದ. ಮೂಗು ಮುಚ್ಚದೆ ಹೇಲು ಉಚ್ಚೆಯ ಬೇಸನ್ ಅನ್ನು ಅಡುಗೆ ಪಾತ್ರೆ ಹಿಡಿಯುವ ಹಾಗೆ ಹಿಡಿದು ಸೇವೆ ಮಾಡುತ್ತಾಳಲ್ಲ, ತಾಯಿತನ ಎಂದರೆ ಇದೇ ಇರಬೇಕು ಎಂದು ಕೊಂಡಿದ್ದ. ವಾರ್ಡ್‌ನಲ್ಲಿ ಲವಲವಿಕೆಯ ಚಿಲುಮೆಯಂತೆ, ಎಲ್ಲರೊಂದಿಗೂ ನಗುನಗುತ್ತಾ ಮಾತನಾಡಿಕೊಂಡಿರುತ್ತಿದ್ದ, ಯಾವತ್ತಿಗೂ ಮುಖ ಸಿಂಡರಿಸದ ಹುಡುಗಿ ರೀಟಾ ಅನಂತನಿಗೆ ಇಷ್ಟವಾಗಲು ಹೆಚ್ಚು ದಿನ ಬೇಕಾಗಲಿಲ್ಲ. ಆಕೆ ಎಲ್ಲರಿಗೆ ಮಾಡುವ ಆರೈಕೆಯನ್ನೇ ಇವನಿಗೂ ಮಾಡಿದ್ದರೂ ಅದು ವಿಶೇಷ ಎಂದು ಅನಂತನಿಗೆ ಅನಿಸುತ್ತಿತ್ತು.

ಕಾಲಿಗಾದ ಗಾಯ ಮಾಯುವ ಹೊತ್ತಿಗೆ ಇಬ್ಬರೂ ಸೌತ್ ರೋಡ್‌ನ ಫುಟ್‌ಪಾತ್‌ನಲ್ಲಿ ಪಾನಿಪೂರಿ ತಿನ್ನುವಷ್ಟು ಆತ್ಮೀಯವಾಗಿದ್ದರು. ಸಿಸ್ಟರ್ ಅನ್ನುತ್ತಿದ್ದ ಅನಂತನಿಗೆ ತನ್ನ ಮೊದಲ ಹೆಸರು 'ತಾಜುಮಾ ಅಂತಲೇ ಕರಿ' ಎನ್ನುವಷ್ಟು ಸಲುಗೆ ಕೊಟ್ಟಿದ್ದಳು. ಎಷ್ಟೇ ಹಚ್ಚಿಕೊಂಡರೂ ಈ ಸಂಬಂಧಕ್ಕೊಂದು ಹೆಸರು ಕೊಡಬೇಕೆಂಬ ಅನಂತನ ಆಸೆಯನ್ನು ಅವಳು ನಯವಾಗಿಯೇ ನಿರಾಕರಿಸುತ್ತಿದ್ದಳು.

■

ನೋಟ ಹರಿದಷ್ಟೂ ದೂರ ಹಸಿರು. ರೇಸ್‌ಕೋರ್ಸ್‌ನ ಕುದುರೆಗಳಿಗಾಗಿ ಹುಲ್ಲು, ಸೊಪ್ಪು ಬೆಳೆಯುವ ಎಕರೆಗಟ್ಟಲೆ ವಿಸ್ತಾರವಾದ ಜಾಗ. ದಿಗಂತ ಕೂಡುವೆಡೆ ಹಸಿರು–ನೀಲಿಯ ಸಂಯೋಗದಿಂದ ಮೂಡಿದ ಗೆರೆಯ ನಡುವೆ ಹರಿದಾಡುವ ಎಳೆ ಮೋಡಗಳು. ಹಸಿರು ಹಸಿರನ್ನು ಕೂಡಿ ಹಸಿರನ್ನೇ ಹಡೆಯುತ್ತಿತ್ತು. ಬಯಲಿಂದ ತಂಪು ಗಾಳಿ ತೆಳ್ಳಗೆ ಬೀಸುತ್ತಿತ್ತು.

'ಹೀಗೆ ಎಷ್ಟು ದಿನ?' ಅನಂತನ ಪ್ರಶ್ನೆ.

'ಇದ್ದಷ್ಟು ದಿನ'

ನಗುವಿನೊಂದಿಗೆ ಕಣ್ಣು ಮಿಟುಕಿಸಿ ಅವಳ ಉತ್ತರ.

'ಮದುವೆ ಆಗೋಣ' ಅವಳನ್ನೇ ದಿಟ್ಟಿಸಿ ನೋಡುತ್ತಾ ಹೇಳಿದ.

ನೆಲಕ್ಕೆ ನೋಟ ನೆಟ್ಟಿದ್ದ ಅವಳು ಮಾತಾಡಲಿಲ್ಲ.

'ಆರ್ಗೋಣ್ವಾ? ಮದುವೆ ವಿಷಯ ಹೇಳಿದ್ರೆ ಯಾಕೆ ಮೌನಿಯಾಗ್ತೀ?'

'ಮಾತು ಅಷ್ಟೊಂದು ಮುಖ್ಯವಾ ಈಗ'

'ಹೌದು, ಈ ಸಂಬಂಧಕ್ಕೊಂದು ಹೆಸರು ಕೊಡದೇ ಇರೋದು ಹೇಗೆ, ಸಮಾಜಕ್ಕಾದರೂ ನಾವು ಏನು ಅನ್ನೋದು ಸ್ಪಷ್ಟ ಆಗಬೇಕಲ್ಲ'

ಅವನ ದನಿಯಲ್ಲಿ ಜೋರಿತ್ತು.

'ಸುಲಭ ಅಲ್ಲ ಅದು'

ತಣ್ಣಗೆ ಉತ್ತರಿಸಿದಳು ತಾಜುಮಾ.

'ಯಾವುದು?' ಅವಳ ಕೈ ಹಿಡಿಯುತ್ತಾ, ರೇಗಿದ್ದಕ್ಕೆ ಕಣ್ಣಲ್ಲೇ ಕ್ಷಮೆ ಕೇಳಿದ.

'ನಮ್ಮ ಮನೇಲಿ ಒಪ್ಪಿಸ್ತೀನಿ. ನೀನು ಹೂಂ ಅನ್ನು ಸಾಕು. ನಾವು ನಮ್ಮದೇ ಆದ ಸುಂದರ ಬದುಕನ್ನ ಕಟ್ಟಿಕೊಳ್ಳೋಣ' ಅವಳ ಬಲಗೈ ತೋರು ಬೆರಳಲ್ಲಿ ಇಷ್ಟೇ ಕಿತ್ತಿದ್ದ ನೈಲ್‌ಪಾಲಿಶ್ ಕೀಳುತ್ತಾ ಹೇಳಿದ.

ಮೌನಿಯಾಗಿದ್ದ ಅವಳ ಗಲ್ಲ ನೇವರಿಸುತ್ತಾ, ಮುಂಗುರುಳ ಕಿವಿಯ ಹಿಂದಕ್ಕೆ ತೀಡಿ ಕುತ್ತಿಗೆಗೆ ಮುತ್ತು ಕೊಟ್ಟ. ಯಾವತ್ತೂ ನಗುವ ಮೊಗದವಳೇ ಆಗಿದ್ದ ತಾಜುಮಾ ಕಣ್ಣಿಂದ ಉದುರಿದ ಹನಿಗಳು ಅನಂತನ ಬೆರಳುಗಳ ಮೇಲೆ ಬಿಂದುಗಳಾದವು.

'ನಾನು ಯಾಕೆ ಇಷ್ಟು ಹತ್ತಿರಾದೆ ನಿನಗೆ?' ತನಗೇ ಕೇಳಿಕೊಂಡಂತೆ ಹೇಳಿದಳು.

'ಅಳಬೇಡ ಪ್ಲೀಸ್' ಸಮಾಧಾನ ಮಾಡಲು ಯತ್ನಿಸಿದ.

'ಯಾಕೆ ಅಳಬಾರದು. ಹುಡುಗಿಯರು ಯಾವಾಗಲೂ ಯಾಕೆ ನಗುವಿನ ಗೊಂಬೆಗಳ ಹಾಗೆ ಇರಬೇಕು. ಯಾಕೆ ನವುರುತನವನ್ನ ಯಾವಾಗಲೂ ಹೇರ್ಕೋಬೇಕು?' ರಚ್ಚೆ ಹಿಡಿದ ಮಗುವಿನ ಹಾಗ ಅಳುತ್ತಾ ಕೂಗಿದಳು ತಾಜುಮಾ.

ನಿಮಿಷಗಳ ನಂತರ, 'ನನಗೆ ಸಂಸಾರ, ಕುಟುಂಬ ಅನ್ನೋದರಲ್ಲಿ ನಂಬಿಕೆ ಇಲ್ಲ. ಅನಾಥೆ ನಾನು. ಅನಾಥಳಾಗೇ ಬೆಳೆದೆ. ಅನಾಥಳಾಗೇ ಸಾಯುತ್ತೇನೆ' ಕಣ್ಣೀರು ಒರೆಸಿಕೊಳ್ಳುತ್ತಾ ಅನಂತನ ಮುಖ ನೋಡಿದಳು. ತೆಳ್ಳಗೆ ಬೀಸುತ್ತಿದ್ದ ಗಾಳಿ ಅವನ ಕಣ್ಣಲ್ಲಿ ಒಸರುವ ಕಣ್ಣೀರನ್ನು ಕಣ್ಣೊಳಗೇ ಇಂಗಿಸುತ್ತಿತ್ತು.

ನಾನು ಅವನಿಗೆ ಮೋಸ ಮಾಡುತ್ತಿದ್ದೇನಾ? ಇಲ್ಲ, ನಾನು ಮಾಡುತ್ತಿರುವುದು ಸರಿ. ಗರ್ಲ್‌ಫ್ರೆಂಡ್ ಆಗಲಷ್ಟೇ ನಾನು ಲಾಯಕ್ಕು. ಬೀದಿಗೆ ಬಿದ್ದು ಬೆಳೆದವಳು ನಾನು. ಇವನೋ ಅಪ್ಪ, ಅಮ್ಮ, ಅಣ್ಣ, ಅಕ್ಕ ಎಂಬ ತುಂಬು ಕುಟುಂಬದ ಕೂಸು. ನಾನು ಇವನನ್ನು ಮದುವೆಯಾಗಿ ಮನೆಗೆ ಹೊಂದಿಕೊಳ್ಳದೆ ನಾಳೆ ಮತ್ತೆ ಇವನಿಗೆ ಹಿಂಸೆಯಾಗಿ...

ಮದುವೆ, ಮನೆ, ಮಕ್ಕಳು ಎಂದು ಸಂಸಾರದ ಕೊರಳಿಗೆ ಜೋತು ಬೀಳುವುದರಲ್ಲಿ ಈಗ ನನಗೆ ನಂಬಿಕೆ ಇಲ್ಲ. ಹಿಂದೆ ಅಂಥ ಆಸೆ ಇತ್ತು. ಆದರೆ ಈಗ ಆ ಆಸೆಯಲ್ಲೇ ನಂಬಿಕೆ ಇಲ್ಲ ನನಗೆ. ಇದೆಲ್ಲ ಹೇಳಿದರೆ ಕೇಳುವ ಮನಸ್ಥಿತಿಯಲ್ಲಿ ಇವನಿಲ್ಲ. ಹುಡುಗರು ಯಾಕೆ ಕೆಲವು ಸಲ ಇಷ್ಟು ಹಠಕ್ಕೆ ಬೀಳುತ್ತಾರೆ. ನಮ್ಮ

ನಡುವಿನ ಸಂಬಂಧಕ್ಕೆ ಹೆಸರು ಕೊಡಲೇಬೇಕೆಂಬ ಹಠ ಇವನದು. ಹೆಸರಿಲ್ಲದ ಬಂಧಗಳ ನಡುವೆ ಈವರೆಗಿನ ಬದುಕನ್ನು ಸವೆಸಿದವಳು ನಾನು. ಪ್ರತಿರೋಧವೇ ಇಲ್ಲದೆ ಅತ್ಯಾಚಾರಗಳನ್ನು ಸಹಿಸಿಕೊಂಡ ನನ್ನಂಥವಳು ಸಂಸಾರಕ್ಕೆ ಎಷ್ಟು ಮಾತ್ರ ಸರಿ? ಒಳಗೊಳಗೇ ಅಳುಕಿದಳು ತಾಜುಮಾ.

ಹೊಟ್ಟೆ ಇರುವುದು ತಿಂದಿದ್ದನ್ನು ಹೊತ್ತು ಜೀರ್ಣಿಸಿಕೊಳ್ಳಲು ಮಾತ್ರ ಎಂದುಕೊಂಡಿದ್ದ ವಯಸ್ಸಲ್ಲೇ ಬಸಿರಾಗಿದ್ದೆ ನಾನು. ಅದು ಯಾರಿಗಾದ ಬಸಿರೋ ಗೊತ್ತಿಲ್ಲ. ಫಾದರ್‌ಗೋ, ಡ್ರೈವರ್‌ಗೋ? ಒಟ್ಟಿನಲ್ಲಿ ಬಸಿರಾಗಿದ್ದೆ. ಮೊದಮೊದಲು ಹೊಟ್ಟೆಯೊಳಗೆ ಹಾವು ಹರಿದಾಡಿದಂತಾಗುತ್ತಿತ್ತು. ಅದು ಗಂಟಲವರೆಗೂ ಬಂದಂತಾದಾಗ ಯಾವಾಗ ಅದು ಬಾಯಿಂದ ಈಚೆಗೆ ಬಂದುಬಿಡುತ್ತದೋ ಎಂದು ಭಯವಾಗುತ್ತಿತ್ತು. ಯಾವುದು ಮೊದಲು ಅತ್ಯಾಚಾರದ ಪಾಪದ ಬಸಿರು ಎನಿಸಿತ್ತೋ ಅದು ದಿನ ದಿನಕ್ಕೆ ನನ್ನ ಕುಡಿ ಎಂಬ ಕಕ್ಕುಲತೆ ಬೆಳೆಯಲು ಶುರುವಾಗಿತ್ತು. ಹದಿನೈದರಲ್ಲಿ ಹೊಟ್ಟೆ ಮುಂದಾಗುತ್ತಿದ್ದ ನಾನು ಒಳಗೊಂದು ಜೀವ ಮೊಳಕೆಯಾಗಿ ಬೆಳೆಯುತ್ತಿರುವ ಖುಷಿಯಲ್ಲಿ ಸಂಭ್ರಮಿಸಿದ್ದೆ. ಆದರೆ, ಆ ಸಂಭ್ರಮವೂ ಹೆಚ್ಚು ದಿನ ಉಳಿಯಲಿಲ್ಲ. ವಿಷಯ ಮರಿಯಮ್‌ಗೆ ಗೊತ್ತಾಯಿತು. ಅಷ್ಟೆ. ಎಷ್ಟು ಬೇಡಿದರೂ ಬಿಡದೆ ಬಲವಂತದಿಂದ ಹೊಟ್ಟೆ ತೊಳೆಸಿಬಿಟ್ಟಳು.

'ನಿನಗೆ ಅನಿವಾರ್ಯ ಮದುವೆಯಾ? ಸೆಕ್ಸಾ?'

ದೀರ್ಘ ಮೌನದ ನಂತರ ಮುಂಗುರುಳು ಸರಿಸುತ್ತಾ ಅವಳು ಕೇಳಿದ ಪ್ರಶ್ನೆಗೆ ಏನೆಂದು ಉತ್ತರಿಸಬೇಕೋ ತಿಳಿಯದೆ ಅನಂತ ಅವಳ ಮುಖವನ್ನೇ ದಿಟ್ಟಿಸಿದ.

'ಯಾಕೆ ನೀನು ಅರ್ಥನೇ ಆಗ್ತಿಲ್ಲ?' ಒಣಗಿದ ಗಂಟಲಿಂದ ಉಗುಳು ನುಂಗುತ್ತಾ ಕೇಳಿದ.

'ನಿನಗೆ ಅರ್ಥ ಆಗಬೇಕಿರೋದು ನನ್ನ ಮನಸ್ಸೋ? ಮೈಯೋ?' ವಿಚಿತ್ರವಾಗಿ ನಗುತ್ತಾ ಕೇಳಿದ ಅವಳ ಪ್ರಶ್ನೆಗೆ ಮೂಕನಾದ ಅನಂತ ಹಸಿರು ಬಯಲಿನ ಕಡೆಗೆ ಮುಖ ಮಾಡಿ ದಿಗಂತದಲ್ಲಿ ದೃಷ್ಟಿ ನೆಟ್ಟ.

'ಬ್ಲಾಸಮ್ ಅವೆನ್ಯೂನಲ್ಲಿ ಫ್ಲ್ಯಾಟ್ ತಗೋತಿದ್ದೀನಿ. 30 ಲಕ್ಷ' ಅವಳ ಮಾತು ಕೇಳಿಯೂ ಕೇಳಿಸಿಕೊಳ್ಳದಂತೆ 'ಹೂಂ' ಅಂದ.

'ಉಳಿಸಿಕೊಳ್ಳದೇ ಇದ್ದರೆ ಸಂಬಂಧಗಳೂ ಉಳಿಯೋದಿಲ್ಲ'

ಅವನ ಮಾತು ಅವಳ ಕಿವಿಗೆ ಸೋಕುವ ಮುನ್ನವೆ ಬಯಲಿನಿಂದ ಜೋರಾಗಿ ಬೀಸಿದ ಗಾಳಿಯ ಪಾಲಾಗಿತ್ತು.

■

ಅವಳ ಫ್ಲ್ಯಾಟ್‌ನಲ್ಲಿ ಅಂದು ನಶೆಯ ಹೊಗೆ ತುಂಬಿತ್ತು. ಫೋನ್ ಮಾಡಿ 'ಮಾತಾಡಬೇಕು' ಎಂದು ಕರೆದಿದ್ದಳು.

ಕಾಲಿಂಗ್ ಬೆಲ್ ಒತ್ತುತ್ತಿದ್ದಂತೆ ಬಾಗಿಲು ತೆರೆದು ಅನಂತನ ಕೊರಳಿಗೆ ತೋಳಬಂಧಿ ಹಾಕಿ ಅವನನ್ನೇ ನುಂಗುವಂತೆ ನೋಡಿದಳು. ಅವಳ ಅಮಲುಗಣ್ಣುಗಳಲ್ಲಿ ಈ ಲೋಕವನ್ನು ಮರೆತು ಮತ್ತಲ್ಲಿ ಮತ್ತೊಂದು ಲೋಕಕ್ಕೆ ಜಿಗಿಯುವ ಬಯಕೆ ಹೆಪ್ಪುಗಟ್ಟಿತ್ತು.

'ಕುಡಿದಿದ್ದೀಯಾ?'

'ಹೂಂ... ಉಹೂಂ...'

ಅವನನ್ನು ಬರಸೆಳೆದು ಮಂಚದ ಮೇಲೆ ಕೂರಿಸಿಕೊಂಡು ಗ್ಲಾಸ್‌ಗೆ ವಿಸ್ಕಿ ಸುರಿದು ಆಸೆಗಣ್ಣಿನೊಂದಿಗೆ ಅವನ ತುಟಿಗಿಟ್ಟಳು. ಎರಡು ಮೂರು ಬಾರಿ ಬೇಡವೆಂದರೂ ಬಲವಂತದಲ್ಲಿ ಅವಳೇ ಗೆದ್ದಳು. ಖಾಲಿ ಗ್ಲಾಸನ್ನು ತಳ್ಳಿ ಅವನ ಮುಖವನ್ನು ತನ್ನದೆಗೆ ಅವುಚಿಕೊಂಡು ದೀರ್ಘ ಉಸಿರು ಬಿಟ್ಟಳು. ಬಿಸಿಯಪ್ಪುಗೆಯ ಎದೆಮೆದುವಿನಲ್ಲಿ ಸಿಕ್ಕಿಕೊಂಡ ಅನಂತ ಸೋತು ಹೋಗಿದ್ದ. ಇಬ್ಬರ ಉಸಿರೂ ಒಂದಾಯಿತು. ಬೆತ್ತಲಾದ ಅವಳ ಮೈಮೇಲೆ ಅಲ್ಲಲ್ಲಿ ಸುಟ್ಟ ಗಾಯಗಳು ಮಬ್ಬು ಬೆಳಕಿನಲ್ಲಿ ಮಚ್ಚೆಗಳಂತೆ ಕಾಣುತ್ತಿದ್ದವು.

ಒಂದಾಗಿ ಲೋಕ ಮರೆತಿದ್ದವರು ಬೇರಾಗಿ ಬಟ್ಟೆ ಹಾಕಿಕೊಂಡ ಮೇಲೆ ಅವನು ಕೇಳಿದ್ದು ಮತ್ತದೇ ಪ್ರಶ್ನೆ :

'ಈಗಲಾದ್ರೂ ಹೇಳು ಮದುವೆಗೆ ಒಪ್ತೀಯಾ?'

ಅವಳು ಇನ್ನೂ ಅಮಲಿನಲ್ಲಿ ತೇಲುತ್ತಿದ್ದಳು.

'ಯಾಕೆ ನನ್ನ ಮೇಲೆ ಅಧಿಕಾರ ಸ್ಥಾಪಿಸೋ ಹುಚ್ಚು ಹಠ ನಿನಗೆ' ಚೀರಿದಳು ತಾಜುಮಾ.

ಅಮಲೆಲ್ಲಾ ಜರ್‍ರನೆ ಇಳಿದು ಅನಂತನ ಮೈ ಅದುರುತ್ತಿತ್ತು. ಕಣ್ಣಲ್ಲಿ ಕೋಪ, ಅಸಹನೆ ಉಕ್ಕುತ್ತಿತ್ತು. ಅವನ ಕೊರಳಪಟ್ಟಿ ಹಿಡಿದು ಓಲಾಡುತ್ತಾ ಕೇಳಿದಳು, 'ನೀನು ಬೇರೆ ಹುಡುಗೀನ ಮದುವೆಯಾಗು. ಬೇಕಿದ್ದರೆ ನನ್ನನ್ನೂ ಹೀಗೇ...'

ಅವನ ಕೈ ಅವಳ ಕಪಾಳಕ್ಕೆ ಬೀಸಿತ್ತು.

'ಹಾದರಗಿತ್ತಿ'

ಕಂಪಿಸುತ್ತಾ ನಿಂತವನ ಎದುರು ಏನೂ ಆಗಿಯೇ ಇಲ್ಲ ಎಂಬಂತೆ ವಿಸ್ಕಿ ಬಾಟಲಿ ಕೈಗೆತ್ತಿಕೊಂಡಳು ತಾಜುಮಾ.

■

'ನೀವು ಏನಾಗ್ಬೇಕು ಅವರಿಗೆ?

ಇನ್‌ಸ್ಪೆಕ್ಟರ್ ಕೇಳಿದ ಪ್ರಶ್ನೆಗೆ ಏನು ಉತ್ತರಿಸಬೇಕೋ ಗೊತ್ತಾಗಲಿಲ್ಲ ಅನಂತನಿಗೆ. ತಮ್ಮ ನಡುವಿನ ಸಂಬಂಧಕ್ಕೆ ಹೆಸರು ಕೊಡಲು ಎಷ್ಟು ಹೆಣಗಾಡಿದರೂ ಅದಕ್ಕೊಂದು ಹೆಸರೇ ಸಿಕ್ಕಿಲ್ಲ. ಇನ್ನು ಏನು ಉತ್ತರಿಸುವುದು.

'ಪ ಪ ಪ... ಪರಿಚಯ'

ತೊದಲುತ್ತಾ ಉತ್ತರಿಸಿದ ಅನಂತನ ಮುಖವನ್ನೇ ಕೆಕ್ಕರಿಸಿಕೊಂಡು ನೋಡುತ್ತಿದ್ದ ಇನ್‌ಸ್ಪೆಕ್ಟರ್‌ನ ನೋಟಕ್ಕೆ, 'ಅವಳನ್ನು ಕೊಂದವನು ನಾನೇ, ನನ್ನನ್ನು ಗಲ್ಲಿಗೇರಿಸಿ' ಎಂದು ಚೀರಿಬಿಡಬೇಕೆಂಬ ಇರಿತವಿತ್ತು.

'ನಿಮಗೆ ಎಷ್ಟೊತ್ತಿಗೆ ಗೊತ್ತಾಯ್ತು?'

'ಆರು ಗಂಟೆಗೆ'

'ನೀವು ಇಲ್ಲಿಗೆ ಬಂದಾಗ ಬಾಡಿ ಎಲ್ಲಿತ್ತು'

'ಮಂಚದ ಮೇಲೇ, ಈಗಿದ್ದ ಹಾಗೇ ಇತ್ತು. ಅಲ್ಲಲ್ಲ, ಇದ್ದಳು'

'ನಿಮಗೆ ವಿಷಯ ಹೇಗೆ ಗೊತ್ತಾಯ್ತು?'

'ಬೆಳಿಗ್ಗೆನೇ ಅಪಾರ್ಟ್‌ಮೆಂಟ್‌ನ ಸೆಕ್ಯೂರಿಟಿ ಫೋನ್ ಮಾಡಿದ್ದ. ಪಕ್ಕದ ಫ್ಲ್ಯಾಟ್‌ನವರು ಮೊದಲು ನೋಡಿದ್ರಂತೆ' ಕಣ್ಣು ಅವುಚಿಕೊಳ್ಳುತ್ತಾ ದುಃಖ ಮರೆಸಿಕೊಳ್ಳಲು ಯತ್ನಿಸುತ್ತಿದ್ದ ಅನಂತ.

'ಡೆತ್‌ನೋಟ್ ಏನಾದ್ರೂ ಇತ್ತಾ? ನಿಮ್ಮತ್ರ ಏನಾದ್ರೂ ಹೇಳ್ಕೊಂಡಿದ್ರಾ?'

ಜೇಬಿಗೆ ಕೈ ಹಾಕುತ್ತಿದ್ದವನು ಕೈ ಹಿಂದೆ ತೆಗೆದು 'ಉಹುಂ' ಎಂದ.

'ಪಿಎಂ ಆದ ಮೇಲೆ ಬಾಡಿ ತಗ್ಗೊಳ್ಳೋಕೆ ನೀವೆ ಬನ್ನಿ. ಲೇಡಿಗೆ ಯಾರೂ ಸಂಬಂಧಿಕರು ಇಲ್ವಂತಲ್ಲ. ಅವ್ರ ಆಫೀಸಿಂದ ಯಾರಾದ್ರೂ ಬರಬಹುದೇನೋ ಆಮೇಲೆ ನೋಡೋಣ' ಇನ್‌ಸ್ಪೆಕ್ಟರ್ ಹೇಳಿದ್ದಕ್ಕೆ 'ಹುಂ' ಎಂದಂದು ಉಗುಳು ನುಂಗಿಕೊಳ್ಳುತ್ತಾ ಮೆಟ್ಟಿಲ ಮೂಲೆಗೆ ಒರಗಿದ.

ಯಾರೋ ಬಂದರು, ಇನ್ಯಾರೋ ಹೋದರು.

ಬಿಳಿಯ ಬಟ್ಟೆಯಲ್ಲಿ ಸುತ್ತಿದ್ದ ತಾಜುಮಾ ನಗುತ್ತಲೇ ಸ್ಟ್ರೆಚರ್ ಮೇಲೆ ಮಲಗಿ ಲಿಫ್ಟ್‌ನಿಂದ ಕೆಳಕ್ಕೆ ಹೋದಳು. ಗುಲಾಬಿ ಗಿಡದ ಮುಳ್ಳು ತನ್ನ ಹೂವಿನ ದಳವನ್ನೇ ಇರಿದಂತೆ ಅವಳ ತುಟಿಯ ಅಂಚಿಗೆ ಒಸರಿದ್ದ ರಕ್ತದ ಹನಿ ಅವಳ ಸಾವಿನ ನಿಜ ನುಡಿಯುತ್ತಿತ್ತು.

ಅಪಾರ್ಟ್‌ಮೆಂಟ್‌ನ 7ನೇ ಮಹಡಿಯಲ್ಲಿದ್ದ ಫ್ಲ್ಯಾಟ್‌ನ ಬಾಲ್ಕನಿಯಿಂದ ಹೊರಗೆ ಹರಿದಾಡುವ ಮೋಡಗಳು ಇಷ್ಟೇ ಹತ್ತಿರದಲ್ಲಿರುವಂತೆ ಕಾಣುತ್ತಿದ್ದವು.

ಫ್ಲ್ಯಾಟ್‌ನೊಳಗೆ ಸಾವಿನ ವಾಸನೆ ಆವರಿಸಿತ್ತು.

'ಒಳ್ಳೆ ಹುಡುಗಿ. ಯಾಕೆ ಹೀಗೆ ಮಾಡಿಕೊಂಡ್ಳೋ'

'ಆಸ್ಪತ್ರೆಲಿ ಇವಳಂಥ ಇನ್ನೊಬ್ಬ ನರ್ಸ್ ಇರಲಿಲ್ಲ'

'ಸಾವು ಅಷ್ಟೊಂದು ಇಷ್ಟ ಆಗಿತ್ತಾ? ಬಾಡಿ ಮುಖದ ಮೇಲೆ ಎಂಥ ನಗು'

ಗುಂಪು ಸೇರಿದ್ದ ಹೆಂಗಸರು ಮಾತಾಡಿಕೊಳ್ಳುತ್ತಿದ್ದರು.

ಪೊಲೀಸರ ಬೂಟುಗಳ ಸಪ್ಪಳ, ಗೌಜು ಗದ್ದಲ ಇನ್ನೂ ಕಡಿಮೆಯಾಗಿರಲಿಲ್ಲ. ಬಾಗಿಲು ತೆರೆದಿದ್ದ ಫ್ಲ್ಯಾಟ್‌ನಿಂದ ಕಾನ್‌ಸ್ಟೆಬಲ್‌ಗಳು ಏನೇನನ್ನೋ ಪ್ಲಾಸ್ಟಿಕ್ ಕವರ್‌ಗೆ ಸುತ್ತಿ ತೆಗೆದುಕೊಂಡು ಹೋಗುತ್ತಿದ್ದರು.

'ತಾಜುಮಾ ಅಂದ್ರೆ ಏನು?'
ಮೂಲೆಗೆ ಒರಗಿದ್ದ ಅನಂತ ಸಣ್ಣಗೆ ಕೇಳಿಕೊಂಡ.
ಕಣ್ಣ ಹನಿಗಳು ತೊಟ್ಟಿಕ್ಕುತ್ತಲೇ ಇದ್ದವು.

ಪ್ರಾಯಶ್ಚಿತ್ತ

ಅಷ್ಟೊತ್ತಿಗಾಗಲೇ ಶಾರದೆ ಅಟ್ಟದಿಂದಿಳಿದು ನಡುಮನೆಗೆ ಬಂದಳು. ಹಳದಿಗಟ್ಟಿದ ಮುಖ, ನೀಲಿಗಟ್ಟಿದ ಕೊರಳು, ಸಿಕ್ಕುಗಟ್ಟಿದ್ದ ಕೂದಲು. ಬರಿಕೊರಳಲ್ಲಿರಬಾರದೆಂಬ ನೆವಕ್ಕೆ ಜೋತುಬಿದ್ದಿದ್ದ ಮುತ್ತಿಸ ಮಣಿಗಳು ಅವಳ ಕೊರಳ ಬಳಸಿಕೊಂಡು ಹಿಂದುಮುಂದಾಡುತ್ತಿದ್ದವು. 'ಯಾವ ಸುಖಕ್ಕಾಗಿ ಈ ಇಲ್ಲಿನ ಬಾಳು? ಬಂದು ಬಿಡು ನನ್ನ ಜೊತೆ. ನಿನಗಾಗಿ ಒಂದು ತುತ್ತು ನನಗೆ ಹೆಚ್ಚೇನೂ ಅಲ್ಲ' ಎಂದು ಹೇಳಿಬಿಡಬೇಕೆಂದುಕೊಂಡರೂ ಮಾತು ಗಂಟಲಲ್ಲೇ ಉಳಿಯಿತು. 'ನೆಚ್ಚಿದ ದೈವ ಕೈಬಿಟ್ಟಾಗ ಯಾವುದೂ ಆಸರೆಗೆ ಬರಲ್ಲವೋ ಶಂಕರ' ಎನ್ನುತ್ತಿದ್ದ ಅಜ್ಜನ ಮಾತು ತಟ್ಟನೆ ಮಿಂಚಿಹೋಯಿತು.

ಸಿಹಿಗುಂಬಳದ ಜತೆಗೆ ಅಕ್ಕಿರೊಟ್ಟಿ ತಂದು ಮುಂದಿಟ್ಟಾಗ ಶಂಕರ ಶಾರದೆಯ ಮುಖವನ್ನೇ ದಿಟ್ಟಿಸಿದ. ಯಾವ ಭಾವವೂ ಇಲ್ಲದ ಮುಖದಿಂದ ತುಟಿ ಅಗಲಿಸಿ ನಗಲು ಯತ್ನಿಸಿದಳು ಶಾರದೆ. ತಾನು ಇಲ್ಲಿಗೆ ಬಂದ ಕಾರಣವನ್ನೇ ಮರೆತವನಂತೆ ರೊಟ್ಟಿ ಮುರಿದು ತಿನ್ನಲು ಶುರುಮಾಡಿದ ಶಂಕರ. ಗೋಡೆಗಾನಿಸಿಕೊಂಡಿದ್ದ ಲಕ್ಷ್ಮೀ ಫೋಟೋದ ಹಿಂದೆ ಲೊಚಗುಟ್ಟಿದ ಹಲ್ಲಿ ಮನೆಯಲ್ಲಿದ್ದ ಮೌನವನ್ನು ಮುರಿಯಿತು.

■

ರಾಜೀವಣ್ಣನ ಮನೆ ಮುಂದೆ ನಿಂತಾಗ ಶಂಕರ ತಣ್ಣಗಾಗಿಹೋದ. ರಾಜೀವಣ್ಣನ ಮುಂದೆ ಮಂಡಿಯೂರಬೇಕೆ? ಆಗಲೇಬೇಕೆಂದಾದರೆ ಅದೂ ಆಗಲಿ ಎಂದುಕೊಂಡು ಮನೆಯೊಳಗೆ ನಡೆದ. ನಡುಮನೆಯ ಮೂಲೆಯಲ್ಲಿ ಮಂಚದ ಮೇಲೆ ಮುದುರಿದ್ದ ರಾಜೀವಣ್ಣ ಶಂಕರನನ್ನು ದಿಟ್ಟಿಸಿ ನೋಡಿದ್ದೇ ಕಣ್ಣಲ್ಲಿ ನೀರು

ತಂದುಕೊಂಡರು. ಏಳಲಾಗದ ಸ್ಥಿತಿಯಲ್ಲಿ ಮಲಗಿದ್ದವರು ಅಲ್ಲಿಂದಲೇ ಕೈ ಸನ್ನೆ ಮಾಡಿ ಶಂಕರನನ್ನು ಹತ್ತಿರಕ್ಕೆ ಕರೆದರು. ಶಂಕರನ ಕಾಲುಗಳು ರಾಜೀವಣ್ಣನ ಹತ್ತಿರಕ್ಕೆ ಸುಳಿಯುತ್ತಲೇ ಅವನ ಕೈಗಳು ಅವರ ಪಾದಸ್ಪರ್ಶ ಮಾಡಿದವು. ಶಂಕರನ ಎರಡು ಹನಿ ಕಣ್ಣೀರು ರಾಜೀವಣ್ಣನ ಪಾದ ಸೋಕಿದವು. ಸ್ವಲ್ಪ ಹಗುರಾದವನಂತೆ ಶಂಕರ ಎದ್ದು ರಾಜೀವಣ್ಣನ ಬಳಿ ನಿಂತ.

ಬಂದವರು ಯಾರೆಂದು ಅಡುಗೆಕೋಣೆಯಿಂದಲೇ ಇಣುಕಿದಳು ತುಂಗೆ. ಮಸಿ ಅಂಟಿದ್ದ ಕೈಯಿಂದ ಹಣೆ ಒರೆಸಿಕೊಂಡು ಶಂಕರನ್ನು ನೋಡಿ ನಸುನಕ್ಕು, 'ಚೆನ್ನಾಗಿದ್ದೀರಾ' ಎಂದಳು. 'ಇಷ್ಟುಮಾತ್ರ' ಎನ್ನುವಷ್ಟರಲ್ಲೇ ಶಂಕರನ ದನಿ ನಿಂತಿತು. 'ಕಾಫಿ ತಂದೆ' ಎಂದುಕೊಳ್ಳುತ್ತಾ ಒಳಗೆ ಹೋದಳು ತುಂಗೆ. ಶಂಕರನಿಗೆ ಹೇಗೆ ಮಾತು ಆರಂಭಿಸಬೇಕೋ ಗೊತ್ತಾಗಲಿಲ್ಲ. ಇಪ್ಪತ್ತು ವರ್ಷದ ಹಿಂದೆ ಈ ಊರಿಗೆ, ರಾಜೀವಣ್ಣನಿಗೆ, ತುಂಗೆಗೆ, ಶಾರದೆಗೆ ಮಾಡಿದ ಮೋಸ ಅದೇನು ಕಡಿಮೆಯೇ. ಬೇರೆ ಯಾರಾದರೂ ಆಗಿದ್ದರೆ ನನ್ನನ್ನು ಊರೊಳಗೂ ಸೇರಿಸುತ್ತಿರಲಿಲ್ಲ. ಈಗ ಮತ್ತೆ ಇದನ್ನು ಹೇಗೆ ಹೇಳಲಿ ಎಂದು ಚಡಪಡಿಕೆಗೆ ಬಿದ್ದ. ರಾಜೀವಣ್ಣ ಆಡಲಾರದ ಬಾಯಿ ತೆರೆದು ಕಷ್ಟಪಟ್ಟು, 'ಶಂಕ್ರಾ' ಎಂದರು. ಶಂಕರನಿಗೆ ಕರುಳು ಹಿಂಡಿದಂತಾಯ್ತು. ಅವರ ಕಾಲು ಮುಟ್ಟಿ ಅವರ ಮುಂದೆ ಕೃತಕ ಮಾಡುತ್ತಿದ್ದೇನೆಯೇ ಎಂಬ ಅಳುಕು ಆವರಿಸಿಕೊಂಡಿತು.

ತುಂಗೆ ಕಾಫಿ ತಂದಾಗ ಬೇಡ ಬೇಡ ಎನ್ನುತ್ತಲೇ ಲೋಟ ಈಸಿಕೊಂಡು ಕೈಗಿಟ್ಟುಕೊಂಡ. 'ರಾಜೀವಣ್ಣಂಗೆ' ಎನ್ನುವ ಮೊದಲೇ ತುಂಗೆ 'ಅಪ್ಪಂಗೆ ಈಗ ಎಂಥದ್ದು ಇಲ್ಲ. ನೀರು ಇಳಿಯೋದೆ ಕಷ್ಟ ಆಗಿದೆ. ವಾರದಿಂದ ಹಾಲೂ ಸೇರ್ತಿಲ್ಲ. ಬೆಂಗಳೂರಿಂದ ನಾಳೆ ದೊಡ್ಡಣ್ಣ ಬರ್ತಾನೆ ಆಸ್ಪತ್ರೆಗೆ ಸೇರಿಸ್ಬೇಕು' ಎಂದು ಕಣ್ಣಲ್ಲಿ ಒಸರಿದ ನೀರನ್ನು ಹಾಗೇ ಇಂಗಿಸಿಕೊಂಡು ಶಂಕರನನ್ನು ನೋಡಿ ನಕ್ಕಳು. ಅವಳ ನಗು ಶಂಕರನಿಗೆ ಇರಿದಂತಾಯಿತು. 'ಹೆಂಗಿದ್ದೀಯಾ?' ಎಂದ ಶಂಕರ ಕಷ್ಟಪಟ್ಟು, 'ಹೀಗೆ ಇದ್ದೀನಿ. ಗಂಡ ಮಕ್ಕಳ ತಲೆನೋವಿಲ್ಲ' ಎಂದು ಒಣಗಿದ ಮುಖದಲ್ಲಿ ಮತ್ತೆ ನಗೆಮೂಡಿಸಲು ಯತ್ನಿಸಿದಳು. ಕಾಫಿ ಕುಡಿದ ಲೋಟವನ್ನು ತುಂಗೆಯ ಕೈಗಿಡುತ್ತಲೇ ಶಂಕರ, 'ನಾನು ನಿಮಗೆಲ್ಲಾ ಮೋಸ ಮಾಡಿದೆ. ಆದರೂ ನೀವು...' ಎಂದು ಸುಮ್ಮನಾದ.

'ಮೋಸದ ಭೂತ ಕೆಲವೊಮ್ಮೆ ಗಂಟಲು ಕಟ್ಟಿಸುತ್ತೆ ಶಂಕರಾ' ಎನ್ನುತ್ತಿದ್ದ ಅಮ್ಮನ ಮಾತು ನೆನಪಾಯಿತು. ಶಾನುಭೋಗನಾಗಿದ್ದ ಅಪ್ಪ ತನ್ನ ಅಧಿಕಾರ ಬಳಸಿಕೊಂಡು ಊರವರ ಅನುಭವದ ಜಮೀನನನ್ನು ಅನ್ಯಾಯದಿಂದ ಮಾರಿಕೊಂಡು ಬೆಂಗಳೂರು ಸೇರಿದ. ಬೆಂಗಳೂರಲ್ಲಿ ಫ್ಯಾಕ್ಟರಿ ಮಾಡಿ ಗೆದ್ದ. ಆದರೆ, ಮಾಡಿದ ಪಾಪ, ಅನ್ಯಾಯ? ಸಾಯುವ ಕಾಲಕ್ಕೂ ಅಪ್ಪಯ್ಯನಿಗೆ ತಾನು ಮಾಡಿದ್ದು ತಪ್ಪು ಎಂದು ಅನಿಸಲೇ ಇಲ್ಲ.

'ಒಂದನ್ನು ತುಳಿದೇ ಇನ್ನೊಂದು ಮೇಲೇರಬೇಕು. ಒಂದನ್ನು ತಿಂದೇ

ಇನ್ನೊಂದು ಬದುಕಬೇಕು. ಇದು ಸೃಷ್ಟಿ ನಿಯಮ. ನೀನಿನ್ನೂ ಚಿಕ್ಕವನು. ಮುಂದೆ ನಿಂಗೇ ಅರ್ಥ ಆಗುತ್ತೆ' ಎನ್ನುತ್ತಿದ್ದ ಅಪ್ಪಯ್ಯ. ಆದರೆ, 'ಶಾನುಭೋಗಯ್ಯ ಮಾಡಿದ್ದು ಪಾಡಲ್ಲ', 'ಹಾರವ ಎರಡು ಬಗೆದ', 'ಅವನ ಮಕ್ಕಳ ಹುಲಿ ಹಿಡೀಲಿ' ಒಂದೇ ಎರಡೇ ಊರವರು ಇಟ್ಟ ಶಾಪಗಳು.

ಅವರಿವರ ಆಸ್ತಿ ನುಂಗಿದ್ದಲ್ಲ, ತನ್ನ ಸಂಬಂಧಿಕರ ಆಸ್ತಿಯನ್ನೂ ನುಂಗಿ ತೇಗಿದ್ದ ಅಪ್ಪಯ್ಯ. ರಾಜೀವಣ್ಣನ ಗಂಡು ಮಕ್ಕಳು ಇಂದು ಊರು ಬಿಟ್ಟಿದ್ದರೆ, ಶಾರದೆ, ತುಂಗೆಯರು ಇಂದು ಬರಿ ಕೊರಳಲ್ಲಿ ಬಿಳುಚಿಕೊಂಡು ನಿಂತಿದ್ದರೆ ಅದು ಅಪ್ಪಯ್ಯನ ಅನ್ಯಾಯದ ಫಲವೇ ಹೊರತು ಬೇರೆಯಲ್ಲ.

'ಊಟಕ್ಕೇಳಿ, ಕೈಕಾಲು ತೊಳಕೊಳ್ಳಿ' ತುಂಗೆ ಎಚ್ಚರಿಸಿದಳು.

ಶಂಕರ ರಾಜೀವಣ್ಣನ ಮುಖ ನೋಡಿದ. ರಾಜೀವಣ್ಣ ತುಂಗೆಯ ಕಡಗೆ ನೋಡಿದರು.

■

ಬೆಳವಣಿಗೆ ಅಂದರೆ ಏನು? ಅಪ್ಪಯ್ಯ ನನ್ನನ್ನು ಎಂಜಿನಿಯರ್ ಮಾಡಿಸಿದ. ತಂಗಿಯನ್ನ ಅಮೆರಿಕದ ವರನಿಗೆ ಕೊಟ್ಟು ಮದುವೆ ಮಾಡಿಸಿದ. ಫ್ಯಾಕ್ಟರಿ, ಆಳು ಕಾಳು, ಕಾರು ಬಂಗಲೆ, ಹೆಂಡತಿ ಮಕ್ಕಳು, ಹಾಸಿ ಹೊದೆಯುವಷ್ಟು ಐಶ್ವರ್ಯ. ಆಮೇಲೆ?

ಅಪ್ಪಯ್ಯನಿಗೆ ತನ್ನ ಜವಾಬ್ದಾರಿ ಪೂರೈಸಿದ ಹೆಮ್ಮೆ ಇತ್ತು. ಓದಿನಲ್ಲಿ ಅಷ್ಟೇನೂ ಮುಂದಿಲ್ಲದ ನನಗೆ ನಾಯಕರ ಬೊಮ್ಮನಿಗಿಂತ ಹೆಚ್ಚು ಅಂಕ ಬರುತ್ತಿದ್ದುದು ಹೇಗೆ? ಪ್ರತಿಭಾವಂತನಾಗಿದ್ದರೂ ಚೆನ್ನನನ್ನು ಗಣಿತದ ಮಾಸ್ತರು ನಾಲ್ಕು ಅಡಿ ದೂರದಲ್ಲಿ ನಿಲ್ಲಿಸಿ ಲೆಕ್ಕ ಒಪ್ಪಿಸಲು ಹೇಳುತ್ತಿದ್ದುದೇಕೆ? ಬೊಮ್ಮ, ಚೆನ್ನರ ಅವಕಾಶಗಳನ್ನು ನಾನು ಕಸಿದುಕೊಂಡೆನೇ? ಅಥವಾ ಶಾನುಭೋಗಯ್ಯನ ಮಗನ ಸಲುವಾಗಿ ಇಡೀ ತರಗತಿ ಹಿಂದೆ ಉಳಿಯಬೇಕಾಯಿತೇ? ಶಂಕರನಿಗೆ ವಾಕರಿಕೆ ಬಂದಂತಾಯಿತು. ಇಷ್ಟು ದಿನ ಇದಾವುದರ ಪರಿವೆಯೂ ಇಲ್ಲದಂತೆ ಆಫೀಸು, ಫ್ಯಾಕ್ಟರಿ, ಹೆಂಡತಿ ಮಕ್ಕಳ ಜತೆಗೆ ಹಾಯಾಗಿ ಕಾಲಹಾಕಿದ ಬಗ್ಗೆ ತನ್ನ ಮೇಲೇ ಅಸಹ್ಯ ಹುಟ್ಟಿತು.

'ಇಲ್ಲ ಶಾರದೆ, ಇದಕ್ಕೆಲ್ಲಾ ಪ್ರಾಯಶ್ಚಿತ್ತವಾಗಲೇಬೇಕು. ಅಪ್ಪಯ್ಯ ಮಾಡಿದ ಪಾಪ, ಅವನ ಶಾನುಭೋಗದ ಪಾಪ, ಚೆನ್ನ, ಬೊಮ್ಮರ ಜೀವನವನ್ನು ಕಿತ್ತು ನನಗೆ ಕೊಟ್ಟ ಪಾಪ, ಊರವರ ನೆಲ ನುಂಗಿ ತಾನು ಬೆಳೆದ ಪಾಪ, ಎಲ್ಲಕ್ಕೂ ಪ್ರಾಯಶ್ಚಿತ್ತವಾಗಲೇಬೇಕು'

ಹೊಸ್ತಿಲಿಗೆ ರಂಗೋಲಿ ಇಡುತ್ತಿದ್ದ ಶಾರದೆಗೆ ಶಂಕರನ ಮಾತುಗಳು ಪುಸ್ತಕದ ಕ್ರಾಂತಿಯ ಬಾಯಿಪಾಠ ಒಪ್ಪಿಸುತ್ತಿರುವ ಹಾಗೆ ಕೇಳಿತು.

'ಯಾ ಕುಂದೇಂದು ತುಷಾರ ಹಾರ ಧವಳಾ' ಹೇಳಿಕೊಳ್ಳುತ್ತಾ ಸರಸ್ವತಿ

ಫೋಟೋಗೆ ಹೂಬತ್ತಿಯ ಹಾರ ಅಂಟಿಸಿದಳು ಶಾರದೆ. 'ಲಕ್ಷ್ಮೀ ಅಷ್ಟೇ ಅಲ್ಲ ಕಣೇ, ಸರಸ್ವತಿಯೂ ಕೆಲವೊಮ್ಮೆ ಉಳ್ಳವರ ಮನೆ ಕಡೆಗೇ ಓಡೋದು' ಎನ್ನುತ್ತಿದ್ದಳು ಅಮ್ಮ. ಮದುವೆಯಾಗಿ ಗಂಡನ ಮನೆ ಸೇರಿ, ಗಂಡ ಸತ್ತು ನಾನು ತವರು ಸೇರಿ ಈ ಒಂಟಿ ಬಾಳು ಬಾಳುತ್ತಿರುವುದಕ್ಕೆ ನನ್ನ ಹಣೆ ಬರಹ ಕಾರಣವೇ ಹೊರತು ಶಂಕರನೂ ಅಲ್ಲ, ಅವರಪ್ಪ ಶಾನುಭೋಗಯ್ಯನೂ ಅಲ್ಲ. ಇದ್ದ ನಾಲ್ಕೋ ಐದೋ ಎಕರೆ ಜಮೀನು ಅಂದಲ್ಲದಿದ್ದರೆ ಇಂದೂ ಯಾರದೋ ಪಾಲಾಗುತ್ತಿದ್ದುದು ಸುಳ್ಳಲ್ಲ ಎಂದುಕೊಂಡ ಶಾರದೆ ಆರತಿ ತಟ್ಟೆ ಹಿಡಿದು ತುಳಸಿ ಕಟ್ಟೆ ಕಡೆಗೆ ನಡೆದಳು.

'ನನ್ನ ಆಸ್ತಿ ಎಲ್ಲಾ ಮಾರಿ ಈ ಊರವರಿಗೆ ಹಂಚಿ ಎಲ್ಲಾದರೂ ದೂರ ಹೋಗಿಬಿಡುತ್ತೇನೆ ಶಾರದಾ'

'..................'

ತುಳಸಿಕಟ್ಟೆಗೆ ಹೂ ಇಡುತ್ತಿದ್ದ ಶಾರದೆಗೆ ಅವನ ಮಾತು ಸ್ಪಷ್ಟವಾಗಿ ಕೇಳಲಿಲ್ಲ. ದೇವರಕೋಣೆಗೆ ನಡೆದು ಮಣಮಣ ಮಾಡುತ್ತಿದ್ದ ಶಾರದೆಯ ಕಿವಿಯ ಮೇಲೆ ಶಂಕರನ ಮಾತುಗಳು ಅಸ್ಪಷ್ಟವಾಗಿ ಬೀಳುತ್ತಿದ್ದವು. ಆರತಿ ತಟ್ಟೆ ಹಿಡಿದು ಬಂದು ಶಂಕರನ ಮುಂದೆ ನಿಂತ ಶಾರದೆ ಕೇಳಿದಳು:

'ಪ್ರಾಯಶ್ಚಿತ್ತ ನಿನ್ನ ಕಾಲದ ಪಾಪಕ್ಕೋ? ನಿಮ್ಮಪ್ಪನ ಕಾಲದ ಪಾಪಕ್ಕೋ?'

ಹಳದಿಯಾಗಿ ಬಿಳಿಚಿಕೊಂಡಿದ್ದ ಶಾರದೆಯ ಮುಖ ಅವಳ ಗದ್ಗದಿತ ಮಾತುಗಳಿಂದ ಕೆಂಪುಗಟ್ಟಿತು.

'ನಿನಗೆ ಗೊತ್ತೋ ಇಲ್ಲವೋ ಶಂಕರ, ನಿನಗಿಂತ ಅಥವಾ ಅದಕ್ಕಿಂತ ಹೆಚ್ಚೇ ಬುದ್ಧಿ ಹೊಲೆಯರ ಚೆನ್ನ, ಕರಿಯರಿಗೂ, ಬೆಸ್ತರ ಸೋಮಿಗೂ, ನಾಯಕರ ಬೊಮ್ಮನಿಗೂ, ಗಾಣಿಗರ ರಾಮನಿಗೂ ಇತ್ತು. ಆದರೆ, ಅವರ ಬುದ್ಧಿ, ಬದುಕನ್ನೆಲ್ಲಾ ನೀನು ಆಪೋಶನ ತೆಗೆದುಕೊಂಡೆ. ನಿನ್ನಪ್ಪನ ಶಾನುಭೋಗಿಕೆ ಅವರ ಜೀವನ ಹಾಳು ಮಾಡಿತು. ನಮ್ಮದು ಹೇಗೋ ನಡೆಯುತ್ತೆ, ಆದರೆ ಅವರ ಪಾಡು? ಊರವರ ಜಮೀನನ್ನು ಮಾರಿ ನಿನ್ನಪ್ಪ ಗೆದ್ದ, ಊರ ಮಕ್ಕಳ ಬುದ್ಧಿಯನ್ನು ನೀಗಿ ನೀನು ಗೆದ್ದೆ. ಈಗ ಯಾವುದಕ್ಕೆ ಪ್ರಾಯಶ್ಚಿತ್ತ ಮಾಡಿಕೊಳ್ಳುತ್ತೀಯ?'

ದೊಡ್ಡ ಪ್ರಶ್ನೆಯಾಗಿ ಎದುರು ನಿಂತಿದ್ದಳು ಶಾರದೆ.

'ನಿನ್ನ ಆಸ್ತಿ ಪಾಸ್ತಿ ಮಾರಿ ಅವರಿಗೆಲ್ಲಾ ಹಣ ಹಂಚಿಬಿಟ್ಟರೆ ಅದು ನಿಮ್ಮ ಪಾಪಕ್ಕೆ ಪ್ರಾಯಶ್ಚಿತ್ತವೋ? ಹಾಳಾದ ಊರವರ ಬದುಕಿಗೆ ಹೊಣೆ ಯಾರು? ಅದನ್ನು ತಂದುಕೊಡೋ ಶಕ್ತಿ ನಿನ್ನ ಹಣಕ್ಕಿದೆಯಾ? ಅವರೆಲ್ಲರ ಕನಸುಗಳನ್ನು ಕಸಿದುಕೊಂಡ ನಿನ್ನಪ್ಪನ ಪ್ರೇತಕ್ಕೆ ಮೋಕ್ಷ ಇಲ್ಲ ಶಂಕರ. ನಿಮ್ಮಪ್ಪನಿಗೆ ಸತ್ತರೂ ನೆಮ್ಮದಿ ಇಲ್ಲ. ನಿನಗೆ ಬದುಕಿದ್ದೂ ನೆಮ್ಮದಿ ಇಲ್ಲ. ನಿನಗೆ ತಪ್ಪಿನ ಅರಿವಾಗೋಕೆ ಮೂವತ್ತು ವರ್ಷ ಬೇಕಾಯಿತು. ಈಗ ಎಲ್ಲಾ ಮಾರಿ ನಿನ್ನ ಹೆಂಡತಿ ಮಕ್ಕಳನ್ನ ಬೀದೀಲಿ ನಿಲ್ಲಿಸ್ತೀಯಾ? ಯಾವುದಕ್ಕೆ ಪ್ರಾಯಶ್ಚಿತ್ತ ಶಂಕರಾ?'

ಶಾರದೆಯ ಮಾತು ಶಂಕರನ ಕಿವಿಯ ಮೇಲೆ ಬೀಳುತ್ತಲೇ ಇದ್ದವು.

ಶಂಕರ ಕೇಳುತ್ತಲೇ ಇದ್ದ.

ಶಾರದೆ ಹಿಡಿದಿದ್ದ ಆರತಿ ತಟ್ಟೆಯಲ್ಲಿದ್ದ ಕರ್ಪೂರ ಇಷ್ಟಿಷ್ಟೇ ಉರಿದು ಕರಗುತ್ತಾ ಆರಿಹೋಯಿತು.

ಇಲ್ಲಿಂದ ಮುಂದೆ

1

ಕಡಲ ದಂಡೆಯ ಮರಳ ಮೇಲೆ ಬಿದ್ದುಕೊಂಡಿದ್ದ ಸಮೀರ ಆಕಾಶಕ್ಕೆ ದೃಷ್ಟಿ ನೆಟ್ಟಿದ್ದ. ಅಲೆ ಅಲೆಯಾಗಿ ತೇಲುತ್ತಿದ್ದ ಮೋಡಗಳು ಹತ್ತಿಯಂತೆ ಹಿಂಜಿಕೊಂಡು ಹೊಗೆಯಾಗುತ್ತಿದ್ದವು. ಆಗಷ್ಟೇ ಪಶ್ಚಿಮದ ಕಡೆಗೆ ವಾಲುತ್ತಿದ್ದ ಸೂರ್ಯ ಮೋಡಗಳ ಹಿಂದೆ ಉರಿಯುತ್ತಿದ್ದ. ತೀರದಲ್ಲಿ ಮೀನು ಹಿಡಿಯುವ ಆಟವಾಡುತ್ತಿದ್ದ ಹುಡುಗರು ಸಣ್ಣ ಮೀನನ್ನು ಚುಚ್ಚಿದ್ದ ಗಾಳವನ್ನು ಸಮುದ್ರಕ್ಕೆ ಬೀಸುತ್ತಿದ್ದರು. ಮರಳಮನೆ ಬದಲಿಸುತ್ತಿದ್ದ ಏಡಿಗಳ ಬೇಟೆಗೆ ಸೇರಿದ್ದ ಕಾಗೆಗಳು ಕೂಗುತ್ತಾ ಸದ್ದುಮಾಡುತ್ತಿದ್ದವು. ಆಕಾಶಕ್ಕೆ ನೆಟ್ಟಿದ್ದ ದೃಷ್ಟಿ ತೆಗೆದು ಎದ್ದು ಕುಂತ ಸಮೀರ ಕೇಳಿಕೊಂಡ:

'ಈಗೇನು ಮಾಡಲಿ?'

ಕಷ್ಟಪಟ್ಟು ಪಾತಾಳದಿಂದ ಮೇಲೆ ಬಂದವನು ಮುಂದೇನು ಎಂದು ಕೇಳಿಕೊಂಡಂತಿತ್ತು ಅವನ ಪ್ರಶ್ನೆ.

ನಾನು ಇಲ್ಲೇ ಉಳಿದು ಮನೆಗೇ ಹೊಂದಿಕೊಂಡಿರುವ ಕಿರಾಣಿ ಅಂಗಡಿ ನೋಡಿಕೊಳ್ಳಬೇಕೆಂಬುದು ಅಪ್ಪನ ಹಠ. ಆದರೆ, ದೊಡ್ಡ ನೌಕರಿ ಹಿಡಿಯಬೇಕೆಂಬುದು ಅಮ್ಮನ ಬಯಕೆ. ಅದು ಅಮ್ಮನ ಬಯಕೆ ಮಾತ್ರವಲ್ಲ, ನನ್ನ ಕನಸೂ, ಗುರಿಯೂ ಕೂಡ. ಎರಡು ರೂಪಾಯಿಯ ಬೀಡಿಕಟ್ಟು, ಎಂಟಾಣೆಯ ಬೆಂಕಿಪೊಟ್ಟಣ, ಅರ್ಧ ಕಿಲೋ ಅವಲಕ್ಕಿ, ನೂರು ಗ್ರಾಂ ತೊಗರಿಬೇಳೆ ತೂಗಿಕೊಂಡು ಬರುವ ಪುಡಿಗಾಸಲ್ಲಿ ಏನು ಸಾಧನೆ ಮಾಡುವುದು. ಆರಕ್ಕೆ ಏರಲ್ಲ ಮೂರಕ್ಕೆ ಇಳಿಯಲ್ಲ. ಅಜ್ಜಯ್ಯ ಹಾಕಿಸಿದ ಹೆಂಚನ್ನು ಕೈಯ್ಯಾಡಿಸಲೂ ಇನ್ನೂ ಅಪ್ಪನಿಗೆ ತ್ರಾಣವಾಗಿಲ್ಲ.

ಅಲ್ಲಿ ಬಂದದ್ದು ಅಲ್ಲಿಗೇ ಸರಿ. ಹೀಗಿರುವಾಗ ನಾನೂ ಆ ಮುಗ್ಗಲು ಕಿರಾಣಿ ಅಂಗಡಿಯ ಗಲ್ಲದ ಮೇಲೆ ಕುಂತು ಅಪ್ಪನ 'ವ್ಯವಹಾರ' ಮುಂದುವರಿಸಬೇಕೆ? ಪಿಚ್ಚೆನಿಸಿತು ಸಮೀರನಿಗೆ.

'ಅನಿಮೇಷನ್ ಕೋರ್ಸ್ ಮಾಡ್ತೇನೆ. ಒಂದು ಲಕ್ಷ ಫೀಸು ಕಟ್ಟಬೇಕು' ಎಂದಾಗಲೇ ಅಪ್ಪ ಬೊಬ್ಬೆ ಹೊಡೆದಿದ್ದ.

'ಲಕ್ಷದ ಮುಖ ಕಂಡವನಲ್ಲ ನಾನು. ಅನಿಮೇಷನ್ ಗಿನಿಮೇಷನ್ ಎಂಥದ್ದೂ ಬೇಡ. ಬಂದು ಅಂಗಡಿ ವ್ಯವಹಾರ ನೋಡಿಕೊಳ್ಳೋಕ್ಕಾಗದ' ಎಂದು ಕಡ್ಡಿ ತುಂಡು ಮಾಡಿದಂತೆ ಹೇಳಿದ್ದ ಅಪ್ಪ.

'ಮಗು ಎಂಥದ್ದೋ ಕೋರ್ಸ್ ಮಾಡಬೇಕು ಅಂತ ಆಸೆ ಪಡ್ತಿದೆ. ಹಣ ಹೊಂದಿಸೋದಲ್ವಾ' ರಾತ್ರಿ ದೀಪ ಆರಿದ ಮೇಲೆ ಅಪ್ಪನ ಕಿವಿಯಲ್ಲಿ ಸಣ್ಣಗೆ ಉಸುರಿದ್ದಳು ಅಮ್ಮ. ಆದರೆ, ಅಪ್ಪ ನನಗೆ ಕೇಳಬೇಕೆಂದೋ ಏನೋ ಜೋರಾಗೇ ಹೇಳಿದ್ದ, 'ಅದೆಲ್ಲಾ ಲಕ್ಷದ ಮಾತು. ಅಷ್ಟು ದುಡ್ಡು ತರೋದಾದ್ರೂ ಎಲ್ಲಿಂದ. ಈಗ ಮಾಡಿರೋ ಸಾಲವೇ ಹಾಸಿಹೊದಿಯೋ ಅಷ್ಟಿದೆ. ಇನ್ನೂ ಧೈರ್ಯ ಮಾಡಿ ಒಂದು ಹೆಜ್ಜೆ ಮುಂದೆ ಹೋಗಿ ಬಡ್ಡಿಗೆ ದುಡ್ಡು ತರ್ತೀನಿ ಅಂತಿಟ್ಟುಕೋ, ಇವನು ಕೋರ್ಸ್ ಪೂರೈಸ್ತಾನೆ ಅಂತ ಏನು ಗ್ಯಾರಂಟಿ? ಎಂಬಿಎ ಕಟ್ತೇನೆ ಅಂತ ಹೋದ ವರ್ಷ ಐವತ್ತು ಸಾವಿರ ಇಸಗೊಂಡು ಸಮುದ್ರಕ್ಕೆ ಕಚ್ಚೆ ತೋರ್ಸಿ ಉಚ್ಚೆ ಹುಯ್ದದ್ದು ನಾನು ಇನ್ನೂ ಮರೆತಿಲ್ಲ'

ನನ್ನ ಬಗ್ಗೆ ಸಾಸಿವೆ ಕಾಳಿನಷ್ಟು ಭರವಸೆಯೂ ಅಪ್ಪನಿಗೆ ಉಳಿದಿಲ್ಲ.

'ಅಲೆ ಬಂದ ಕಡೆಗೆ ದೋಣಿ ಸಾಗ್ತದೆ ಬಿಡು. ನೀನು ಕೊರಗಬೇಡ. ಎಲ್ಲ ಒಂದು ಪಾಡಾಗ್ತದೆ' ಅಳುತ್ತಿದ್ದ ಅಮ್ಮನನ್ನು ಸಮಾಧಾನ ಮಾಡಲು ಯತ್ನಿಸುತ್ತಿದ್ದ ಅಪ್ಪ. ಅಪ್ಪನ ಮಾತೂ ನಿಜವೆನಿಸಿತು ಸಮೀರನಿಗೆ. ವಿದ್ಯೆ ಪೂರ್ತಿ ತಲೆಗೆ ಹತ್ತಲಿಲ್ಲ. ಹಿಡಿದ ಕೆಲಸಗಳು ಕೈಗೆ ಹತ್ತಲಿಲ್ಲ. 'ಲುಕ್ಸಾನು ಅಂದ್ರೆ ಅದು ಮಗನೇ' ಅಂತ ಅಪ್ಪ ತನ್ನ ಸ್ನೇಹಿತರ ಬಳಿ ಹೇಳಿಕೊಳ್ಳುತ್ತಿದ್ದುದ್ದೇನೂ ಸುಳ್ಳಲ್ಲ.

'ಇವನ ಜೊತೆ ಇರೋರೆಲ್ಲಾ ಗಟ್ಟಿಗರೇ, ಇವನೊಬ್ಬನ್ನ ಬಿಟ್ಟು' ಎಂದು ಅಪ್ಪ ಹೇಳಿಕೊಳ್ಳುವಾಗ ಅದೇನು ತನಗೆ ಅಪಮಾನ ಎಂಬ ಭಾವ ಅಪ್ಪನಲ್ಲಿ ಎಳ್ಳಷ್ಟೂ ಇರುತ್ತಿರಲಿಲ್ಲ.

ಅಪ್ಪನ ಮಾತಿಗೆ ಮುನಿಸು ಹತ್ತಿ ಊಟ ಬಿಟ್ಟಾಗಲೂ ಅಪ್ಪ ಸೈರಣೆಯ ಮಾತಾಡಿದವನಲ್ಲ, 'ಒಪ್ಪೊತ್ತು ಊಟ ನಿಲ್ಲಿಸಿದ್ರೆ ದಿನಸಿ ಉಳೀತು ಅಂತ ತಿಳ್ಕೊ. ಓಲೈಕೆ ಮಾಡಿ ಎಂಥದ್ದೂ ಆಗ್ಬೇಕಿಲ್ಲ. ಸಮುದ್ರದ ಪ್ರತಿ ಮೀನೂ ಬದುಕಲೇಬೇಕು ಅಂಥ ಪ್ರತಿ ಕ್ಷಣವೂ ನೀರು ಕುಡಿದು ಈಜ್ತವೆ. ಮನುಷ್ಯನೂ ಈಜಬೇಕು, ಈಜೋಕಾಗದಿದ್ರೆ ಬದುಕೋಕಾಗಲ್ಲ' ಅಪ್ಪನದ್ದು ಬುದ್ಧಿ ಮಾತೋ, ಹೀಯಾಳಿಸುವ ಮಾತೋ ಗೊತ್ತಾಗುತ್ತಿರಲಿಲ್ಲ.

■

‘ಏನೂ ನಿಮ್ಮಪ್ಪನಿಂದ ಮಂಗಳಾರತಿ ಆಯ್ತಾ ಇವತ್ತು?’ ಹಿಂದಿನಿಂದ ಬೆನ್ನು ಗುದ್ದಿದ ವೇಣಿ ಸಮೀರನ ಪಕ್ಕಕ್ಕೆ ಕುಳಿತು ‘ಉಸ್ಸಪ್ಪಾ’ ಎಂದಳು.

ಸಮುದ್ರದಿಂದ ಬಂದು ಮರಳಲ್ಲಿ ಇಂಗಿತು ಎನ್ನುಷ್ಟರಲ್ಲಿ ಮತ್ತೆ ಸಮುದ್ರ ಸೇರುತ್ತಿದ್ದ ನೀರನ್ನೇ ಎವೆಯಿಕ್ಕದೆ ನೋಡುತ್ತಿದ್ದ ಸಮೀರ ‘ಹೂಂ’ ಎಂದ.

‘ಹೋಗ್ಲಿ ಬಿಡು ಅದು ಇದ್ದಿದ್ದೇ ತಾನೆ. ಅನಿಮೇಷನ್ ಕೋರ್ಸ್ ಅಂದಿದ್ದಲ್ಲಾ ಏನಾಯ್ತು?’ ಪಕ್ಕದಿಂದ ಬಾಗಿ ಸಮೀರನ ಮುಖ ನೋಡುತ್ತಾ ಕೇಳಿದಳು ವೇಣಿ. ಪಕ್ಕಕ್ಕೆ ಬಾಗಿದ್ದಕ್ಕೆ ಕೊಸರಿದ ಅವಳ ಜುಮುಕಿ ಕಿಣಿಕ್ ಎಂದಿತು. ಅವಳ ಪ್ರಶ್ನೆಗೆ ಏನು ಉತ್ತರ ಹೇಳಬೇಕೆಂದು ಗೊತ್ತಾಗದೆ ಸಮೀರ ಅದಕ್ಕೂ ‘ಹೂಂ’ ಅಂದ.

ಸಮೀರನ ಕಳೆಗುಂದಿದ ಮುಖವನ್ನೇ ದಿಟ್ಟಿಸಿದ ವೇಣಿ, ‘ಯಾಕೋ ಊಟ ನಿದ್ದೆ ಬಿಟ್ಟಿದ್ದೀಯಾ?’ ಎಂದಳು. ತಡೆದುಕೊಂಡಿದ್ದ ನೋವು ಒಮ್ಮೆಲೇ ಕಟ್ಟೆ ಒಡೆದಂತೆ ಸಮೀರ ಬಿಕ್ಕಲು ಶುರು ಮಾಡಿದ. ಅವನ ಅಳು ಕಂಡು ವೇಣಿಗೆ ತಬ್ಬಿಬ್ಬಾಯಿತು.

‘ಏಯ್ ಯಾಕೆ ಅಳೋದು. ಸುಮ್ಮನಿರು ಈಗ. ಇಲ್ಲಾಂದ್ರೆ ನೋಡು ಮತ್ತೆ’ ಎಂದು ತನ್ನದೇ ರೀತಿಯಲ್ಲಿ ಸಮಾಧಾನ ಪಡಿಸಲು ನೋಡಿದಳು. ಸಮೀರ ಮಂಡಿಗೆ ಮುಖಕೊಟ್ಟು ಮತ್ತೂ ಜೋರಾಗಿ ಅಳತೊಡಗಿದ.

‘ಥೂ ಹುಚ್ಚಪ್ಪ ಇಂದೆಥದ್ದು ನಿನ್ನ ಅಳುಮೋರೆ. ಸುಮ್ಮನಾಗ್ತಿಯೋ ಇಲ್ಲಾ ಎರಡು ಬಿಗಿಯಲೋ’

ಈ ಹಿಂದೆ ಇವಳ ಮುಂದೆ ಕಣ್ಣೀರು ಹಾಕಿದಾಗೆಲ್ಲಾ ಇವಳ ಈಪರಿಯ ಸಮಾಧಾನಕ್ಕೆ ನಕ್ಕು ಸುಮ್ಮನಾಗುತ್ತಿದ್ದ ಸಮೀರ ಇಂದು ಯಾವತ್ತಿಗಿಂತಲು ಹೆಚ್ಚಿಗೇ ಕಣ್ಣೀರು ಸುರಿಸಿದ. ‘ನಾನು ಬೇಡವಾದನು ವೇಣಿ. ತುತ್ತಿಗೆ ದಂಡ, ಭೂಮಿಗೆ ಭಾರ’ ಎಂದು ಬಿಕ್ಕಿದ.

‘ಈಗೇನಾಯ್ತು. ದೊಡ್ಡದಲ್ಲದಿದ್ರೆ ಚಿಕ್ಕ ಯಾವುದಾದ್ರೂ ಕೆಲಸ ಹಿಡಿದ್ರಾಯಿತು. ಕೊನೆಗೆ ಕೂಲಿಯಾದ್ರೂ ಆಗದ. ನನ್ನ ಕಟ್ಕೊಂಡು ಈ ಪುಟ್ಟ ಹೊಟ್ಟೆಗೆ ಎರಡು ಹೊತ್ತು ಅನ್ನ ಕಾಣಿಸ್ದಷ್ಟು ಹೊಣೆಗೇಡಿಯಾ ನೀನು?’ ಎಂದಳು ವೇಣಿ ಅವನ ತಲೆದಡವಿ. ಅಳುತ್ತಿದ್ದವನನ್ನು ಎಳೆದು ತನ್ನ ತೊಡೆ ಮೇಲೆ ಮಲಗಿಸಿಕೊಂಡ ವೇಣಿ ಅವನ ತಲೆಗೂದಲಲ್ಲಿ ಬೆರಳಾಡಿಸುತ್ತಾ, ‘ದೈವ ನಡೆಸ್ದಂಗೆ ಆಗುತ್ತೆ ಬಿಡು ಯಾಕೆ ಚಿಂತೆ ಮಾಡ್ತಿ’ ಎಂದು ಅವನ ತುಟಿಗೆ ಮುತ್ತು ಕೊಟ್ಟಳು.

ಅವಳ ಚುಂಬನದಿಂದ ಗೆಲುವಾದ ಸಮೀರ ಅಳುತ್ತಲೇ ಅವಳನ್ನು ಎಳೆದುಕೊಂಡು ಅವಳ ತುಟಿಗೆ ತುಟಿ ಬೆಸೆದ.

ಏಡಿ ಹಿಡಿಯಲು ಕುಪ್ಪಳಿಸುತ್ತಿದ್ದ ಕಾಗೆಗಳು ಜೋರು ಸದ್ದು ಮಾಡುತ್ತಿದ್ದವು. ಸಮುದ್ರದ ಮೇಲಿಂದ ಬೀಸಿ ಬರುತ್ತಿದ್ದ ಗಾಳಿ ಬಿಸಿಯಾಗುತ್ತಿತ್ತು. ಪಡುವಣದ

ಕಡೆಗೆ ಇಳಿಯುತ್ತಿದ್ದ ಸೂರ್ಯ ಇಷ್ಟಿಷ್ಟೇ ಕೆಂಪಗಾಗುತ್ತಿದ್ದ.

2

ಕನ್ನಡಿ ಮುಂದೆ ನಿಂತು ತಲೆ ಬಾಚುವಾಗ ನೆತ್ತಿಯ ಮೇಲೆ ಮೂಡಿರುವ ಬಿಳಿಕೂದಲುಗಳು ಹೆಚ್ಚಾದವು ಎನಿಸಿತು ಸಮೀರನಿಗೆ. 'ಬಣ್ಣ ಮಾಡಿಸು' ಎಂದು ಒತ್ತಾಯಿಸುತ್ತಾಳೆ ವೇಣಿ. ಕೂದಲಿಗೆ ಬಣ್ಣ ಮಾಡಿಸಲೂ ಅಪ್ಪನಲ್ಲೇ ದುಡ್ಡು ಕೇಳಬೇಕು. ಅಮ್ಮನ ಸಾಸಿವೆ ಡಬ್ಬಿ ಯಾವಾಗಲೂ ಖಾಲಿ ಖಾಲಿ. ನನ್ನ ಅಗತ್ಯಗಳಿಗೂ ಹೊಂಚಿಕೊಳ್ಳಲಾರದಷ್ಟು ನಾಲಾಯಕ್ ಆದೆನೇ ನಾನು. ಈ ನವೆಂಬರಕ್ಕೆ 28. ನಾಲಾಯಕ್ಕು, ನಿಜಕ್ಕೂ ನಾಲಾಯಕ್ಕು.

'ಜೊತೆಯಲ್ಲಿ ಇದ್ದೋರೆಲ್ಲಾ ಸಾವಿರ ಸಾವಿರ ಎಣಿಸ್ತಿದ್ದಾರೆ. ಮದುವೆ ಆಗಿ ಸೊಗಸಾಗಿ ಜೀವನ ಸಾಗಿಸ್ತಿದ್ದಾರೆ. ಇವಂಗೆ ಬಂದಿರೋದು ದಾಡಿ. ಕಡಿದ್ರೆ ನಾಲ್ಕಾಳು' ಅಪ್ಪನ ಬೈಗುಳದಲ್ಲೂ ಅರ್ಥವಿದೆ ಎನಿಸಿತು ಈಗ ಸಮೀರನಿಗೆ. ದೊಡ್ಡ ಬಂಗ್ಲೆ ಕಟ್ಟಿಸೋಕೆ ಬೇಡ, ಕಾರು ಕೊಳ್ಳೋಕೆ ಬೇಡ, ಶೋಕಿ ಮಾಡೋಕೆ ಬೇಡ ಕಡೇ ಪಕ್ಷ ನಾನು ಬದುಕೋಕೆ ಅಂಥಲಾದ್ರೂ ದುಡಿಯೋದು ಬೇಡವಾ? ನನ್ನ ಭವಿಷ್ಯದ ಬಗ್ಗೆ ಕನಸುಗಳನ್ನ ಕಟ್ಟಿಕೊಂಡಿರೋ ಅಮ್ಮನಿಗಾಗಿ ದುಡಿಯೋದು ಬೇಡವಾ? ನನ್ನ ಬಗ್ಗೆ ಭರವಸೆ ಉಳಿಸಿಕೊಂಡಿರೋ ವೇಣಿ ಸಲುವಾಗಿಯಾದ್ರೂ ದುಡಿಯೋದು ಬೇಡವಾ? ನನ್ನ ಉದ್ಧಾರಕ್ಕೆಂದೇ ಬಯ್ಯುವ ಅಪ್ಪನಿಗಾಗಿ ದುಡಿಯೋದು ಬೇಡವಾ?

ಮತ್ತೆ ಎದುರಾಯಿತು ಪ್ರಶ್ನೆ: 'ಈಗೇನು ಮಾಡೋದು?'

ಕನ್ನಡಿಯಲ್ಲಿ ತನ್ನ ಮುಖವನ್ನೇ ದಿಟ್ಟಿಸಿದ ಸಮೀರ. ಕಳೆಗುಂದಿದ್ದ ಕಣ್ಣು, ಜೋಲು ಬಿದ್ದ ಹುಬ್ಬು, ನೆರಿಗೆಗಟ್ಟಿದ್ದ ಹಣೆ. 'ದೊಡ್ಡ ಕನಸುಗಳನ್ನು ಕಾಣೋರು ಸಣ್ಣ ಕನಸುಗಳನ್ನು ಕಾಣೋದು ಬಿಡಬೇಕು. ಆದರೆ, ಸಣ್ಣ ಕನಸು ಕಾಣೋರು ದೊಡ್ಡ ಕನಸುಗಳನ್ನೂ ಕಾಣಬಹುದು' ವೇಣಿ ಹೇಳಿದ್ದ ಮಾತು ನೆನಪಾಯಿತು. ಬೆಡಗಿನ ಹಾಗೆ ಮಾತನಾಡುತ್ತಿದ್ದ ಅವಳ ಮಾತುಗಳು ಸಮೀರನಿಗೆ ತುಂಬಾ ತಡವಾಗಿ ಅಲ್ಪಸ್ವಲ್ಪ ಅರ್ಥವಾಗುತ್ತಿದ್ದವು. ಈಗಲೂ ಹಾಗೇ ಆಯಿತು. ಈಗ ನಾನು ಕಾಣಬೇಕಾಗಿರೋ ಕನಸು ಯಾವುದು? ಕನಸು ಕಡೆಯುತ್ತಾ ಕೂತರೆ ಏನು ಕೆಲಸ ಮಾಡುವುದು? ಕನಸು ಕಾಣುವುದೇ ಕೆಲಸವಾಗಿಬಿಟ್ಟರೆ?

ಗೊಂದಲಕ್ಕೆ ಬಿದ್ದ ಸಮೀರ.

'ಯಾವುದೂ ಆಗದಿದ್ರೆ ನಿಮ್ಮಪ್ಪನ ಕಿರಾಣಿ ಅಂಗಡಿಯೊಂದಿದೆಯಲ್ಲ, ಎದೆಗುಂದಿ ಮತ್ತೆ ಏನೇನೋ ಕೆಟ್ಟ ನಿರ್ಧಾರಕ್ಕೆ ಬರಬೇಡ ಸಮೂ' ನಾನು ಕಂಗೆಟ್ಟು ಕೂತಾಗಲೆಲ್ಲಾ ಅಮ್ಮ ಹೇಳುತ್ತಿದ್ದ ಸಮಾಧಾನದ ಮಾತು ಇದು. ಈಗ ಅದೇ ಏಕೆ ನನ್ನ ಭವಿಷ್ಯವಾಗಬಾರದು. ಅಪ್ಪನಿಗೆ ಅದು ವ್ಯವಹಾರ ಎನಿಸಿದ್ದರೆ ನನಗೂ

ಯಾಕಾಗಬಾರದು. ಇನ್ನೂ ಎಷ್ಟು ದಿನ ಅಪ್ಪ ಗಲ್ಲದ ಮೇಲೆ ಕುಂತು ಬೇಳೆ ತೂಕಕ್ಕೆ ಹಾಕಬೇಕು. ಇನ್ನವರು ಆರಾಮಾಗಿರಲಿ. ಚಿಲ್ಲರೆ ಕಾಸು ಎಣಿಸುವ ಕೆಲಸದಲ್ಲಿ ತಪ್ಪೇನಿದೆ? ಅದೇ ವ್ಯವಹಾರದ ಮೇಲೆ ಅಪ್ಪ ಜೀವನ ದೂಡಿದ್ದಾನೆ ಎಂದರೆ ನನಗೆ ಯಾಕೆ ಅಲ್ಲ. ಯೋಚಿಸುತ್ತಾ ಹೋದಂತೆ ಕನ್ನಡಿಯೊಳಗಿದ್ದ ಸಮೀರನ ಕಣ್ಣುಗಳು ಹೊಳಪು ಕಂಡುಕೊಂಡವು.

ಚೌರ

1

ಮತ್ತಿಘಟ್ಟದ ಹಟ್ಟಿ ಎಂಬುದು ಒಂದು ಹಟ್ಟಿ. ಮತ್ತಿಘಟ್ಟ ಎಂಬುದು ಆ ಹಟ್ಟಿಯ ಹೆಸರ ಮುಂದಕ್ಕೆ ಅಂಟಿಕೊಂಡಿದ್ದರೂ ಈಗ ಮತ್ತಿಘಟ್ಟಕ್ಕೂ ಹಟ್ಟಿಗೂ ಅಂತಹ ಸಂಬಂಧವೇನೂ ಉಳಿದಿಲ್ಲ. ಸಂಬಂಧ ಮೊದಲು ಇತ್ತು. ಆದರೆ, ಈಗಿಲ್ಲ. ಹಟ್ಟಿಯ ಕೆಲ ದಿಕ್ಕಿಲ್ಲದವರು ಈ ಕೆಲ ಕಾಲದ ಹಿಂದಿನವರೆಗೂ ಮತ್ತಿಘಟ್ಟದ ಲಿಂಗಾಯತರ ಮನೆಗಳಲ್ಲಿ ಜೀತ ಮಾಡಿಕೊಂಡಿದ್ದವರು ನಂತರದಲ್ಲಿ ಸರ್ಕಾರ ಕೊಟ್ಟ ಅಲ್ಪಸ್ವಲ್ಪ ಬಾರೆ, ತೆಗ್ಗಿನ ಭೂಮಿಯನ್ನ ಅಚ್ಚುಕಟ್ಟು ಮಾಡಿಕೊಂಡು, ಒಂದಿಷ್ಟು ತೆಂಗಿನ ಸಸಿಗಳನ್ನು ಎಬ್ಬಿಸಿ ತೋಟಗಾರರಾದ ಮೇಲೆ ಮತ್ತಿಘಟ್ಟಕ್ಕೂ ಹಟ್ಟಿಗೂ ಹೆಸರಿನ ನಂಟು ಬಿಟ್ಟರೆ ಕಳ್ಳುಬಳ್ಳಿ ಉಳಿದಿಲ್ಲ.

ಇಂತಾ ಹಟ್ಟಿಯನ್ನೋ ಹಟ್ಟಿಯ ಒಳಗೆ ಗಡ್ಡಪ್ಪ ಎಂಬುವನು ಒಬ್ಬನಿದ್ದ. ಇದ್ದ, ಈಗ ಇಲ್ಲ. ಗಡ್ಡಪ್ಪನ ಹೆಸರು ಗಡ್ಡಪ್ಪ ಅಂತ. ಅವನು ತಾರಾಮಾರಕ್ಕೆ ಗಡ್ಡ ಬಿಟ್ಟಿದ್ದಕ್ಕೆ ಆ ಹೆಸರು ಬಂದಿತ್ತೋ ಅಥವಾ ಗಡ್ಡಪ್ಪ ಎಂಬ ಹೆಸರಿಗಾಗಿಯೇ ಅವನು ಗಡ್ಡ ಬಿಟ್ಟದ್ದನೋ ಆ ಹಟ್ಟಿಯಲ್ಲಿ ಅಷ್ಟೆಲ್ಲಾ ಬಲ್ಲವರು ಇಲ್ಲ. ಅವನ ಹುಟ್ಟಿದ ಹೆಸರೇನೋ ಯಾರಿಗೂ ತಿಳಿಯದು. ಅವನು ಸತ್ತಿದ್ದು ಮಾತ್ರ ಗಡ್ಡಪ್ಪ ಅಂತಲೇ. ಅವನ ಮಗ ಸಿಂಬ್ಯ ಬರೆಸಿಕೊಂಡಿರುವ ಡೆತ್ ಸರ್ಟಿಫಿಕೇಟಿನಲ್ಲಂತೂ ಗಡ್ಡಪ್ಪನ ಹೆಸರು ಗಡ್ಡಪ್ಪ ಅಂತಲೇ ಇದೆ.

ಬಾಯೊಳಗೆ ಅಲ್ಲಲ್ಲಿ ಹಲ್ಲು ಉದುರಿದ್ದರೂ ಗಡ್ಡ, ತಲೆಕೂದಲು ಮಾತ್ರ ಮೊಳ ಮಾರು ಬೆಳೆದು ಗಡ್ಡಪ್ಪ ಬಿಳಿಗೂದಲ ತಪ್ರಾಗಿದ್ದ. ಹುಬ್ಬಿನ ಬಿಳಿ ಕೂದಲುಗಳ ಕೆಳಕ್ಕೆ ಆಳ ಬಿದ್ದಿದ್ದ ಗುಳಿಯಲ್ಲಿ ಗಡ್ಡಪ್ಪನಿಗೂ ಎರಡು ಕಣ್ಣುಗಳು ಇದ್ದವೆಂಬುದೇ

ಸರಿಯಾಗಿ ಕಾಣುತ್ತಿರಲಿಲ್ಲ. ಮುಖದ ಮೇಲೆ ಬೆಳೆದಿದ್ದ ಗಡ್ಡಕ್ಕೂ ತಲೆ ಮೇಲೆ ಬೆಳೆದಿದ್ದ ಕೂದಲಿಗೂ ಯಾವುದೇ ಗಡಿ ಬೇಲಿ ಇರಲಿಲ್ಲ. ಮಣ್ಣ ಬಣ್ಣಕ್ಕೆ ತಿರುಗಿದ್ದ ಬಿಳಿಯ ಪಂಚೆ, ತೋಳಿಲ್ಲದ ಅಂಗಿ ಇವಿಷ್ಟೆ ಗಡ್ಡಪ್ಪನ ವೇಷ. ಗಡ್ಡಪ್ಪ ಇದ್ದ ಕಾಲಕ್ಕೂ, ಸತ್ತಕಾಲಕ್ಕೂ ಹಟ್ಟಿ ಬಿಟ್ಟರೆ ದಕ್ಷಿಣಕ್ಕೆ ಕಲ್ಲೂರು ಕ್ರಾಸು, ಉತ್ತರಕ್ಕೆ ಸಂಪಿಗೆಯ ಗಡಿಕಲ್ಲು ದಾಟಿದವನಲ್ಲ. ಮನೆಯಾಯಿತು, ಹೊಲವಾಯಿತು, ವಾರಕ್ಕೋ, ಹದಿನೈದು ದಿನಕ್ಕೋ ಸಂತೆಯ ನೆವಕ್ಕೆ ಕಲ್ಲೂರು ಕ್ರಾಸು ಮುಟ್ಟಿಬಂದರೆ, ವರ್ಷದ ತೇರಿಗೆ ಸಂಪಿಗೆಗೆ ಹೋಗಿ ಬರುತ್ತಿದ್ದ ಅಷ್ಟೆ.

ಭಾರತ ಅನ್ನುವ ದೇಶಕ್ಕೆ ಸ್ವಾತಂತ್ರ್ಯ ಎಂಬುದು ಬಂದು ದಿನಮಾನಗಳು ಕಳೆದಾದ ಮೇಲೆ ಕ್ರಾಪು ತೆಗೆಯುವ, ಗಡ್ಡ ಕೆರೆಸುವ ಸ್ವಾತಂತ್ರ್ಯ ಗ್ರಾಮೀಣ ಭಾರತ ಎಂಬೋ ಸೀಮೆಗೂ ಬಂದಿತ್ತು. ಆ ಸ್ವಾತಂತ್ರ್ಯವು ಹಟ್ಟಿ ಅನ್ನೋ ಹಟ್ಟಿಗಳನ್ನು ಮುಟ್ಟಲು ಮುಂದೆ ಸುಮಾರು ಕಾಲವೇ ಬೇಕಾಯಿತು. ಗಡ್ಡಪ್ಪ, ಗಡ್ಡಯ್ಯ, ಗಡ್ಡಣ್ಣ, ಗಡ್ಡಸೋಮಿ, ಜಡೆಯ, ಜಡೆಯಯ್ಯ, ಜಡೆಯಪ್ಪ, ಜಡೆಸೋಮಿ, ಜುಟ್ಟ, ಜುಟ್ಟಪ್ಪ, ಜುಟ್ಟಯ್ಯ, ಜುಟ್ಟುಲಿಂಗ, ಜುಂಜ, ಜುಂಜಪ್ಪ, ಜುಂಜಯ್ಯ ಎಂಬಿವೇ ಮೊದಲಾದ ಹೆಸರುಗಳು ಆಗೆಲ್ಲಾ ಇದ್ದವು. ಅವು ಈ ಸ್ವಾತಂತ್ರ್ಯ ಎಂಬುದು ಬರುವುದಕ್ಕೆ ಪೂರ್ವದ ಭಾರತದವು. ಆದರೆ, ಆ ಕಾಲಮಾನದಲ್ಲಿ ಕತ್ತಿ, ಕತ್ತರಿಗಳು ಬಲು ದುಬಾರಿಯಾದವೂ, ಅವು ಧರೆಗೆ ದೊಡ್ಡೋರ ಸವಲತ್ತುಗಳೂ ಆಗಿದ್ದವಾಗಿ ಅವು ಹಟ್ಟಿಗಳ ಮಾದ್ಗರಂತವರ ಮುಖ, ಮೈಗಳನ್ನು ಮುಟ್ಟಿಸಿಕೊಂಡು ಮೈಲಿಗೆಯಾಗಲು ಒಪ್ಪದಾಗಿದ್ದವು.

ಪಾಳ್ಯದ ಚೌರದವರು ಎನ್ನುವವರು ಚೌರದವರು. ಚೌರ ಮಾಡುವುದು, ತಲೆಕೂದಲು ತೆಗೆಯುವುದು ಅವರ ಕುಲಕಸುಬು. ಅವರಲ್ಲಿ ಕೆಲವರು ಮಂಗಳವಾದ್ಯ ಎಂಬ ಪೀಪಿ ಊದುವ ಕಲೆಯನ್ನು ಕರಗತ ಮಾಡಿಕೊಂಡು ಕಲಾವಿದರೂ ಆಗಿದ್ದಾರೆ. ಇಂತವರು ದಿನವೂ ಮಂಗಳವಾದ್ಯಕ್ಕೆ ಕೆಲಸ ಇಲ್ಲವಾಗಿ ತಮ್ಮ ಕಟಿಂಗು ಷಾಪುಗಳ ಹೊರಗೆ ಪೀಪಿ ಡೋಲುಗಳ ಚಿತ್ರ ಬರೆಸಿ, ಅದರಂಡಿಗೆ ಮೊಬೈಲು ನಂಬರ್‌ಗಳನ್ನು ಬರೆಸುತ್ತಿದ್ದಾರೆ ಇತ್ತಿತ್ತಲಾಗಿ. ಈ ಕುಲಕಸುಬಿನವರಿಗೂ ಹಟ್ಟಿಯ ಮಾದ್ಗರಿಗೂ ಅಷ್ಟಕ್ಕಷ್ಟೆ. ಕಾರಣ ಹುಡುಕಿದರೆ ಇವರು ಈ ಹಟ್ಟಿಯ ಮಾದ್ಗರ ಮುಖಕ್ಕೆ ಕತ್ತಿ ಹಾಕುವುದಿಲ್ಲ, ತಲೆಗೆ ಕತ್ತರಿ ತಾಗಿಸುವುದಿಲ್ಲ. ಇದೇನು ಇಂದು ನಿನ್ನೆಯ ಮಾತಲ್ಲ, ಲಾಗಾಯ್ತಿನಿಂದಲೂ ಇದು ಕಟ್ಟು.

ಹಿಂದಿನ ಮಾತು ಹಿಂದಿಗೆ. ಪಾಳ್ಯದಲ್ಲೋ, ಕಲ್ಲೂರು ಕ್ರಾಸಿನಲ್ಲೋ ಈ ಕಟ್ಟು. ಅದ ದಾಟಿ ಗುಬ್ಬಿಗೋ, ತುರ್ವೇಕೆರೆಗೋ ಹೋದರೆ ಅಲ್ಲಿ ಕತ್ತಿ, ಕತ್ತರಿಗಳು ಸೆಕ್ಯುಲರ್. ಹೀಗಾಗಿ ಹಟ್ಟಿಯನ್ನೋ ಹಟ್ಟಿಯ ಹೈಕಳಿಗೆ ಲೋಕಜ್ಞಾನ ಎಂಬುದು ಅಲ್ಪಸ್ವಲ್ಪ ಅರಿವಿಗೆ ಬಂದ ಮೇಲೆ ಅವರು ತಿಂಗಳೊಪ್ಪತ್ತಿಗೆ ಗಡಿ ಕಟ್ಟು ದಾಟಿ ಚೌರ, ಕ್ರಾಪು ಮಾಡಿಸಿಕೊಂಡು ಬರುತ್ತಿರುತ್ತಾರೆ. ಇತ್ತಿತ್ತಲಾಗಂತೂ ಟ್ರಿಮರ್, ರೇಜರ್‌ಗಳು ಹಟ್ಟಿಯ ಹಲವರ ಬಚ್ಚಲು ಮನೆಗಳ ಸೇರಿರಲಾಗಿ ಚೌರವೆನ್ನುವುದು ಚೌರದವರಿಗೂ

ಮಾದ್ಗರಿಗೂ ಮೀಸೆ ತಿರುವಲು ವಿಷಯವೇ ಅಲ್ಲ. ಹಾಗೆ ನೋಡಿದರೆ ಚೌರದವರಿಗೆ ಮಾದ್ಗರ ಮೇಲೆ ಅಂತಾ ಜಿದ್ದೇನೂ ಇರಲಿಲ್ಲ, ಈಗಲೂ ಇಲ್ಲ. ಈ ಮಾದ್ಗರ ಮುಖ, ಮೈಗಳ ಸೋಕಿದ ಕತ್ತಿ, ಕತ್ತರಿ ತಮ್ಮ ಮೈಗೂ ಸೋಕಿ ತಮ್ಮ ಜಾತಿ ಹಾಳಾಗುತ್ತದೆಂಬುದು ಸುತ್ತಲ ಏಳಳ್ಳಿಗಳ ಕುಲಸ್ಥರ ನಂಬಿಕೆ. ಇದು ಕಾರಣವಾಗಿ ಪಾಳ್ಯದ ಚೌರದವರು ಮಾದ್ಗರಿಗೆ ಚೌರ ಮಾಡರು. ಹೀಗಾಗಿ ಮೇಲುನೋಟಕ್ಕೆ ನೋಡಿದರೆ ಅದು ಚೌರದವರ ತಪ್ಪಲ್ಲ ಎಂಬುದು ನಿಜ.

ಹಾಗೆ ನೋಡಿದರೆ ಚೌರ ಮಾಡುವುದೇನೂ ಸುಲಭದ ಕೆಲಸವಲ್ಲ. ಉಸಿರಿಡಿದು ವಾದ್ಯ ಊದುವುದಕ್ಕಿಂತಲೂ ಸವಾಲು ಇದು ಎನ್ನುತ್ತಾರೆ ಕುಲಕಸುಬನ್ನು ಒಪ್ಪಿದವರು. ನೊರೆ ಮೆತ್ತಿದ್ದ ಗಡ್ಡದ ಕೂದಲನ್ನು ಕೆರೆಯುತ್ತಾ, ಅದನ್ನು ಎಡಗೈಗೆ ಬಳಿದುಕೊಳ್ಳುತ್ತಾ, ತಲೆ ಕೂದಲೊಳಗೆ ಬಾಚಣಿಗೆ ತಿರುವುತ್ತಾ, ಕತ್ತರಿ ಏಟಿಗೆ ಸಿಡಿಯುವ ಕೂದಲು ಕಣ್ಣಿಗೋ, ಮೂಗಿಗೋ ಸೋಕದಂತೆ ಕತ್ತರಿಸುತ್ತಾ, ಹರಿದಾಡುವ ಹೇನು ಸೀರುಗಳನ್ನು ಅಟ್ಟುತ್ತಾ, ಎಕ್ರುಪೆಕ್ರಾದ ಮುಖವನ್ನು ಒಂದು ಹಂತಕ್ಕೆ ತರುವುದು ಎಂದರೆ ಅದು ಮರು ಹುಟ್ಟು ಕೊಟ್ಟಂತೆ. ಇದೆಲ್ಲವನ್ನೂ ಹೇಗೋ ನಿಭಾಯಿಸಬಹುದು. ಆದರೆ, ಅಂಗಿಯನ್ನು ಮೇಲಕ್ಕೆತ್ತಿ ನಿಂತವರ ಕಂಕುಳ ಕೆಳಗಿನ ಕೂದಲು ತೆಗೆಯುವುದು ಅಂದರೆ ಅದು ಬರೀ ಕೆಲಸವಲ್ಲ.

ಆದರೆ, ಈ ಇಂತಾ ಶೋಕಿಗಳನ್ನೆಲ್ಲಾ ಗಡ್ಡಪ್ಪ ಕಂಡವನಲ್ಲ. ಅವನು ಬದುಕಿದ್ದ ಕಾಲದಲ್ಲಿ ಒಂದು ಸಾರಿ ಮಹಾ ಪ್ಲೇಗುಮಾರಿ ಬಂದಿತ್ತಂತೆ. ಆ ಕಾಲದಲ್ಲಿ ಪೌಜಿನೋರು ಊರೂರಿಗೂ ಬಂದು ಬದುಕೋದು ಅಂದ್ರೆ ಹಿಂಗಿಂಗೆ ಅಂತ ನೀಟಾಗಿರೋದ ಹೇಳಿಕೊಟ್ಟು, ಹಟ್ಟೀಲಿ ಉಳಕೊಂಡಿದ್ದ ಒಂದಷ್ಟು ಜನ ಹೆಂಗಸ್ರು, ಮಕ್ಕಳು, ಅಳಿದುಳಿದ ಮುದುಕರಿಗೆ ಇಂಜೆಕ್ಷನ್ ಚುಚ್ಚಿ ಹೋಗಿದ್ದರಂತೆ. ಆ ಪ್ಲೇಗಿನ ಕಾಲದಲ್ಲಿ ಇಂಜೆಕ್ಷನ್ ಭಯಕ್ಕೇ ಎಷ್ಟೋ ಜನ ಗಂಡುಸರು ಆ ಕಾಲದಲ್ಲಿ ಹಟ್ಟಿ ಬಿಟ್ಟು ಬಸಾಪುರದಗಿಡ ಬಿದ್ದು ಪೌಜಿನೋರ ಕ್ಯಾಂಪು ಮುಗಿದ ವಾರಾಂತ್ರದ ಮೇಲೆ ಹಟ್ಟಿಗೆ ಮರಳಿದ್ದರಂತೆ. ಪೌಜಿನೋರು ಕ್ಯಾಂಪಿನ ಜತೆಗೆ ಪರಂಗಿಯ ಚೌರದವರನ್ನೂ ಕರೆದುಕೊಂಡು ಬಂದಿದ್ದರಾಗಿ, ಇಂಜೆಕ್ಷನ್ ಭಯ ಬಿಟ್ಟು ಹಟ್ಟಿಯಲ್ಲೇ ಗಟ್ಟಿ ಮನಸ್ಸು ಮಾಡಿ ಉಳಿದುಕೊಂಡಿದ್ದ ಗಡ್ಡಪ್ಪನೂ ಸೇರಿದಂತೆ ಹಟ್ಟಿಯಲ್ಲಿ ಕೂದಲಿಗೂ ಮೈಗೂ ಬಿಡಿಸಲಾರದ ಸಂಬಂಧ ಬೆಳೆಸಿಕೊಂಡಿದ್ದ ಮುದುಕರು ಮೋಟರು ಮೊದಲ ಬಾರಿಗೆ ಚೌರದ ಸುಖಕ್ಕೆ ಒಳಗಾಗಿದ್ದರು. ಇದಾದ ಮೇಲೆ ಹಟ್ಟಿಯ ಕೆಲ ಗಟ್ಟಿಗರು ತುಮ್ಕೂರಿಗೋ, ಬೆಂಗ್ಳೂರಿಗೋ ಹೋಗಿ ಆ ಸುಖವನ್ನು ಮತ್ತೆ ಮತ್ತೆ ಹೊತ್ತು ಬರುತ್ತಿದ್ದರು. ಆದರೆ ಗಡ್ಡಪ್ಪ ಮಾತ್ರ ಆ ಸುಖವನ್ನು ಅದೇ ಮೊದಲೂ, ಅದೇ ಕೊನೆಯೂ ಅನುಭವಿಸಿದನು. ಇದೆಲ್ಲಾ ಕಾಲಾಕಾಲ ಆದ ಮೇಲೆ ಹಟ್ಟಿಯ ಅದೇಸೋ ಗಂಡಸರೂ ಗಡ್ಡ ಬಿಟ್ಟಿದ್ದರೂ ಗಡ್ಡಪ್ಪನಿಗೆ ಮಾತ್ರ ಗಡ್ಡಪ್ಪ ಎಂಬೋ ಹೆಸರು ಉಳಿದುಕೊಂಡಿದ್ದು ಮಾತ್ರ ಯೋಗಾಯೋಗ.

ಕುರುವವ್ವ ಎಂಬುದು ಗಡ್ಡಪ್ಪನ ಹೆಂಡತಿ. ಆ ಕುರುವವ್ವನಿಗೆ ಹುಟ್ಟಿದ

ನಾಲ್ಕು ಮಕ್ಕಳಲ್ಲಿ ಕೊನೆಯವನು ಸಿಂಬ್ಳ. ಮೊದಲ ಮೂರೂ ಮಕ್ಕಳನ್ನು ಪ್ಲೇಗು ನುಂಗಿಕೊಂಡಿತ್ತು. ಸಿಂಬ್ಳನ ಹೆಸರು ಸಿಂಬ್ಳ. ಹುಟ್ಟಿದಾಗಿನಿಂದ ಬೆಳೆದು ದೊಡ್ಡವನಾಗಿ ಅವರಪ್ಪನಂತೆ ಅವನಿಗೂ ಗಡ್ಡ ಮೀಸೆಗಳು ಬೆಳೆದು, ಬಲಿತು, ಹಣ್ಣಾದರೂ ಅವನಿಗೆ ಸಿಂಬ್ಳ ಸೋರುವುದು ತಪ್ಪಿಲ್ಲ. ಬಸ್ವ ಎಂಬ ಎರಡೂವರೆ ಅಕ್ಷರಕ್ಕೂ, ಸಿಂಬ್ಳ ಎಂಬ ಎರಡೂವರೆ ಅಕ್ಷರಕ್ಕೂ ಅಂತಾ ಹೆಚ್ಚು ವ್ಯತ್ಯಾಸವಿಲ್ಲವಾಗಿ ಸಿಂಬ್ಳ ಎಂಬುದಕ್ಕೇ 'ಓ' ಎನ್ನುವಂತಾಗಿದ್ದಾನೆ ಸಿಂಬ್ಳ. ಸಿಂಬ್ಳನಿಗೆ ಅಪ್ಪ ಗಡ್ಡಪ್ಪ ಮಾಡಿದ ಎರಡೂವರೆ ಎಕರೆ ತೆಂಗಿದೆ. ಅದರಲ್ಲಿ ಎರಡು ಎಕರೆ ಸರ್ಕಾರ ನೀಡಿದ್ದ ಭೂಮಿಯಾದರೆ, ಅರ್ಧ ಎಕರೆ ಬೇಲಿ ನಡೆದಿದ್ದು. ಅದರಲ್ಲೇ ಮನೆಗಾಗುವಷ್ಟು ರಾಗಿ ಬೆಳೆಯುತ್ತಾ ಗಂಜಿಗೆ ನೇರ್ಪು ಮಾಡಿಕೊಂಡಿರುವ ಸಿಂಬ್ಳನಿಗೆ ದುಡಿಮೆ ಎಂಬುದು ಬೇರೆ ಇಲ್ಲ. ಹೀಗಾಗಿ ಬೀಡಿ ಸೇದಲು ದಿನವೂ ಕುರುವವ್ವನ ಬಳಿ ಕಾಸಿಗಾಗಿ ಗೋಗರೆಯುವುದು ತಪ್ಪಿಲ್ಲ ಅವನಿಗೆ. ಸಿಂಬ್ಳನ ಪುಡಿಗಾಸಿನ ಮೂಲ ಕುರುವವ್ವನ ಎಲೆ ಅಡಿಕೆ ಚೀಲ.

ಸಿಂಬ್ಳನ ಮೊದಲ ಮಗ ಕ್ಯಾತನಿಗೆ ಮದುವೆಯಾಗಿ ಏಸೋ ವರ್ಷವಾಗಿದೆ. ಕ್ಯಾತನಿಗೆ ಎರಡು ಹೆಣ್ಣು. ಒಂದು ನಾಗಿ, ಮತ್ತೊಂದು ಕೆಂಪಿ. ಎರಡೂ ಇಸ್ಕೂಲು ಕಲಿಯುತ್ತಿದ್ದಾವೆ. ಕ್ಯಾತನಿಗೂ, ಅವನ ಹೆಂಡತಿ ಸೀಬಿಗೂ ಹಟ್ಟಿಯಲ್ಲಿ ಅಂತಾ ನಿಸೂರಾದ ಕೆಲಸವೇನೂ ಇಲ್ಲ. ಯಾರಾದರೂ ಕರೆದರೆ ಕೂಲಿಗೆ ಹೋಗುವವರು, ಇಲ್ಲವಾದರೆ ಇಲ್ಲ. ಕ್ಯಾತ ಸಿಂಬ್ಳನ ನೆರಳಾದರೆ, ಸೀಬಿ ಅತ್ತೆ ದ್ಯಾಮಿಯ ನೆರಳು.

ಸಿಂಬ್ಳನ ಕೊನೆ ಮಗ ಜೀತ್ಕನಿಗೆ ಇನ್ನೂ ಮದುವೆಯಾಗಿಲ್ಲ. ಜೀತ್ಕ ಮತ್ತಿಘಟ್ಟದ ಪ್ರಭುಸ್ವಾಮಿಯೋರ ಮನೆಯಲ್ಲಿ ಜೀತ ಮಾಡುವುದು ಬಿಟ್ಟು ಎಷ್ಟೋ ದಿನವಾಗಿದ್ದರೂ ಅದರ ಗುರುತು ಮಾತ್ರ ಅವನನ್ನು ಬಿಟ್ಟಿಲ್ಲ. ಅವನ ಹುಟ್ಟಾ ಹೆಸರೇನೋ ಖುದ್ದು ಸಿಂಬ್ಳ ದ್ಯಾಮಿಯರಿಗೂ ಗೊತ್ತಿಲ್ಲ. ಅಜ್ಜ ಗಡ್ಡಪ್ಪನಂತೆ ಇವನದೂ ಗಡ್ಡಕ್ಕೆ ಒಗ್ಗಿದ ಮುಖ. ಬೀಡಿ ಹಚ್ಚಿಕೊಳ್ಳಲು ಬೆಂಕಿ ಕಡ್ಡಿಯನ್ನ ಮುಖದ ಹತ್ತಿರಕ್ಕೆ ಗೀರಿದರೆ ಮುಖವೇ ಸುಟ್ಟು ಹೋಗುವಷ್ಟು ಕೂದಲು ಜೀತ್ಕನ ಮುಖದ ಮೇಲೆ ಸೊಂಪಾಗಿ ಬೆಳೆದುಕೊಂಡಿದೆ. ಅವನು ಗಡ್ಡ ತೆಗೆಸೋವರೆಗೂ ಮದುವೆ ಮಾಡಲ್ಲ ಎಂಬುದು ಸಿಂಬ್ಳನ ಹಠವಾದರೆ, ಮದುವೆ ಮಾಡಿಸೋವರೆಗೂ ಗಡ್ಡ ತೆಗೆಯಲ್ಲ ಎಂಬುದು ಜೀತ್ಕನ ಪಟ್ಟು. ಒಟ್ಟಿನಲ್ಲಿ, 'ಅವ್ರಜ್ಜನ್ ಹೆಸ್ರುಳಿಸಾಕೆ ಇವ್ನೊಬ್ಬ ಹುಟ್ಕಂಡೌನೆ' ಎಂದು ಹಟ್ಟಿಯ ಜನ ಮಾತನಾಡುವುದಕ್ಕೂ, ಜೀತ್ಕ ಗಡ್ಡ ಬಿಟ್ಟಿರುವುದಕ್ಕೂ ಸರಿಯಾಗಿದೆ. ಮಗನ ಈ ವೇಷದ ಬಗ್ಗೆ ದ್ಯಾಮಿ ಯಾವತ್ತೂ ಸೊಲ್ಲೆತ್ತಿಲ್ಲ.

2

ಹೊಸಳ್ಳಿಯ ಐನೋರಿಗೆ ಪಾಳ್ಯದ ಬಾರೆಯಲ್ಲಿ ಐದು ಎಕರೆ ಹೊಲವೂ,

ಹೊಸಳ್ಳಿ ಅಣೆ ತೆಗ್ಗಿಗೆ ನಾಲ್ಕು ಎಕರೆ ಗದ್ದೆಯೂ ಇದೆ. ಇನ್ನು ಬಸನ ಗುಡಿಯ ಸುತ್ತ ಇರುವ ಹತ್ತು ಎಕರೆ ಸೋಂಪಾದ ತೋಟವೂ ಅವರಿಗೆ ಬಂದ ಕೊಡುಗೆ ಭೂಮಿಯೇ. ಹೀಗೆ ಎಲ್ಲ ಸೇರಿ ಲೆಕ್ಕಕ್ಕೆ ಹಾಕಿದರೆ ಸುತ್ತಲ ಏಳಳ್ಳಿಯಲ್ಲಿ ಐನೋರು ಶ್ರೀಮಂತರು. ಶಂಕ್ರಿ ಎಂಬುವಳು ಐನೋರ ಕೊನೆ ಮಗಳು. ಶಂಕ್ರಿ ಅಂದರೆ ನೊರೆ ಹಾಲಲ್ಲಿ ಅದ್ದಿ, ಹುಣ್ಣಿಮೆ ಬೆಳಕಿಗೆ ಹಿಡಿದ ಬೆಣ್ಣೆ ಗೊಂಬೆ. ಶಂಕ್ರಿ ಸಂತೇಲೋ, ಜಾತ್ರೇಲೋ ಅಲ್ಲಿ ಇಲ್ಲಿ ಸುಳಿವಾಗ, 'ಇವ್ಳೆಯಾ ಶಂಕ್ರಿ' ಎಂದು ಹುಡುಗಿಯರು ಅವಳ ಬಗ್ಗೆ ಕರುಬಿದರೆ, ಹುಡುಗರಿಗೆ ಇನ್ನಿಲ್ಲದಂತೆ ಎದೆ ಬಡಿತ ಏರುತ್ತದೆ.

ಈ ಇಂತಾ ಕೈತೊಳಕಂಡು ಮುಟ್ಟಬೇಕಂತನ್ನುವ ಚೆಲ್ವಿ ಶಂಕ್ರಿಯ ಹೋದ ವರ್ಷ ಕೆಂಪಮ್ಮನ ಜಾತ್ರೇಲಿ ಮೊದಲ ಸಲ ಕಂಡಿದ್ದ ಜೀತ್ಕನ ಎದೆ ದಸಕ್ ಅಂದಿತ್ತು. ಶಂಕ್ರಿಯ ನೋಡಿದ್ದಕ್ಕೇ ಅವನಿಗೆ ಮೂರು ದಿನ ಚಳಿ ಜ್ವರ ಬಂದಿತ್ತು. ಆ ಜ್ವರ ಬಿಟ್ಟೋದ ಮೇಲೆ ಅವಳ ರೂಪು ಅವನ ಮನಸ್ಸಿನ ಒಳಗೆ ಗೊಂಬೆಯಾಗಿ ಕುಣೀತಿತ್ತು. ಅವಳ ಲವ್ವು ಮಾಡಬೇಕೆನ್ನುವ ಅವನ ಆಸೆ ಅನ್ನೋ ಮೊಳಕೆ ಇಂದು ಇಷ್ಟು, ನಾಳೆ ರವಷ್ಟು, ವಾರವೊಪ್ಪತ್ತೆಗ್ಗೆ ಅಷ್ಟು ಬೆಳೆಯುತ್ತಾ ಈಗ ಮರವಾಗಿ ಬಲಿತು ತೂಗುತ್ತಿತ್ತು. ಜೀತ್ಕ ಇಸ್ಕೂಲ ಮುಖ ಕಂಡವನಲ್ಲ. ದೊಗಳೆ ಪ್ಯಾಂಟು, ಬಿಗಿಯುವ ಟೀಷರ್ಟು ಬಿಟ್ಟರೆ ಬೇರೆ ಉಡುಗೆಗಳ ಕಾಣ. ಮುಖದ ತುಂಬಾ ಗಡ್ಡ, ತಲೆಯ ತುಂಬಾ ಜುಟ್ಟು, ವಾರಕ್ಕೋ ವೊಪ್ಪತ್ತಿಗೋ ನೀರು ಕಾಣುವ ಮೈ. ಇವೆಲ್ಲವ ಮೀರಿ ಐನೋರ ಶಂಕ್ರಿ ಈ ಮಾದ್ಗರ ಜೀತ್ಕನ ಮನಸ್ಸು ಹೊಕ್ಕು ಕುಂತಿದ್ದಳು ಅಂದ್ರೆ ಅದು ಸೋಜಿಗ. ಆ ಶಂಕ್ರಿ ಇವನ ಮನಸ್ಸು ಹೊಕ್ಕ ದಿನಮಾನದಿಂದ ಈ ಜೀತ್ಕನಿಗೆ ನಿದ್ದೆಯಲ್ಲಿ ನಿದ್ದೆಯಿಲ್ಲ, ಹಸಿವಲ್ಲಿ ಹಸಿವಿಲ್ಲ, ಗ್ಯಾನದಲ್ಲಿ ಗ್ಯಾನವಿಲ್ಲ. ಕಣ್ಣ ಬಿಟ್ಟರೂ ಅವಳೆ, ಕಣ್ಣ ಮುಚ್ಚಿದರೂ ಅವಳೆ.

ಮೊಬೈಲು ಎಂಬುದು ಬಂದು ಅದು ಎಲ್ಲರ ಕಿವಿಯೊಳಗಾಡುತ್ತಾ ಆಡುತ್ತಾ ಅದು ಎಂಗೋ ಜೀತ್ಕನ ಕೈಗೂ ಬಂದಿತ್ತು ಒಂದು ದಿನ. ಅದು ಕೈಗೆ ಬಂದ ಹೊಸತರಲ್ಲಿ ಅನ್ನ ನೀರ ಬಿಟ್ಟು ಅದ ಕಿವಿಗಾನಿಸಿಕೊಂಡು ತಿರುಗುತ್ತಿದ್ದ ಜೀತ್ಕ. ಈಗ ಶಂಕ್ರಿಯ ಕನಸೂ ಬಲಿತ ಮೇಲೆ ಕ್ರಾಸಿಗೋಗಿ ಮೊಬೈಲಿಗೆ ಹಾಡು ಹಾಕಿಸಿಕೊಂಡು ಬಂದು, ಸೈಕಲ್ಲೇರಿ ಹೊಸಳ್ಳಿ ಐನೋರ ಮನೆ ಹಿಂದೆ ಮುಂದೆ ತಿರುಗುವುದೇ ಜೀತ್ಕನ ಕೆಲಸವಾಗಿತ್ತು. ಮೊದಮೊದಲಿಗೆ ಈ ಇವನ ಆಟವ ಯಾರೂ ಗಮನಿಸಲಿಲ್ಲ. ವಾರವೊಪ್ಪತ್ತಿಗೆ ಇವನ ಜಾಡು ಹಿಡಿಯುವುದು ಐನೋರಿಗೇನೂ ಕಷ್ಟವಾಗಲಿಲ್ಲ. ಆದರೂ ದಿನಮಾನ ಕಾದರು.

ಆವತ್ತು ರಾತ್ರಿ ಕತ್ತಲು ಗೌವ್ ಅನ್ನುತ್ತಿತ್ತು. ಶಂಕ್ರಿ ಗಂಟ ಹಿಡಕೊಂಡು ಅಣೆಯವರೆಗೂ ಬಂದು ಕಾಯುತ್ತಿದ್ದಳು. ಜೀತ್ಕ ಏದುಸಿರು ಬಿಡುತ್ತಾ ಬಂದ. ಕತ್ತಲಲ್ಲೂ ಅವಳ ಮುಖ ಬೆಳ್ಳಗೆ ಹೊಳೆಯುತ್ತಿತ್ತು. ಶಂಕ್ರಿ ಜೀತ್ಕನ ಮುಖದ ಮೇಲಿದ್ದ ಗಡ್ಡ ನೇವರಿಸಿ ತುಟಿಗೆ ಮುತ್ತು ಕೊಟ್ಟಳು. ಜೀತ್ಕನ ಏದುಸಿರು ತಗ್ಗಿತು. 'ಈಗೆತ್ಲಾಗೋಗದು' ಎಂದ ಜೀತ್ಕ. 'ಬೆಂಗ್ಳೂರು' ಎಂದಳು ಶಂಕ್ರಿ. 'ಇಷ್ಟೊತ್ತಲ್ಲಿ

ಯಂಗೆ?' ಎಂದು ತಲೆಕೆರೆದುಕೊಂಡ. ಶಂಕ್ರಿ ಗಂಟ ಬಿಚ್ಚಿದಳು. ಅವಳು ಮನೆಯಿಂದ ಬಾಚಿಕೊಂಡು ತಂದಿದ್ದ ನಗನಾಣ್ಯಗಳು ಚುಕ್ಕಿ ಬೆಳಕಲ್ಲಿ ಹೊಳೆಯುತ್ತಿದ್ದವು. 'ನಿಟ್ಟೂರ್ ತನಕ ಓಡ್ಕೊಂಡು ಹೋಗೋಣ. ಅಲ್ಲಿಂದ ಯಾವುದಾದ್ರೂ ಬಸ್ಸೋ, ಲಾರಿಯೋ ಸಿಗುತ್ತೆ' ಎಂದು ಶಂಕ್ರಿ ಅವಸರ ಮಾಡಿದಳು. ದೂರದಲ್ಲಿ ಏನೋ ಗದ್ದಲ ಕೇಳಿತು. ಅದು ಬರಬರುತ್ತಾ ಹತ್ತಿರವಾಯಿತು. ಪಂಜು, ಲಾಟೀನು, ಬ್ಯಾಟರಿಗಳ ಹಿಡಿದಿದ್ದ ಗುಂಪು ಇವರ ಕಡೆಗೇ ಬರುತ್ತಿತ್ತು. 'ಲೌಡಿ' 'ಮಾದೀರ್ಚತ್' 'ಬೋಸುಡಿ' 'ಹರುಕ್ ಮುಂಡೆ' 'ಐನೋರ್ ಜಾತಿ ಕೆಡ್ಸೀಳು' ಸದ್ದು ಹತ್ತಿರವಾಗುತ್ತಿತ್ತು. ಜೀತ್ಕನೂ ಶಂಕ್ರಿಯೂ ಕೈ ಕೈ ಹಿಡಿದು ಓಡಲು ಶುರು ಮಾಡಿದರು. ಎಷ್ಟು ಜೋರಾಗಿ ಓಡಿದ್ರೂ ಗುಂಪು ಇವರ ಬೆನ್ನ ಹಿಂದೆಯೇ ಇದೆ. ಇಬ್ಬರೂ ಓಡೇ ಓಡಿದರು.

ಒಮ್ಮೆಲೇ ಯಾರೋ ಹಿಂದಿನಿಂದ ಜೋರಾಗಿ ಒದ್ದ ಹಾಗಾಯಿತು ಜೀತ್ಕನಿಗೆ. ಓಟ ನಿಲ್ಲಿಸಲಿಲ್ಲ. ಇನ್ನೂ ಜೋರಾಗಿ ಓಡಿದರು. ಮತ್ತೂ ಬೆನ್ನಿಗೆ ಯಾರೋ ಒದ್ದರು. ಈ ಸಾರಿ ಸ್ವಲ್ಪ ಜೋರಾಗೇ ಒದ್ದಿದ್ದರಿಂದ ಜೀತ್ಕನಿಗೆ ನೋವಾಯಿತು. ಆ ನೋವು ತಾಳಲಾರದೆ 'ಯಪ್ಪಾ' ಎಂದುಕೊಂಡು ಕಣ್ಣು ಬಿಟ್ಟ. ಕನಸೆಲ್ಲಾ ಜರ್ರನೆ ಇಳಿದು ಹೋಗಿತ್ತು. ಸಿಂಬ್ಳ ಇನ್ನೊಂದು ಒದೆಯಬೇಕು ಅಷ್ಟರಲ್ಲಿ ತಡಬಡಿಸಿ ಕಣ್ಣುಜ್ಜಿಕೊಂಡು ಎದ್ದು ಕುಂತ ಜೀತ್ಕ. ಅತ್ತಗೆ ನೋಡಿದರೆ ಒಲೆ ಉರಿಯುತ್ತಿತ್ತು. ಇತ್ತಗೆ ನೋಡಿದರೆ ಯಾವತ್ತೂ ಮಾಡಿಕೊಳ್ಳದ ಕೋಪವ ಮುಖಕ್ಕೆ ತುಂಬಿಕೊಂಡು ಸಿಂಬ್ಳ ದುರುದುರು ನೋಡುತ್ತಿದ್ದ. ಒಲೆಯ ಉರಿ ಸಿಂಬ್ಳನ ಮುಖದ ಮೇಲೆ ಬೀಳುತ್ತಾ ಆ ಉರಿ ಅವನ ಮುಖದ ಮೇಲೆ ಕುಣೀತ್ತಿತ್ತು. ಎಲ್ಲಿ ಈ ಸಿಂಬ್ಳ ಅನ್ನುವ ಅಪ್ಪ ಇನ್ನೊಂದು ಒದೆತ ಒದ್ದು ಕೊಂದೇ ಹಾಕುವನೋ ಎಂಬ ಭಯದಲ್ಲಿ ತಡಬಡಿಸಿ ಎದ್ದ ಜೀತ್ಕ ಬೆನ್ನು ಹಿಡಿದುಕೊಂಡು 'ಅಮ್ಮಾ' ಎಂದು ಚೀರಿದ.

ಅವನ ಕೂಗ ಕೇಳಿ ಓಡಿ ಬಂದ ದ್ಯಾಮಿ ಕ್ವಾಣೆಯೊಳಗಿನ ರಣವ ಕಂಡು ಬೆಚ್ಚಿ, ಸಿಂಬ್ಳನ ಕಡೆಗೆ ಮುಖ ಮಾಡಿ 'ಯಾಕೆ' ಅಂದಳು.

'ಯಾಕಾ? ನಿನ್ ಮಗ್ರಾಯ ಮಾಡಿರ ಗನಂದಾರಿ ನೋಡು. ಅಟ್ಟದ ಮ್ಯಾಲಿದ್ದ್ ಕೊಪ್ರಿ ಕಾಯ ಕದ್ದು ಶೋಕಿ ಮಾಡ್ತಾವ್ನೆ. ಶೋಕಿ ಮಾಡ್ಕಂದು ತೀಟೆ ತೀರಿಸ್ಕಂಡಿದ್ರೆ ನಡ್ಯದು. ಆದ್ರೆ, ಹೊಸಳ್ಳಿ ಐನೋರ ಮನೆ ಮುಂದೆ ಲಾಗ ಹಾಕ್ತಾವ್ನಂತೆ ಲಾಗವ. ಐನೋರ ಯಣ್ಮಕ್ಳ ಕಣ್ಣೆತ್ತಿ ನೋಡಾದುಂಟಾ ನಾವು ಯೇಳೂ' ಸಿಂಬ್ಳನ ಪ್ರಶ್ನೆಯಂತ ಮಾತಿಗೆ ಏನು ಹೇಳಬೇಕೋ ಗೊತ್ತಾಗದೆ ದ್ಯಾಮಿ ಜೀತ್ಕನ ಕಡೆಗೆ ನೋಡಿದಳು. ಬೆನ್ನ ಹಿಡಿದುಕೊಂಡು ನೋವು ತಿನ್ನುತ್ತಿದ್ದ ತನ್ನ ಕೂಸ ಕಂಡು ಅವಳ ಹೊಟ್ಟೆಯೊಳಗಿನ ಕರುಳು ಚುರ್ ಅಂತು.

'ನೋಡೀರೇನ್ ತಪ್ಪು ಇಪಟ. ನೋಡಿದ್ದಷ್ಟೆ ಅಲ್ವಾ ಇದೇನೂ ಯಿಡ್ಕಳಕ್ಕೋಗಿತ್ತಾ ಅವ್ರೆಣ್ಣಿ' ಎಂದು ಜೀತ್ಕನ ಬೆನ್ನ ನೀವುತ್ತಾ ದ್ಯಾಮಿ ಅವನ ಬೆನ್ನಿಗೆ ನಿಂತಳು.

'ಬರಿ ನೋಡಿದ್ಕೇ ಯೆಡೆಮಟ್ಟೆ ತಗಂಡು ನಾಯಿಗೆ ಬಡಿದಂಗೆ ಬಡಿದು ಕಳಿಸವ್ರೆ, ಇನ್ನಾ ಯಿಡ್ಕಂಡಿದ್ರೆ ಇಷ್ಟೊತ್ತಿಗೆ ನಿನ್ ಕೂಸಿನ ಯೆಣಾ ಉಡುಕ್ಬೇಕಿತ್ತು' ತಾನಾಡಿದ

ಮಾತಿಗೆ ತಾನೇ ಬೆಚ್ಚಿದ ಸಿಂಬ್ಳ ಬೀಡಿ ಕಚ್ಚಿಕೊಂಡು ಅಲ್ಲಿಂದ ಹೊರ ನಡೆದ.

ಸಿಂಬ್ಳ ಆಚೆಗೆ ಹೋಗುತ್ತಲೇ ಜೀತ್ಕನ ಕೆನ್ನೆಗೆ ಬಡಿದ ದ್ಯಾಮಿ, 'ಇದ್ಯಾಕ್ಲ ಯಿಂಗ್ಮಾಡ್ದೆ' ಎಂದು ಮಗನನ್ನ ನೋಡಿದಳು. ಜೀತ್ಕನ ಕಣ್ಣಿಂದ ಸುರಿದ ನೀರು ಅವನ ಗಡ್ಡಕ್ಕೆ ಅಂಟಿಕೊಳ್ಳುತ್ತಾ ಕೆಳಗಿಳಿಯುತ್ತಿತ್ತು.

3

ಒಂದಿನ ರಾತ್ರಿ ಹೊರಗೆ ಜೋರು ಮಳೆ ಜಡಿಯುತ್ತಿತ್ತು. ಹಟ್ಟಿ ಅನ್ನೋ ಹಟ್ಟಿ ಅದಾಗಲೇ ಊಟವ ಮುಗಿಸಿ ಎಲೆ ಅಡಿಕೆ ವತ್ತರಿಸಿಕೊಂಡು ಮಲಗುತ್ತಿತ್ತು. ಗಡ್ಡಪ್ಪನ ಕಾಡೆಂಚಿನ ಮನೆಯಲ್ಲಿ ಒಂದು ಮೂಲೆಗೆ ದ್ಯಾಮಿ, ಸಿಂಬ್ಳ, ಕೆಂಪಿ, ನಾಗಿಯರೂ, ಇನ್ನೊಂದು ಮೂಲೆಗೆ ಕ್ಯಾತ, ಸೀಬಿಯರೂ, ಉಳಿದೊಂದು ಮೂಲೆಗೆ ಗಡ್ಡಪ್ಪ, ಕರುವವ್ವರೂ ಮಲಗಿದ್ದರು. ಗೋಡೆಗಾನಿಸಿದ ಪಟದಲ್ಲಿ ರಾಜರ ವೇಷದಲ್ಲಿದ್ದ ಕಿರೀಟಧಾರಿ ಬಸವದೇವರು ಬುಡ್ಡಿಯ ಬೆಳಕಲ್ಲಿ ಸಣ್ಣಗೆ ನಗುತ್ತಾ ಕುಳಿತ್ತಿದ್ದರು. ಜೀತ್ಕ ಕ್ವಾಣೆಯ ಒಲೆಯ ಮುಂದಕ್ಕೆ ಉದ್ದುದ್ದ ಬಿದ್ದಿದ್ದ. ಮಳೆ ಹನಿಗಳ ಸದ್ದು ಜೋರಾಗಿತ್ತು. ಹೆಂಚಿನ ಮೇಲೆ ಬೀಳುತ್ತಿದ್ದ ಹನಿಗಳು ಪಟ ಪಟ ಸದ್ದು ಮಾಡುತ್ತಿದ್ದರೆ, ಗಾಳಿ ಸೂಂಯ್ ಅನ್ನುತ್ತಿತ್ತು. ಚಳಿ ಅನ್ನೋ ಚಳಿ ವತ್ತರಿಸಿಕೊಂಡು ಬರಲಾಗಿ ಕಾಲ ಕೆಳಗಿದ್ದ ಕೌದಿಯ ಮೇಲಕ್ಕೆ ಎಳಕೊಂಡ ಗಡ್ಡಪ್ಪ. ಆ ಕೌದಿ ಅವನ ಎದೆ ಮಟ್ಟಕ್ಕೆ ಬರುತ್ತಲೇ ಉದ್ದಕ್ಕೆ ಬೆಳೆದಿದ್ದ ಅವನ ಗಡ್ಡ ಅದಕ್ಕೆ ಸೋಂಕಿ ಮೇಲಕ್ಕೆ ಬರಲು ಅದು ನ್ಯಾಸರ ಮಾಡಿತು. ಬಿಟ್ನೂ ಬಿಡದೆ ಗಡ್ಡಪ್ಪ ಕೌದಿಯ ಮೇಲಕ್ಕೆ ಎಳೆದುಕೊಂಡು ಮುಖದ ತುಂಬಾ ಕವುಚಿಕೊಂಡ. ಕೌದಿಯ ಕಾವಿಗೆ ಮೈಯೆಲ್ಲಾ ಬೆಚ್ಚಗಾಗಿ ನಿದ್ದೆ ಎಳೆಯಲು ಶುರುಮಾಡಿತು.

ಅತ್ತಗೆ ಮೂಲೆಯಲ್ಲಿ ಮಲಗಿದ್ದ ಸಿಂಬ್ಳ 'ಸೊರ್ ಸೊರ್' ಮಾಡುತ್ತಿದ್ದರೆ ದ್ಯಾಮಿ ಗೊರಕೆ ಹೊಡೆಯುತ್ತಿದ್ದಳು. ಗಡ್ಡಪ್ಪನಿಗೆ ಅಷ್ಟು ಜೋಂಪು ಹಿಡಿದಿತ್ತೋ ಇಲ್ಲವೋ ಗಡ್ಡದಲ್ಲಿ ಕಡಿತ ಶುರುವಾಯಿತು. ಒಂದು ಸಾರಿ ಜೋರಾಗಿ ಕೆರೆದುಕೊಂಡು ಮಗ್ಗಲು ಬದುಲಿಸಿದ. ಉಹುಂ ಕಡಿತ ಜೋರೇ ಆಯಿತು. ಗಡ್ಡಪ್ಪ ಕೆರೆದೇ ಕೆರೆದ ಅದು ಜೋರಾಗುತ್ತಲೇ ಇದೆ. ತಡೆದುಕೊಳ್ಳಲಾಗದೆ ಗಡ್ಡಪ್ಪ ಕೌದಿಯ ತಗದು ಎದ್ದು ಕುಂತ. ಅವನು ಎದ್ದು ಕುಂತಿದ್ದಕ್ಕೂ ಇನ್ನೂ ನಿದ್ದೆ ಹತ್ತದ ಕುರುವವ್ವ ಬಾಯಿ ತೆರೆಯುವುದಕ್ಕೂ ಒಂದೇ ಆಯಿತು.

'ಯಾಕೆದ್ದೆ?'

'ಎಂತದೋ ಕಡ್ತ'

'ಯಲ್ಲಿ'

'ಗಡ್ದಾಗೆ'

'ಯೇನು ಸೀರಾಗಿರಬೈದೋ ಎಂಗೋ'

ಕುರುವವ್ವ ಹಾಗೆ ಎನ್ನಲೂ ಗಡ್ಡದೊಳಗಿನ ಕೆನ್ನೆಯ ಮೇಲೆ ಪಿತಪಿತ ಹರಿದಾಡಲೂ ಸರಿಯಾಯಿತು. ಗಡ್ಡಪ್ಪನ ಗಡ್ಡಕ್ಕೆ ಹೇನುಗಳು ಹತ್ತಿದ್ದವು. ಹೇನು ಎಂಬ ಸಂತಾನ ಅವನ ತಲೆಯೊಳಗಿದ್ದವೇ ಹೊರತು ಅವನು ಗಡ್ಡ ಬಿಟ್ಟ ದಿನಮಾನದಿಂದಲೂ ಅವು ಗಡ್ಡದ ಕಡೆಗೆ ಅಪ್ಪಿತಪ್ಪಿಯೂ ಸುಳಿದಿರಲಿಲ್ಲ.

'ಈ ಸರೆ ಕೊಪ್ರಿ ಸುಲಿಸ್ತ್ಲುವೆ ತಿರುಪ್ತಿಗೋಗಿ ಮಂಡೆ ಕೊಟ್ ಬರ್ಬೇಕು' ಎಂದ ಗಡ್ಡಪ್ಪ.

ಅವನು ಮಾತು ಮುಗಿಸುವುದರೊಳಗೇ ಸಿಂಬ್ಳ ಜೋರಾಗಿ ಸೀನಿದ.

'ಊಂ..' ಎಂದಂದು ಕುರುವವ್ವನ ಬಾಯಿ ಸುಮ್ಮನಾಯಿತು.

ಕೆಂಪಮ್ಮನ ಪರಿಸೆಗೆ ಇನ್ನೊಂದು ತಿಂಗಳು. ಅಲ್ಲಿಗೆ ಅಟ್ಟಕ್ಕೆ ಹಾಕಿದ್ದ ಕಾಯಿ ಕೊಬ್ಬರಿ ಆಗಿರುತ್ತವೆ ಎಂದುಕೊಂಡ ಗಡ್ಡಪ್ಪ ಮಲಗಿ ನಿದ್ದೆ ತರಿಸಿಕೊಳ್ಳಲು ನೋಡಿದ. ಯಾಕೊ ಗಡ್ಡದ ಕಡಿತ ಮತ್ತೂ ಹೆಚ್ಚಾಗುತ್ತಿತ್ತು. ಕೆನ್ನೆಯ ಮೂಲೆಯಲ್ಲೆಲ್ಲೋ ಹುಟ್ಟಿದ ಈ ಕಡಿತ ಅಲ್ಲಿಷ್ಟು ಇಲ್ಲಿಷ್ಟು ಹಬ್ಬಿ ಇಡೀ ಗಡ್ಡವನ್ನೋ ಗಡ್ಡವನ್ನೇ ಕೆರೆದರೂ ನಿಲ್ಲದು. ಗಡ್ಡಕ್ಕೆ ಕೈ ಹಾಕಿ ಹೇನುಗಳನ್ನು ಹುಡುಕೇ ಹುಡುಕಿದ ಗಡ್ಡಪ್ಪ. ಒಂದು ಹೇನೂ ಕೈಗೆ ಸೋಕಲಿಲ್ಲ. ಎರಡೂ ಕೈ ಹಾಕಿ ಹುಡುಕಿದ. ಉಹುಂ. ಕೈ ಬೆರಳುಗಳ ಜತೆಗೆ ಜೂಟಾಟ ನಡೆಸಿದ್ದ ಹೇನುಗಳು ಮುಖದ ತುಂಬಾ ಓಡಾಡುತ್ತಿದ್ದವು. ಗಡ್ಡಪ್ಪ ಕೆರೆದೇ ಕೆರೆದ. ಕೆರೆದುಕೊಳ್ಳುವುದರಲ್ಲೇ ರಾತ್ರಿ ಕಳೆದ ಗಡ್ಡಪ್ಪನಿಗೆ ಮಳೆ ನಿಂತಿದ್ದು, ಜಾವದ ಕೋಳಿ ಕೂಗಿದ್ದು, ಮೂಡಲುಟ್ಟಿ ಬೆಳಕಾಗಿದ್ದು ಯಾವುದೂ ಗೊತ್ತಾಗಲಿಲ್ಲ.

■

ಗೌರಿ ಕುಬ್ಳಿಗೆ ಅಟ್ಟಕ್ಕೆ ಹಾಕಿದ್ದ ಕಾಯಿ ಕೆಂಪಮ್ಮನ ಪರಿಸೆ ತಿಂಗಳೊಪ್ಪತ್ತಿರುವಾಗ ಕೊಬ್ಬರಿಯಾಗುತ್ತವೆ ಎಂಬುದು ಗಡ್ಡಪ್ಪನ ತೋಟ ಫಲವಾದಾಗಿನಿಂದ ತಿಳಿವಳಿಕೆಗೆ ಬಂದಿರುವ ಜ್ಞಾನ. ಮೊದಲಿಗೆ ಎಂಬತ್ತು ಗಿಡವಿದ್ದ ತೋಟ ನುಸಿ ಹಿಡಿದು ಒಂದಷ್ಟು ಕರಗಿದರೆ, ಬರಗಾಲಕ್ಕೆ ಒಂದಷ್ಟು ಬರಿದಾಗಿದೆ. ಈಗ ತೋಟವೆನ್ನುವ ತೋಟದಲ್ಲಿ ಉಳಿದಿರುವುದು ಮೂವತ್ತೋ ಮೂವತ್ತೈದೋ ಮರಗಳಷ್ಟೆ. ಉಳಿದುಕೊಂಡಿರುವ ಮರಗಳಿಂದ ಬರುವ ಫಲ ವರ್ಷ ವರ್ಷಕ್ಕೂ ಕಮ್ಮಿಯಾಗುತ್ತಲೇ ಇದೆ. ಆದರೂ ಅಟ್ಟಕ್ಕೆ ಹಾಕುವ ಪ್ರತಿ ಕಾಯನ್ನೂ ಎಣಿಕೆ ಮಾಡಿ ಅದನ್ನು ಸಿಂಬ್ಳನಿಗೆ ಹೇಳುವುದು ಗಡ್ಡಪ್ಪನ ಯಾವತ್ತಿನ ರೂಢಿ. ಆದರೆ ಈ ಸಾರಿ ಅವನ ಲೆಕ್ಕ ಉಲ್ಟಾ ಹೊಡೀತಿತ್ತು. ಅಟ್ಟಕ್ಕೆ ಹಾಕಿದ್ದು ಸಾವಿರ ಕಾಯಾದರೆ ಕೊಬ್ಬರಿಗೆ ಸುಲಿಯಲು ಬಿದ್ದಿದ್ದು ಎಂಟ್ನೂರು ಕಾಯಿ. ಮನೆ ಬಳಕೆಗೆ ಅಂತ ಹತ್ತೋ ಇಪ್ಪತ್ತೋ ಒಡೆದಿದ್ದರೂ ಉಳಿದ ಕೊಬ್ಬರಿ ಕಾಯಿ ಎಲ್ಲಿ ಮಂಗಮಾಯವಾದವು, ಯಾವ ಕಳ್ಳ ಅಟ್ಟ ಹತ್ತಿ ಎಗರಿಸಿದ ಎಂದುಕೊಂಡ ಗಡ್ಡಪ್ಪ ಗಡ್ಡ ಕೆರೆದುಕೊಳ್ಳುತ್ತಾ ಹಲ್ಲಿಲ್ಲದ ಬಾಯಲ್ಲಿ ಸಿಂಬ್ಳನ ಕರೆದ:

'ಸಿಂಬ್ಲಾ... ಒಲೆಲ್ಯೋ ಸಿಂಬ್ಲ, ಬಾ ಮಗ್ನೆ ಇಲ್ಲಿ'

ಅಟ್ಟದ ಮೇಲಿದ್ದ ಕಸ ದೂಡುತ್ತಿದ್ದ ಸಿಂಬ್ಲ 'ಓ' ಎಂದುಕೊಂಡು ಈಚೆಗೆ ಬಂದ. ಅವನ ಮುಖ ಮೂತಿಯೆಲ್ಲಾ ಸಲಬೆ ಬಳಿದುಕೊಂಡಿತ್ತು.

'ಅಲ್ಲಾ ಕಣ್ ಮಗ್ನೆ ಅಟ್ಕೆ ಓಗಿದ್ದು ಸಾವ್ರ. ಕೆಳಕ್ಕೆ ಬಂದಿದ್ದು ಎಂಟ್ನೂರು. ಇದೇನ್ಲಾ ಯಿಂಗೆ?' ಎಂದ ಗಡ್ಡಪ್ಪ ಕೆಮ್ಮುತ್ತಾ ಬಿಳಿ ಜುಟ್ಟನ್ನು ಒಪ್ಪ ಮಾಡಿ ಕಟ್ಟಿಕೊಂಡ.

ಅಪ್ಪ ತನ್ನನ್ನೇ ಅನುಮಾನಿಸುತ್ತಿದ್ದಾನೋ ಹೇಗೋ ಎಂದು ಸಿಂಬ್ಲ ಸೀನುತ್ತಾ, 'ಅಲ್ ಕಣ, ದಿನ ರಾತ್ರಿ ಅಟ್ಟ ಕಾಯನು ನೀನು. ಈಗ ನನ್ನ್ ಕೇಳೀರೆ ಎಂಗೆ' ಎಂದು ಮೂತಿ ಚಿಕ್ಕದು ಮಾಡಿದ.

ಗಡ್ಡಪ್ಪ, 'ಕ್ಯಾತ್ನೂ, ಜೀತ್ಕುನೂ ಕರೀ ಇಪಟಾ' ಎನ್ನುತ್ತಿದ್ದಂತೆ ಅವರೇ ಬಂದರು. ಅವರ ಹಿಂದೆಯೇ ದ್ಯಾಮಿಯೂ, ಸೀಬಿಯೂ ಬಂದು ಹೊಸ್ತಿಲಿಗೆ ನಿಂತರು. ಕುರುವವ್ವ ನಿಧಾನಕ್ಕೆ ಬಂದು, 'ಉಸ್ಸಪ್ಪಾ' ಎಂದು ಅಂಗಳದ ರಂಗೋಲಿಯಿಂದ ಒಂದಷ್ಟು ದೂರದಲ್ಲಿ ಕೂತಳು. ಕ್ಯಾತ ಕುಕ್ಕರುಗಾಲಲ್ಲಿ ಕುಂತು ತಲೆ ಕೆರೆದುಕೊಳ್ಳುತ್ತಾ ಅಜ್ಜನನ್ನು ನೋಡಿದ. ಜೀತ್ಕ ಪ್ಯಾಂಟು ಮೇಲೆಳೆದುಕೊಂಡು ಜಗಲಿಯ ಮೇಲೆ ಕುಂತ. ಒಳಗೆ ರೊಟ್ಟಿ ಮುರುಕು, ಪದಾರ್ಥವ ಮುಗಿಸಿದ ಕೆಂಪಿ, ನಾಗಿಯರು ಈ ಪ್ರಸಂಗಕ್ಕೂ ತಮಗೂ ರವಷ್ಟೂ ಸಂಬಂಧವಿಲ್ಲ ಎಂಬಂತೆ ಸ್ಯೆಕಲ್ ತಳ್ಳಿಕೊಂಡು ಸ್ಕೂಲಿಗೆ ಹೊಂಟವು.

ಗಡ್ಡಪ್ಪನೇ ಮಾತಾಡಲಿ ಎಂದು ಅಲ್ಲಿದ್ದ ಎಲ್ಲರೂ ಕಾದರು. ಹಾಗೆಯೇ ಗಡ್ಡಪ್ಪನ ಬಾಯೇ ಮುಂದು ಮಾತಾಡಿತು.

'ಅಲ್ಲುರ್ಲಾ, ಒಂದಲ್ಲಾ ಎಲ್ಡಲ್ಲ, ಇನ್ನೂರು ಕೊಪ್ರಿಕಾಯಿಲ್ಲ ಅಂದ್ರೆ ಯಂಗೆ ಒಪ್ಪ ಮಾಡದು. ಯಿಂಗೇ ಆದ್ರೆ ತ್ವಾಟ ಮನೆ ಮಾರ್ಕಂಡು ನೀವೆಲ್ಲಾ ಪಟ್ಣ ಸೇರ್ಕಂಬೇಕಾತೈತೆ'

ಗಡ್ಡಪ್ಪ ಬಿಳಿಯ ಗಡ್ಡದೊಳಗೆ ಕೈಯಾಡಿಸುತ್ತಾ ಬೊಚ್ಚು ಬಾಯಿಗಂಟಿದ ಮೀಸೆಯ ಕೂದಲುಗಳ ಬಗೆ ಮಾಡುತ್ತಾ ಆಕಾಶ ನೋಡಿಕೊಂಡು ಮಾತಾಡುತ್ತಿದ್ದ.

ಗಡ್ಡಪ್ಪನ ಬಾಯಿಂದ ಪಟ್ಣ ಎಂಬ ಶಬ್ದ ಹಾರಿ ಅದು ಜೀತ್ಕನ ಮನಸ್ಸು ಹೊಕ್ಕಿ ಮೊಟ್ಟೆ ಇಟ್ಟು ಕಾವು ಕೊಡಲು ಶುರು ಮಾಡಿತು. ಕೈಯಲ್ಲಿದ್ದ ಮೊಬೈಲು ತಿರುವುತ್ತಿದ್ದ ಜೀತ್ಕ ಅಜ್ಜನಿಗೆ ತನ್ನ ಜಾಡೇನಾದರೂ ಸಿಕ್ಕಿತೋ ಎಂದು ಸಣ್ಣಗೆ ಭಯ ಹುಟ್ಟಿಸಿಕೊಂಡ. ಆಗಿದ್ದು ಆಗ್ಲಿ ಎಂಬಂತೆ ತೆಪ್ಪಗೆ ಕುಂತ.

'ಈ ಮುದ್ಯ ಎಲ್ರುಗೂ ಸೇರ್ಸಿ ಯಾಕೆ ಬೈತನೋ ಕಾಣೆ' ಎಂದು ದ್ಯಾಮಿ ಗೊಣಗಿಕೊಂಡಿದ್ದು ಸೀಬಿಯ ಕಿವಿಗೂ ಬಿತ್ತು. 'ಕೊಪ್ರಿಗೆ ಈ ಸಲ್ವೂ ರೇಟಿಲ್ಲ. ನಿಸೂರಾಗಿ ಕಾಯೇಯ ಮಾರಿದ್ರೆ ಮ್ಯಾಲಿಷ್ಟು ಕಾಸಾಯ್ತಿತ್ತು' ಎಂದಂದು ಕ್ಯಾತ ಸುಮ್ಮನಾದ. 'ಕಾಸೇಸರ ಆಗ್ಲಿ, ನಾನು ಕಾಯಿ ಲೆಕ್ಕ ಕೇಳ್ತಿರಾದು. ಕಾಸಿಂದಲ್ಲ' ಎಂದು ಜೋರಾಗಿ ಅಂದಿದ್ದಕ್ಕೆ ಗಡ್ಡಪ್ಪನಿಗೆ ದಮ್ಮು ಹಿಡಿಯಿತು.

ಸಿಂಬ್ಳ ಕಟ್ಟಿಂದ ಬೀಡಿ ತಗದು ಕಚ್ಚಿಸಿಕೊಂಡು ಜೋರಾದ ಹೊಗೆ ಎಳೆದುಬಿಟ್ಟ. ಆ ಹೊಗೆ ಮನೆಯ ಒಪ್ಪಾರ ಸವರಿ ಆಚೆವರೆಗೂ ಹೋಗಿ ಗಾಳಿಯ ಸೇರಿಕೊಂಡಿತು. ಸಿಂಬ್ಳ ಒಂದು ಸಲ ದ್ಯಾಮಿಯ ಮುಖವನ್ನೂ, ಒಂದು ಸಲ ಜೀತ್ಕನ ಮುಖವನ್ನೂ ನೋಡಿ ಸುಮ್ಮನೆ ಬೀಡಿ ಮೋಟ ಎಳೆಯುವುದರಲ್ಲಿ ಮುಳುಗಿದ. 'ಯಿಂಗೆ ಮನೇಲೆ ಕದ್ರೆ ಮನೆ ಉಳೀತವ? ಉಳಿಗಾಲ ಉಂಟಾ' ಎಂದ ಗಡ್ಡಪ್ಪ ಜೀತ್ಕನ ಕಡೆಗೆ ನೋಡಿದ. ಅಜ್ಜ ತನಗೇ ಹೇಳುತ್ತಿರುವುದು ಎಂದುಕೊಂಡ ಜೀತ್ಕ ಒಂದಿಷ್ಟು ಧೈರ್ಯ ಸೇರಿಸಿಕೊಂಡು ಬಾಯಿಬಿಟ್ಟ: 'ನಾನೇನು ಕದ್ದಿದ್ದಲ್ಲ. ಖರ್ಚಿಗೆ ತಗಂಡು ಮಾರ್ಕಂಡೆ. ಮನೆ ಕಾಯ ಮಾರ್ಕಂಡ್ರೆ ಕಳ್‌ತನ ಯೆಂಗಾಯ್ತದೆ'

'ಕದ್ದಿದ್ದಲ್ದೆ ಲಾಯಪರ್ಾಂಯಿಟು ಒಡೀತಿಯೇನ್ಲಾ' ಎಂದು ಗಡ್ಡಪ್ಪ ರೇಗಿದ್ದಕ್ಕೆ ಅವನ ದಮ್ಮು ಮತ್ತೂ ಹೆಚ್ಚಾಯಿತು.

'ಕದ್ದಿದ್ದಲ್ಲ ಅಂತಾ ಏಳ್ತಾಯಿವ್ನಿ ಮತ್ತೆ ಅದ್ನೇ ಆಡ್ತಿಯಲ್ಲಜ್ಜೋ. ಕದ್ದೆ ಅಂತಿಟ್ಕ, ಆದ್ರೆ ನಾನೊಬ್ನೇ ಏನು ಕದ್ದಿಲ್ಲ. ಬಳೆ ತಗಬೇಕು ಅಂತ ಅತ್ಗೆ ಇಪ್ಪತ್ತ್ ಕಾಯಿ ಇಳಿಸ್ಕೊಡು ಅಂದ್ಲು. ಅದೂ ಕಳ್‌ತನವೆಯಾ' ಅಂದು ಸುಮ್ಮನಾದ ಜೀತ್ಕ.

'ಅವ್ನೀ ಅದ್ಯಾಕೇಳು, ನಾನೇನು ನಂಗೆ ಅಂತ ತಗಂಡಿದ್ನಾ? ನಿಮ್ ಮುಮ್ಮಕ್ಳು ಕೈಗೆ ಕೊಡ್ಸಿದ್ದು ತಕ್ಕಳಿ ಅಯ್ಯ. ಅಷ್ಟಕ್ಕೂ ನಂದು ಇಪ್ಪತ್ತು. ಸಿಲವಾರ ಪಾತ್ರೆಗಂತ ಅತ್ತೆ ಮೂವತ್ತು ಕಾಯ ಇಳಿಸ್ಕಂಡಿದ್ದು ಯಾವ ಲೆಕ್ಕಕ್ಕೋ' ಎಂದಂದು ಹುಬ್ಬ ಗಂಟಿಕ್ಕಿ ಸೆರಗ ಕೊಡವಿ ಸೊಂಟಕ್ಕೆ ಸಿಕ್ಕಿಸಿಕೊಂಡಳು ಸೀಬಿ.

ಸೀಬಿ ಮಾತು ಮುಗಿಸುವಷ್ಟರಲ್ಲೇ ದ್ಯಾಮಿ, 'ಆಂ... ನಾನೇನು ನನ್ ತವರ್ ಮನೆಗಂತ ತಗಂಡಿದ್ನಾ. ನಿಮ್ ಮನೆಗೆಯಾ ತಗಂಡಿದ್ದು. ಕೈಯಲ್ಲಿ ಕಾಸಿಲ್ಲ. ನಾವೂ ಸರೀಕ್‌ರಂಗೆ ಬಾಳ್ಮೆ ಮಾಡಬಾರ್ದ. ಅದ್ಕೆ ಅಟ್ಟದ್ ಕಾಯ ತಗಂಡಿದ್ದು' ಎಂದಂದು ಕಣ್ಣಲ್ಲಿ ನೀರು ತಂದುಕೊಂಡು ಸೆರಗಿಂದ ಒರೆಸಿಕೊಂಡಳು.

ಮೈಲನಹಳ್ಳಿ ಮಾರಿಜಾತ್ರೆಗೆಂದು ತಾನು ಅಟ್ಟದಿಂದ ಇಳಿಸಿದ್ದ ಕಾಯಿಯ ಲೆಕ್ಕವೂ ಎಲ್ಲಿ ಬಯಲಾಗುವುದೋ ಎಂದುಕೊಂಡ ಕ್ಯಾತ ಕುಕ್ಕರಗಾಲಲ್ಲಿ ಕುಂತಿದ್ದವನು ಮೇಲೆದ್ದು, 'ಈ ರಾಮಾಣ್ಯ ಸಾಕು. ಈಗ ಇರ ಕೊಪ್ರಿ ಕಾಯ ಸುಲ್ಯದೋ ಎಂಗೇಳು ಮತ್ತೆ' ಎಂದು ಗಡ್ಡಪ್ಪನ ಕಡೆ ನೋಡಿದ. ದಮ್ಮು ಹೆಚ್ಚಾಗಿದ್ದಕ್ಕೋ ಏನೋ ಗಡ್ಡಪ್ಪ ಎದೆ ನೀವಿಕೊಂಡು ಎಡಗೈ ತಿರುವುತ್ತಾ ಏನೇನೋ ಸನ್ನೆ ಮಾಡಿದ. ಅವನ ಸನ್ನೆಗಳು ಮೊಮ್ಮಗ ಕ್ಯಾತನಿಗೆ ಒಂದಿಷ್ಟೂ ಅರ್ಥಕ್ಕೆ ಸಿಗದೆ ಅವನು ಗೊಣಗಿಕೊಳ್ಳುತ್ತಾ ಕ್ರಾಸಿನ ದಾರಿ ಹಿಡಿದ.

ಇಷ್ಟೊತ್ತೂ ಬಾಗಿಲಿಗೆ ಆನಿಸಿಕೊಂಡು ನಿಂತಿದ್ದ ದ್ಯಾಮಿ, ಸೀಬಿಯರು ಸೆರಗ ಕೊಸರುತ್ತಾ ಒಳಗೆ ಹೊಂಟರು. ಸಿಂಬ್ಳ ಬೀಡಿ ಮೋಟ ನೆಲಕ್ಕೆ ತೀಡಿ, ಮಂಕರಿ ತೆಗೆದುಕೊಂಡು ಅಟ್ಟ ಏರಿದ. ಗಡ್ಡಪ್ಪ ಇನ್ನೂ ಎದೆ ನೀವಿಕೊಂಡು ಏನೇನೋ ಸನ್ನೆಗಳ ಮಾಡುತ್ತಿರಲು ಕುರುವವ್ವ ಎದ್ದು ಗಡ್ಡಪ್ಪನ ಕಡೆಗೆ ನಿಧಾನಕ್ಕೆ ನಡೆದಳು.

4

ಗಡ್ಡಪ್ಪ ಸತ್ತ ದಿನ ಹೊಸಳ್ಳಿಯ ಕೆಂಪಮ್ಮನ ಶನಿವಾರದ ಪರಿಸೆ. ನಾಳೆ ಆಯ್ತುವಾರಕ್ಕೆ ತೇರು. ಹಿಂದಲ ಶುಕ್ರವಾರ ನಟ್ಟರಾತ್ರಿಗೆ ಕಡಿದಿದ್ದ ಎಪ್ಪತ್ತು ಕ್ವಾಣಗಳ ರುಂಡ, ಮುಂಡಗಳ ಹಟ್ಟಿಯ ಮಾದ್ಗರು ಗಾಡಿಯಲ್ಲಿ ಹೇರಿಕೊಂಡು ಬ್ಯಾಡರಹಳ್ಳಿ ಸಂತೆಯ ಹರಾಜಿಗೆ ಹೊರಟಿದ್ದರು. ಕೆಂಪಮ್ಮನ ಪರಿಸೆಗೆ ಕಡಿದ ಕ್ವಾಣಗಳ ಬಾಡಿಗೆ ಬ್ಯಾಡರಹಳ್ಳಿಯ ಶನಿವಾರದ ಸಂತೆಯೇ ದೊಡ್ಡ ಮಾರ್ಕೆಟ್ಟು. ಅಲ್ಲಿ ಸೇರುವ ನಲವತ್ತು ಹಟ್ಟಿಗಳ ಮಾದ್ಗರಿಗೆ ಅಂದು ಬಾಡಿನ ಹಬ್ಬ. ಹರಾಜು ಕೂಗಿದ ಕ್ವಾಣನ ಮಾಂಸವ ಅಂದಿಗಿಷ್ಟು ಬೇಯಿಸಿಕೊಂಡು, ಉಳಿದಿದ್ದ ಕೊರಬಾಡ ಮಾಡಿಕೊಳ್ಳುವ ಸಂಭ್ರಮ ಆ ಸುತ್ತಲ ನಲವತ್ತು ಹಟ್ಟಿಯವರದ್ದು.

ಅತ್ತ ಅಲ್ಲಿ ಸಂತೆ ಶುರುವಾಗಿತ್ತೋ ಇಲ್ಲವೋ ಇತ್ತ ಗಡ್ಡಪ್ಪ ಸೀರಿಯಸ್ಸು ಎಂಬ ವರ್ತಮಾನ ಈ ಸಂತೇಲಿದ್ದ ಸಿಂಬ್ಳ, ಕ್ಯಾತ, ಜೀತ್ಕರಿಗೆ ಮುಟ್ಟಿತ್ತು. ಸಂತೆ ಬಿಟ್ಟು ಓಡಿ ಬಂದವರು ಗಡ್ಡಪ್ಪನ ಮುಂದೆ ಕುಂತು ಅಳಲು ಶುರು ಮಾಡಿದ್ದರು. ಈಚಲು ಗರಿಯ ಮಂಧ್ಲಿಕೆ ಮೇಲೆ ಹಾಸಿದ್ದ ಕೌದಿಯ ಮೇಲೆ ಗಡ್ಡಪ್ಪನ ದೇಹ ಮಲಗಿತ್ತು. ಗಡ್ಡಪ್ಪನ ತಲೆಯನ್ನು ತೊಡೆಯ ಮೇಲೆ ಹಾಕಿಕೊಂಡಿದ್ದ ಕುರುವವ್ವ ಸೆರಗ ಬಾಯಿಗೆ ಕಚ್ಚಿಕೊಂಡು ಕಣ್ಣೀರ ಸುರಿಸುತ್ತಿದ್ದಳು. ದ್ಯಾಮಿ, ಸೀಬಿ, ಕೆಂಪಿ, ನಾಗಿಯರು ಸುತ್ತಲೂ ಕುಳಿತು ಅಳುತ್ತಿದ್ದರು. ಹಟ್ಟಿಯ ಹೆಂಗಸರು, ಮಕ್ಕಳು ಬಿಳಿಗಣ್ಣು ಮಾಡಿಕೊಂಡು ಕುಳಿತಿದ್ದರೆ ಅಂಗಳದಲ್ಲಿ ಕುಂತು ನಿಂತಿದ್ದ ಗಂಡಸರು ಬೀಡಿ ಸೇದುತ್ತಾ, ಎಲೆ ಅಡಿಕೆ ಜಗಿಯುತ್ತಾ ಸದ್ದು ಮಾಡುತ್ತಿದ್ದರು.

ಗಡ್ಡಪ್ಪ ಕಣ್ಸನ್ನೆ ಮಾಡಿ ಸಿಂಬ್ಳನನ್ನ ಹತ್ತಿರಕ್ಕೆ ಕರೆದ. ಸಿಂಬ್ಳ ಹತ್ತಿರಕ್ಕೆ ಹೋದಾಗ ಗಡ್ಡಪ್ಪನ ಎದೆಯೊಳಗಿಂದ ಗೊರಗೊರ ಸದ್ದು ಹೊರ ಬರುತ್ತಿತ್ತು. ಗಡ್ಡಪ್ಪ ಸಿಂಬ್ಳನ ಕೈಹಿಡಿಯುತ್ತಲೇ ಅವನ ಕಣ್ಣಿಂದ ಹನಿಗಳು ಉದುರಿದವು. ಗಡ್ಡಪ್ಪ ಏನೋ ಹೇಳಲು ಕಷ್ಟಪಡುತ್ತಿರುವುದು ಸಿಂಬ್ಳನಿಗೆ ಅರಿವಾಯಿತು. 'ಏನು ಯೇಳಪ್ಪೋ' ಎಂದು ಅಳುತ್ತಾ ಗಡ್ಡಪ್ಪನ ಬಾಯಿಗೆ ತನ್ನ ಕಿವಿ ಹಿಡಿದ.

'ಮಗ, ನಂದು ಮುಗಿತು. ಆದ್ರೆ, ಮೂಡ್ಲುಸ್ವಾಮಿಗೆ ಮಂಡೆ ಕೊಡಾ ಅರಕೆ ಅಂಗೆ ಉಳ್ಕಂಬುಡ್ತದೆ. ಚೌರದವ್ರ ಕರ್ಸು. ಉಸ್ರು ವೋಗಮುಂದ್ಕೆ ಕೂದ್ಲು ತಗ್ಸು ನನ್ ದೇವ್ರು' ಎಂದಂದು ಗಡ್ಡದ ಮೇಲೆ ಕೈಯಾಡಿಸುತ್ತಾ ಬಳಲಿದ ಗಡ್ಡಪ್ಪ.

ಸಿಂಬ್ಳ ಎದ್ದವನೇ ಕಣ್ಣೀರ ಒರೆಸಿಕೊಳ್ಳುತ್ತಾ ಪಾಳ್ಯದ ಕಡೆಗೆ ಹೆಜ್ಜೆ ಹಾಕಿದ. ಅವನು ಹಟ್ಟಿ ಬಿಟ್ಟಿದ್ದನೋ ಇಲ್ಲವೋ ಮನೆ ಕಡೆಯಿಂದ ಬಾಯಿ ಬಡಿದುಕೊಂಡು ಅಳುವ ಜೋರು ಸದ್ದು ಅವನ ಹಿಂದೆಯೇ ಬಂದು, ಮತ್ತೆ ಅವನನ್ನು ಮನೆಗೆ ಕರೆದುಕೊಂಡು ಹೋಯಿತು. ಗಡ್ಡಪ್ಪನ ಉಸಿರು ನಿಂತಿತ್ತು.

ಯಾರೋ ಸಿಂಬ್ಳನ ಕೈಗೆ ನೀರು ಕೊಟ್ಟು ಗಡ್ಡಪ್ಪನ ಬಾಯಿಗೆ ಬಿಡಿಸಿದರು. ಯಾರೋ ಗಡ್ಡಪ್ಪನ ಕಣ್ಣು ಮುಚ್ಚಿದರು. ಇನ್ಯಾರೋ ಗಡ್ಡಪ್ಪನ ಕಾಲು ಮಡಚಿ ಶಿವಾ

ಎಂದರು. ಯಾರೋ ಮನೆ ಮುಂದೆ ಕಟ್ಟಿಗೆ ಇಟ್ಟು ಹೊಗೆ ಮಾಡಿದರು. ಯಾರೋ ತಮಟೆ ತಂದರು, ಇನ್ಯಾರೋ ಹಸಿ ಗರಿ ತಂದು ಚಟ್ಟ ಕಟ್ಟಲು ಕುಂತರು. ಮನೆ ಎದುರು ಸೇರಿದ್ದ ಜನ ನೂರು, ಇನ್ನೂರು, ಐನೂರಾಗಿ ಬೆಳೆಯಿತು.

ತನ್ನ ತೊಡೆಯ ಮೇಲಿದ್ದ ಗಂಡನನ್ನ ಅಂಗಳಕ್ಕೆ ಹಾಕಿದ ಮೇಲೆ ಕುರುವವ್ವ ಮೂಲೆ ಹಿಡಿದು ಬಿಕ್ಕಲು ಶುರು ಮಾಡಿದಳು. ತಲೆ ಮೇಲೆ ಕೈಹೊತ್ತು ಕಣ್ಣೀರಿಡುತ್ತಿದ್ದ ಸಿಂಬ್ಳನನ್ನು ಕ್ಯಾತ, ಜೀತ್ಕ ಸಮಾಧಾನ ಮಾಡುತ್ತಿದ್ದರು. 'ಮೈ ತೊಳಿಯಾಕೆ ಯಣ ತಗಂಬರ್ರೊ' ಎಂದು ಯಾವುದೋ ಹಿರಿ ಜೀವ ಚೀರಿತು. ಅಪ್ಪನನ್ನು ಹೆಣ ಎಂದಿದ್ದು ಸಿಂಬ್ಳನ ಕರುಳಿಗೆ ಚೂರಿ ಇರಿದಂತಾಯ್ತು. ಒಂದಷ್ಟು ಗಂಡಸರು ಗಡ್ಡಪ್ಪನ ದೇಹವ ಕೂರಿಸುವಂತೆ ಹಿಡಿದುಕೊಂಡರು. ಇನ್ಯಾರೋ ತೆರೆ ಬಿಟ್ಟರು. ಹೆಣದ ಮೈ ತೊಳೆಯಲು ಒಂದಿಷ್ಟು ಹುಡುಗರು ಗಡಿಗೆ ಹಿಡಿದು ನೀರು ತಂದರು.

ಅಳುತ್ತಿದ್ದ ಸಿಂಬ್ಳನಿಗೆ ಏನೋ ಹೊಳೆದಂತಾಯ್ತು. ಕಣ್ಣೊರೆಸಿಕೊಂಡು ಎದ್ದು ಪಾಳ್ಯದ ಕಡೆಗೆ ನಡೆದ. ಕ್ಯಾತ, ಜೀತ್ಕರು 'ಎಲ್ಲಿಗೆ' ಅಂತ ಕೇಳದೆ ಅವನ ಹಿಂದೆಯೇ ಹೆಜ್ಜೆಯಾದರು. ದ್ಯಾಮಿ, ಸೀಬಿಯರು ಇವರು ಹೋಗುವ ದಾರಿಯನ್ನೇ ನೋಡುತ್ತಾ ಕಣ್ಣೀರು ಒರೆಸಿಕೊಳ್ಳುತ್ತಾ ಕುಂತರು.

ಪಾಳ್ಯದ ಸೀನನ ಮನೆ ಮುಂದೆ ನಿಂತಿದ್ದ ಸಿಂಬ್ಳ ಗೋಗರೆಯುತ್ತಿದ್ದ: 'ನೂರು ಜಾಸ್ತಿನೇ ತಗ. ಅಪ್ಪುನ್ ಕೊನೆ ಆಸೆ ಕಣ, ಇಲ್ಲ ಅನಬ್ಯಾಡ. ಕಷ್ಟ ಕಾಲ ಬಾರಪ್ಪ ದಮ್ಮಯ್ಯ'

'ನಾನು ನಿಮ್ಗೆ ಮಾಡಬಾರ್ದು ಅಂತೇನು ಇಲ್ಲ ಸಿಂಬ್ಳ. ಆದ್ರೆ ಇವತ್ತ ನನ್ ಸಾಮಾನು ನಿಮ್ಮಪ್ಪುನ್ ಯಣದ್ ಮೈಯ ಸೋಕುದ್ರೆ ನಾಳೆ ನನ್ ವಟ್ಟೆ ಕತೆ ಯೇಳು. ಯಿಂಗಿಂಗೆ ಅಂತ ಗೊತ್ತಾದ್ರೆ ನಾಳೆ ನನ್ ಅಂಗ್ಡಿಗೆ ಯಾರ್ ಬತ್ತರೆ ನೀನೆ ಯೇಳು?' ಸೀನನ ಮಾತು ಕೇಳಿ ಸಿಂಬ್ಳನಿಗೆ ಏನು ಹೇಳಬೇಕೋ ಗೊತ್ತಾಗಲಿಲ್ಲ. ಕ್ಯಾತ, ಜೀತ್ಕರೂ ಸೀನನ ಮಾತು ಕೇಳಿ ತಲೆ ಕೆರೆದುಕೊಂಡು ಸುಮ್ಮನಾದರು.

'ಕುಣುಗಲ್ಲಲ್ಲಿ ನಿಮ್ ಜನಾನೆ ಒಬ್ಬ ಕಟಿಂಗ್ ಷಾಪಿಟ್ಟವ್ನೆ. ಅವ್ನಿಗೆ ಫೋನ್ ಮಾಡಿರೆ ಬರಬೈದೋ ಎಂಗೋ ಇಚಾರ್ಸು' ಎಂದು ಸೀನ ಮೊಬೈಲು ತೆಗೆದು ನಂಬರ್ ಹುಡುಕಿದ. ಸೀನ ಕೊಟ್ಟ ನಂಬರ್ ಒತ್ತಿದ ಜೀತ್ಕ ಮೊಬೈಲ ಸಿಂಬ್ಳನ ಕಿವಿಗೆ ಹಿಡಿದ.

ಸಿಂಬ್ಳ ಹೇಳಿದ ವಿಚಾರವೆಲ್ಲಾ ಕೇಳಿದ ಮೇಲೆ ಅತ್ತಲಿಂದ ದನಿ ಹೇಳಿತು: 'ಚೌರ ಮಾಡಕೇನಿಲ್ಲ ಕಣಣ್ಣ. ಆದ್ರೆ ಯಣುದ್ ಕೂದ್ಲು ಯೆಂಗ ತಗ್ಯಾದು. ಆಗಕಿಲ್ಲ, ಬೇಜಾರು ಮಾಡ್ಕಂಬ್ಯಾಡ'

ಸಿಂಬ್ಳ, ಕ್ಯಾತ, ಜೀತ್ಕರು ಪಾಳ್ಯದಿಂದ ಹೊರಟು ಹಟ್ಟಿ ಮುಟ್ಟುವಷ್ಟರಲ್ಲಿ 'ಈ ಮಕ್ಳು ಯಣಕ್ಕೆ ಚೌರ ಮಾಡ್ಸಕೆ ವೋಡಾಡ್ತಾವ್ರೆ' ಅನ್ನೋ ಮಾತು ಸುತ್ತಲ ಏಳಳ್ಳಿಯಲ್ಲಿ ಸುದ್ದಿಯಾಗಿತ್ತು.

ಎಣ್ಣೆ ಏರಿಸಿದ್ದ ಹುಡುಗರ ತಮಟೆ ಸದ್ದು ಮನೆ ಮುಂದೆ ಜೋರಾಗಿತ್ತು.

ಹಟ್ಟಿಗೆ ಬಂದ ಸಿಂಬ್ಳನಿಗೆ ಯಾರ್ಯಾರು ಏನೇನೋ ಹೇಳಿದರು. ಆದರೆ, ಯಾವುದೊಂದೂ ಅವನ ಕಿವಿ ಮೇಲೆ ಬೀಳಲಿಲ್ಲ. ಅಪ್ಪನ ಕೊನೆ ಆಸೆ, ಅದೂ ಚೌರದ ಆಸೆ ಪೂರೈಸದ ನಾನೆಂತ ಮಗ 'ಥೂ' ಎಂದು ಉಗಿದ ಸಿಂಬ್ಳ. ಅದಾಗಲೆ ಗಡ್ಡಪ್ಪನ ದೇಹಕ್ಕೆ ಸ್ನಾನ ಮಾಡಿಸಿ ಇಬೂತಿ ಹಚ್ಚುತ್ತಿದ್ದರು. ಗಡ್ಡಪ್ಪನ ಉದ್ದನೆಯ ನೆರೆಕೂದಲು ನೆಂದು ಹಣ್ಣಾಗಿತ್ತು.

ಬಚ್ಚಲಿಗೆ ಹೋದ ಸಿಂಬ್ಳ ಯಾವುದಕ್ಕೋ ಅಲ್ಲಿ ತಡಕಾಡಿದ. ಕಿಟಕಿ ಮೂಲೆಯಲ್ಲಿ ಸಿಕ್ಕಿಸಿದ್ದ ಕ್ಯಾತನ ಹಳೆಯ ಬ್ಲೇಡ್ ರೇಸರ್ ಸಿಂಬ್ಳನ ಕಣ್ಣಿಗೆ ಬಿದ್ದು ಕೈಗೆ ಬಂತು. ಗಡ್ಡಪ್ಪನ ದೇಹಕ್ಕೆ ಸಿಂಗಾರ ಮಾಡುತ್ತಿದ್ದ ಗುಂಪನ್ನು ಸೀಳಿಕೊಂಡು ಬಂದ ಸಿಂಬ್ಳ ಅಪ್ಪನ ಮುಖಕ್ಕೆ ಕೈ ಹಾಕಿದ. ಯಾರೋ ಏನೋ ಕೇಳಿದರು. ಇನ್ಯಾರೋ ಅವನನ್ನು ಹಿಡಿದುಕೊಳ್ಳಲು ಬಂದರು. 'ತಲೆ ಕೆಡ್ತು ಇವ್ನಿಗೆ', 'ಯಪ್ಪಾ ಈ ಚೌರ', 'ಇದು ಗಾಳಿ ಆಗದೆಯಾ'... ಸಾವಿಗೆ ಬಂದ ಜನ ತಲೆಗೊಂದು ಮಾತಾಡಿಕೊಳ್ಳುತ್ತಿತ್ತು.

ಮೈ ಮೇಲೆ ದಯ್ಯ ಬಂದವನಂತೆ ಸಿಂಬ್ಳ ಗಡ್ಡಪ್ಪನ ಮುಖ ಮಂಡೆಯ ಕೂದಲನ್ನೆಲ್ಲಾ ಕೆರೆಯತೊಡಗಿದ.

ಗ್ರಾಂಟು

1

'ಅವ್ರ ಕೈ ಸೇದೋಗ, ಅವ್ರ ಕೈಗೆ ಕರಿ ನಾಗರ ಕಡಿಯಾ, ಅವ್ರ ವಂಸ ನಿರ್ವಂಸ ಆಗ, ನಂದ್ರು ಮ್ಯಾಗಿಂದೇ ಬ್ಯಾಕಿತ್ತಾ ಮುಂಡೇರಾ. ಕೇಳಿದ್ರೆ ನನ್ ಗಂಡನ್ ಕೈಲೇ ಕೊಟ್ ಕಳಿಸ್ತಿದ್ನರ್ಲೇ ಸವ್ತೀರಾ...'

ಬೆಳ್ಳಂಬೆಳಗ್ಗೆ ಪಾಳ್ಯ ಅನ್ನೋ ಪಾಳ್ಯವೇ ಅದುರುವಂತೆ ಶಿವಮ್ಮ ಊರುಕೇರಿ ಒಂದು ಮಾಡುತ್ತಿದ್ದಳು. ರಾತ್ರಿ ನೆರಿಕೆಯ ಮುಂದೆ ಒಣಗಿ ಹಾಕಿದ್ದ ಅವಳ ಲಂಗ ಬೆಳಕು ಹರಿಯುವುದರೊಳಗೆ ಇಲ್ಲವಾಗಿತ್ತು.

'ಲೇ ನಿಮ್ಮವ್ವುನ್, ಏನ್ ಅರುಚ್ಕಂಡ್ ಸಾಯ್ತೀಯೇ ಮುಂಡೇ. ಹಾಳಾಗೋಗ್ಲಿ ಬಾರೆ, ಸಂತೇಲಿ ಇನ್ನೊಂದ ತಗಂಡ್ರಾಯ್ತು' ನೆರಿಕೆಯೊಳಗೆ ಮಲಗಿದ್ದ ಕಾಂತ ಕಂಬಳಿಯೊಳಗಿಂದ ಕೂಗಿದ್ದು ಶಿವಮ್ಮನ ಕಿವಿಯ ಬಳಿಗೂ ಸೋಕಲಿಲ್ಲ.

ಹೋದ ಕೆಂಪಮ್ಮನ ಜಾತ್ರೆಯಲ್ಲಿ ಕೊಂಡಿದ್ದ ಹೊಸ ಜೋಡಿ ಲಂಗ. ಒಂದು ಅಮ್ಮನಿಗೆ, ಹಸಿರು ಬಣ್ಣದ್ದು; ಇನ್ನೊಂದು ನನಗೆ, ಕೆಂಪು ಬಣ್ಣದ್ದು.

'ರಜ ಆದಾಗ ಕರೆ ಕಾಣಾಕಿಲ್ಲ. ಕೆಂಪಿಂದೇ ತಗಳವ್ವ ನೀನುವೆ' ಎಂದಿದ್ದ ಶಿವಮ್ಮನ ಮಾತಿಗೆ ಅವರಮ್ಮ ನಕ್ಕಿದ್ದಳು. 'ನಾನ್ ರಜಾ ಆಗ ಕಾಲ ಮುಗಿತು ಕಣೇ ಶಿವಿ' ಎಂದು ಮೂತಿಗೆ ತಿವಿದಿದ್ದಳು. ಅಮ್ಮನ ಮಾತು ಕೇಳಿ ಇವಳಿಗೆ ಕಿಬ್ಬೊಟ್ಟೆ ಛಳುಕು ಹಿಡಿದಂತಾಗಿತ್ತು.

ಬೀರನಿಗೀಗ ಏಳು ವರ್ಷ, ರಂಜಿಗೆ ಹದಿಮೂರೋ, ಹದಿನಾಕೋ? ನನಗೆಷ್ಟು? ಅಮ್ಮನಿಗೆಷ್ಟು? ಇಷ್ಟು ಬೇಗ ಅಮ್ಮನಿಗೆ ಮುಟ್ಟು ನಿಂತಿತೇ? ನನಗ್ಯಾವಾಗ ನಿಲ್ಲೋದು? ತಿಂಗಳ ಆ ದಿನಗಳೆಂದರೆ ಸೇದುವ ಕಾಲು, ಬಿಗಿಯುವ ಬೆನ್ನು, ಸೆಳೆಯುವ ಕಿಬ್ಬೊಟ್ಟೆ. ಎಲ್ಲವನ್ನೂ ನೆನೆಸಿಕೊಂಡು ದೊಡ್ಡ ಉಸಿರು ಹುಯ್ದು,

'ಯಾಕಾದ್ರೂ ಕೊಟ್ನೋ ಶಿವ ಈ ಹೆಣ್ ಜಲ್ಮ' ಎಂದುಕೊಂಡಿದ್ದಳು ಶಿವಮ್ಮ.

ಇವಳ ಹಾರಾಟಕ್ಕೆ ಇದ್ದ ನಿದ್ದೆಯೂ ಬಿಟ್ಹೋದ ಮೇಲೆ ಕಂಬಳಿ ಬಿಟ್ಟು ನೆರಿಕೆ ಹಿಂದಕ್ಕೆ ನಡೆದು ಒಂದಕ್ಕೆ ಹೋದ ಕಾಂತ ಕೂಗಿದ, 'ಅಯ್ಯೋ ನಿಮ್ಮವ್ವುನ್ದು ಇಲ್ಲೇ ಬಿದ್ದೈತಲ್ಲೇ. ಸರೀಗೆ ನೋಡ್ದೆ ಮುಂಜಾವ್ಗೇ ಅಬ್ರುಸ್ತೀಯಾ.'

ಶಿವಮ್ಮ ಯಾವ ಲಂಗ ಕಳುವಾಗಿದೆ ಎಂದುಕೊಂಡಿದ್ದಳೋ ಅದು ನೆರಿಕೆಯ ಹಿಂದೆ ಬೇಲಿ ಸಂದಿಯಲ್ಲಿ ಬಿದ್ದು ಒದ್ದಾಡುತಿತ್ತು. 'ಮಂಗ್ಳಾರ್ತಿ ಆಯ್ತಲ್ಲಾ, ಅದ್ಕೆ ಬೇಲಿಗೆ ಎಸ್ದೋಗವ್ರೆ ಮುಂಡೇರು. ಇನ್ನೊಂದ್ ಸರಿ ಮುಟ್ರೆ ಮುಂಡೇರ, ಸರಿಯಾಗ್ ಮಾಡ್ತೀನಿ ನಿಮ್ಗೆ' ಎಂದು ಮತ್ತೆ ಬೈಗುಳ ಶುರು ಮಾಡಿದಳು ಶಿವಮ್ಮ.

'ಯಾವ್ದೋ ನಾಯಿ ಎಳ್ಕಂಡೋಗಿ ಬೇಲಿ ಸಂದ್ಕೆ ಬಿಟ್ಬಿರ್ಬೇಕು ಕಣ್ ಬುಡೇ ಗಿ' ಎಂದ ಕಾಂತನ ಮಾತನ್ನು ಕೇಳಿಸಿಕೊಳ್ಳದಂತೆ ಶಿವಮ್ಮ ಉಗಳ ನಂಗುತ್ತಾ ಬೈಗುಳದ ಮಳೆ ಮುಂದುವರಿಸಿದಳು.

■

ಅರಕೆರೆಯಿಂದ ಕಾಂತನ ಕೈಹಿಡಿದು ಕನಸುಗಳನ್ನು ಮಡಿಲಿಗೆ ಕಟ್ಟಿಕೊಂಡು ಪಾಳ್ಯಕ್ಕೆ ಬಂದವಳು ಶಿವಮ್ಮ. ಆದರೆ ಅವಳು ಕಟ್ಟಿಕೊಂಡು ಬಂದ ಕನಸುಗಳು ಬಿಸಿಲು ಬಿದ್ದ ಮಂಜಿನ ಹನಿಗಳಂತೆ ಅವಳಿಗೆ ಅರಿವಿಲ್ಲದಂತೇ ಕರಗಿದ್ದವು. ಮದುವೆಯ ಸಿರಿ ಮುಗಿಯುವುದರೊಳಗೆ ಕೂಲಿಗೆ ಲಗೇಜ್ ಆಟೊ ಹತ್ತಬೇಕಾದ ಅನಿವಾರ್ಯ ಅವಳದ್ದಾಗಿತ್ತು. ಕೊಬ್ಬರಿ ಸುಲಿಯುವುದು, ಕಾಯಿ ಕೀಳುವುದು ಸೇರಿದಂತೆ ಕೂಲಿ ಕೆಲಸವನ್ನೇ ನೆಚ್ಚಿಕೊಂಡಿದ್ದ ಕಾಂತನಿಗೂ ಇಪ್ಪತ್ತು ಗುಂಟೆ ಹೊಲವಿತ್ತು. ಸರಿಯಾಗಿ ಮಳೆ ಹುಯ್ದು ಆರಂಬ ನೆಟ್ಟಗಾದರೆ ಹಿಟ್ಟಿಗಾಗುವಷ್ಟು ರಾಗಿ; ಇಲ್ಲವಾದರೆ ಅದೂ ಇಲ್ಲ. ಇಂಥ ಕಾಂತನಿಗೆ ಅರಕೆರೆಯವರು ಹೆಣ್ಣು ಕೊಟ್ಟಿದ್ದೂ ದೊಡ್ಡ ಮಾತೇ. ಕಾಂತನ ಅವ್ವ ನಿಂಗಮ್ಮ ಅರಕೆರೆಯ ದೂರದ ಸಂಬಂಧಿ ಮಲ್ಲಯ್ಯನಿಗೆ ದಮ್ಮಯ್ಯ ದಪ್ಪಯ್ಯ ಹಿಡಿದು ಕಾಂತನಿಗೆ ಶಿವಮ್ಮನನ್ನು ಒಪ್ಪಿಸಿದ್ದಳು. ಕಪ್ಪಗಿದ್ದರೂ ಸುಂದರಿಯಾದ ಹುಡುಗಿಯನ್ನು ಸೊಸೆಯಾಗಿ ತಂದ ಬಗ್ಗೆ ನಿಂಗಮ್ಮ ಒಳಗೊಳಗೇ ಖುಷಿ ಪಟ್ಟಿದ್ದಳು.

ಮದುವೆಗೆಂದು ಕಾಂತ ಮಾಡಿಕೊಂಡಿದ್ದ ಸಾಲ ಐವತ್ತು ಸಾವಿರದ ಹತ್ತಿರಕ್ಕೆ ಬಂದಿತ್ತು. ದಿನಕ್ಕೆ ನೂರೈವತ್ತೋ ಇನ್ನೂರೋ ದುಡಿಯುತ್ತಿದ್ದ ಕಾಂತ ಅದಕ್ಕಿಂತ ಹೆಚ್ಚು ಕುಡಿದು ಮನೆಗೆ ಬರುತ್ತಿದ್ದ. ಬೀಡಿ ಎಳೆದೂ ಎಳೆದೂ ಅವನ ಶರೀರವನ್ನೋ ಶರೀರ ಎಲುಬಿನ ಚಕ್ಕೆಗೆ ತೊಗಲು ಒಣಗಿಹಾಕಿದಂತಿತ್ತು.

'ಹೆಣ್ಣಾಳಿಗೆ ಕೂಲಿ ಕಮ್ಮಿ. ಎಪ್ಪತ್ತೈದ್ರುಪಾಯಿ ಕೂಲಿ ತಂದು ಮನೆ ಮಟ ಹೆಂಗೆ ಒರೀಲಿ. ನಿನ್ ಕೇಡಾಳಾಗ ಕುಡೀಬ್ಯಾಡ' ಎನ್ನುವ ಶಿವಮ್ಮನ ಮಾತು ಕಾಂತನ ನೆತ್ತಿ ಸವರಿಕೊಂಡು ಹೋಗುತ್ತಿದ್ದವೇ ಹೊರತು ಅವನ ಕಿವಿಗಿಳಿಯುತ್ತಿರಲಿಲ್ಲ.

ಕಾಲನ ವರವಾಗಿ ರಂಜಿತಾ, ಅವಳ ಹಿಂದೊಬ್ಬ ಬೀರೇಶ ಮದುವೆ ನಂತರದ ಸಹಜ ಎಂಬಂತೆ ಹುಟ್ಟಿ ಬೆಳೆಯುತ್ತಿದ್ದರು. ಶಿವಮ್ಮ ಮೂರು ತಿಂಗಳು ಬಾಣಂತನ ಮುಗಿಸಿ ಹೊಟ್ಟೆ ಕಟ್ಟಿ ಮತ್ತೆ ಕೂಲಿಗೆ ಹೊರಟು ನಿಲ್ಲದೆ ಬೇರೆ ದಾರಿ ಇರಲಿಲ್ಲ. ಅವಳು ಕೂಲಿ ಮಾಡಿ ತಂದರೆ ಉಂಟು ಇಲ್ಲವಾದರೆ ಇಲ್ಲ.

ಮಳೆ ಬಂದರೆ ಸೋರುವ, ಗಾಳಿಗೆ ಹಾರುವ ನೆರಿಕೆ ಗುಡಿಸಲಲ್ಲಿ ಬೆಳದಿಂಗಳು ತುಣುಕು ತುಣುಕಾಗಿ ಬೀಳುವುದು ಮಾತ್ರ ಶಿವಮ್ಮನಿಗೆ ಇಷ್ಟವಾಗುತ್ತಿತ್ತು. ಗುಡಿಸಲ ಕಿಂಡಿಯಿಂದ ರಾತ್ರಿ ದಾರಿ ತಪ್ಪಿ ನೆರಿಕೆಗೆ ಬರುವ ಮಿಂಚುಹುಳುಗಳು ಆ ನೆರಿಕೆಯನ್ನು ಯಕ್ಷಲೋಕವಾಗಿಸುತ್ತಿದ್ದವು. ಮಿಂಚುಹುಳುಗಳೇ ಕುದುರೆಗಳಾಗಿ, ಅಂಥ ಮಾಯಾಮಿಂಚಿನಕುದುರೆಯ ಬೆನ್ನೇರಿ ಯಕ್ಷಲೋಕ ಅಲೆಯುವ ಕನಸು ಆಗಾಗ ಶಿವಮ್ಮನಿಗೆ ಬೀಳುತ್ತಿತ್ತು. ಈ ಮಾಯದ ಕನಸಲ್ಲಿ ರಂಜಿ, ಬೀರ ಅಪರೂಪಕ್ಕೊಮ್ಮೆ ಕಾಂತನೂ ಇದ್ದರೆ, ನಿಂಗಮ್ಮನಿಗೆ ಮಾತ್ರ ಈ ಕನಸಿನ ಲೋಕ ಪ್ರವೇಶಿಸಲು ಸಾಧ್ಯವಾಗಿರಲಿಲ್ಲ.

ಅದೊಂದು ರಾತ್ರಿ ನೆರಿಕೆ ಮುಂದಿನ ಹಸಿರು ಗಿಡದ ಮೇಲೆ ಮೊಸರು ಚೆಲ್ಲಿದಂತೆ ಮಲ್ಲಿಗೆ ಅಂಬಲ್ಲಿ ಮೊಗ್ಗುಗಳು ಬಿರಿದು ಘಮಲು ಸೂಸುತ್ತಿದ್ದವು. ನೆತ್ತಿಗೆ ಬಂದಿದ್ದ ಚಂದ್ರ ಕದ್ದು ನೆರಿಕೆಯೊಳಗೆ ಇಣುಕುತ್ತಿದ್ದ. ಕಂಠ ಪೂರ್ತಿ ಕುಡಿದು ಬಂದಿದ್ದ ಕಾಂತ ಗೊರಕೆ ಹೊಡೆಯುತ್ತಾ ಪಕ್ಕದಲ್ಲೇ ಬಿದ್ದುಕೊಂಡಿದ್ದ. ಅಂಬಲ್ಲಿ ಬಿರಿಯುತ್ತಿದ್ದ ಮಲ್ಲಿಗೆಯ ಮೊಗ್ಗುಗಳ ಘಮಲು ನೆರಿಕೆಯವರೆಗೂ ಹಬ್ಬಲು ಹೆಚ್ಚು ಸಮಯ ಬೇಕಾಗಿರಲಿಲ್ಲ. ಮಲ್ಲಿಗೆಯ ಘಮಲಿನ ಕಾವು ಶಿವಮ್ಮನ ನೆತ್ತಿಗೇರಲು ಶುರುವಾಯಿತು. ಕೂಲಿ ಕೆಲಸ ಮಾಡಿ ಮರಗಟ್ಟಿದ ಮೈ, ಮನಸ್ಸು ಉಲ್ಲಾಸ ಬೇಡುತ್ತಿತ್ತು. ಮಗ್ಗಲು ಬದಲಿಸಿ ಕಾಂತನನ್ನು ಅಲುಗಿಸಿದಳು. ಅವನು ಏಳುವ ಸ್ಥಿತಿಯಲ್ಲಿರಲಿಲ್ಲ. ಅವನ ಎದೆಯ ಮೇಲೆ ಕೈಯಾಡಿಸಿ, ಎದೆ ಮೇಲಿನ ರೋಮಗಳನ್ನು ಹಿಡಿದು ಜಗ್ಗಿದಳು. ಕಾಂತ ಅವಳ ಕೈ ಕೊಸರಿ ಮಗ್ಗಲು ಬದಲಿಸಿದ. ಶಿವಮ್ಮ ಕಾಂತನನ್ನು ಜಗ್ಗಿ ಎಳೆದಳು. ಪ್ರೀತಿಯಿಂದ ಅವನ ಮುಖಕ್ಕೆ ಉಗಿದಳು. ಎಂಜಲಿನ ಹನಿಗಳಿಂದ ಎಚ್ಚರಗೊಂಡ ಕಾಂತ ಕಣ್ಣು ಬಿಟ್ಟರೆ ಶಿವಮ್ಮ ಅವನ ಮೇಲಿದ್ದಳು. ಇಬ್ಬರೂ ಹುಟ್ಟಬಟ್ಟೆ ಉಟ್ಟರು. ಹೊರಗೆ ಮಲ್ಲಿಗೆ ಅಂಬಿನಲ್ಲಿ ಬಿರಿಯುತ್ತಿದ್ದ ಮೊಗ್ಗುಗಳು ಚಂದಿರನ ಬೆಳಕ ಹೀರಿ ಬೆಳ್ಳಗಾಗುತ್ತಿದ್ದವು.

ಅಪ್ಪುಗೆಯ ಬಿಸಿಯಲ್ಲಿ ಇನ್ನು ಮೈಮನಸ್ಸು ಹಗುರಾಗಬೇಕು, ಅಷ್ಟರಲ್ಲಿ ಇಬ್ಬರಿಗೂ ತೊಡೆ ಸಂದಿನಲ್ಲಿ ಉದ್ದಕ್ಕೇನೋ ಹರಿದಾಡಿದಂತಾಯಿತು. ಅಮಲೆಲ್ಲಾ ಝುರ‍್ರನೆ ಇಳಿದು 'ಅದೇನೋ?' ಎಂಬ ದಿಗಿಲು ಇಬ್ಬರನ್ನೂ ಆವರಿಸಿತು. ಶಿವಮ್ಮ 'ಯಪ್ಪೋ ಹಾವೂ' ಎಂದು ಚೀರಾಡಿಕೊಂಡು ಎದ್ದಳು. ಕಾಂತನೂ ಚಂಗನೆ ಹಾರಿನಿಂತ. ಕಣ್ಣು ಸಣ್ಣದು ಮಾಡಿ ನೆರಿಕೆಯ ಬಾಗಿಲಿಗೆ ಸಿಕ್ಕಿಸಿದ್ದ ಬ್ಯಾಟರಿ ತೆಗೆದು ಕಾಂತ ಬೆಳಕ ಬಿಟ್ಟ. ಇಬ್ಬರ ಮೈಮೇಲಿಂದ ಕಳಚಿಕೊಂಡು ಮಂದಲಿಕೆಯ ಮೂಲೆಗೆ ಗುಡ್ಡೆಯಾಗಿದ್ದ ಕಾಂತನ ಪಂಚೆ ತುಂಡು, ಶಿವಮ್ಮನ ಸೀರೆ, ಕುಬಸ,

ಲಂಗದೊಳಗೆಲ್ಲಾ ಸುತ್ತಿಕೊಂಡಿದ್ದ ಕೇರೆಹಾವು ತಲೆ ಆಚೆ ಹಾಕಿ ಬ್ಯಾಟರಿ ಬೆಳಕಿಗೆ ಗಾಬರಿಯಿಂದ ಕಣ್ಣು ಪಿಳಪಿಳ ಮಾಡಿತು.

ನೆರಿಕೆ ಸೂರಿಗೆ ಸಿಕ್ಕಿಸಿದ್ದ ಹಿಟ್ಟಿನಕೋಲು ಎಳೆದು ಕಾಂತ ಹಾವಿನ ತಲೆಗೆ ರಪ್ಪನೆ ಬಡಿದ. ತಲೆ ಜಜ್ಜಿ ಹೋದ ಹಾವು ಒದ್ದಾಡುತ್ತಾ ಸೀರೆ, ಲಂಗ, ಪಂಚೆ ತುಂಡು ಎಲ್ಲವನ್ನೂ ಒಂದು ಮಾಡಿ ಮುದುರಿಕೊಂಡಿತು. ಅದರ ಮೇಲೇ ಕಾಂತ ಮತ್ತೆ ಮತ್ತೆ ಬಡಿದ. ಹಾವಿನ ರಕ್ತದಿಂದ ಬಟ್ಟೆಗಳೆಲ್ಲಾ ಕೆಂಪಗಾದವು. ಬಟ್ಟೆ ಸಮೇತ ಮುದುರಿಕೊಂಡು ಒದ್ದಾಡುತ್ತಿದ್ದ ಹಾವನ್ನು ಎತ್ತಿಕೊಂಡು ಕಾಂತ ಆಚೆಗೆ ನಡೆದ. ನೆರಿಕೆ ತಡಿಕೆ ತೆಗೆದ ಸದ್ದಿಗೆ ಎಚ್ಚರಗೊಂಡು ಕಣ್ಣು ಬಿಟ್ಟ ನಿಂಗಮ್ಮನಿಗೆ ಬೆತ್ತಲಾಗಿ ನಿಂತಿದ್ದ ಶಿವಮ್ಮ ಕರಿಕಲ್ಲಿನ ದೇವತೆಯಂತೆ ಕಂಡಳು. ನೆರಿಕೆಯ ಸಂದಿನಿಂದ ಇಣುಕುತ್ತಿದ್ದ ಚಂದಿರ ಅವಳ ಕರಿ ಮೊಲೆಗಳ ಮೇಲೆ ಅಲೆ ಅಲೆಯಾಗಿ ಮಿಂಚುತ್ತಿದ್ದ.

■

ಬೆಳಿಗ್ಗೆ ಎದ್ದು ಟೀ ಹೀರುತ್ತಿದ್ದ ನಿಂಗಮ್ಮನಿಗೆ ಬೇಡವೆಂದರೂ ಅವಳ ಬಾಯಿ ತೆರೆಯಿತು. 'ಮಕ್ಳು ದೊಡ್ಡವಾಯ್ತಾವೆ, ಇಂಥ ವಯಸ್ಸಲ್ಲೂ ಎಂಥದದು ಸುಮಾನ' ಎಂದಷ್ಟೇ ಹೇಳಿ ಸುಮ್ಮನಾಯಿತು. ರಾತ್ರಿ ಹಾವು ನೆರಿಕೆಗೆ ನುಗ್ಗಿದ್ದು, ಅದನ್ನು ಕಾಂತ ಹೊಡೆದು ಎಸೆದದ್ದು, ಶಿವಮ್ಮ ಹಾವಿನ ರಕ್ತವಾಗಿದ್ದ ಜಾಗವನ್ನೆಲ್ಲಾ ಗಂಜಲ ಹಾಕಿ ಸಾರಿಸಿದ್ದು ಯಾವುದೂ ನಿದ್ದೆಯ ಮಡಿಲಲ್ಲಿ ಬೆಚ್ಚಗೆ ರಾತ್ರಿ ಕಳೆದಿದ್ದ ನಿಂಗಮ್ಮನಿಗಾಗಲೀ, ರಂಜಿ, ಬೀರರಿಗಾಗಲೀ ಗೊತ್ತಿರಲಿಲ್ಲ.

'ನನಗೇನೂ ತೀಟೆ ಹತ್ತಿರ್ಲಿಲ್ಲ. ರಾತ್ರಿ ಕ್ಯಾರೆ ಹಾವು ಲಂಗ್ದೊಳಕ್ಕೆ ನುಗ್ಗಿತ್ತು. ಬಾಯಿ ಬಿಟ್ಕಂಡು ಯಣ ಬಿದ್ಕಂಡಂಗೆ ಬಿದ್ಕಂಡಿದ್ರೆ ಆನೆ ಬಂದು ಎದೆ ಮ್ಯಾಲೆ ಕಾಲಿಟ್ರೂವೆ ಗೊತ್ತಾಗಕಿಲ್ಲ' ಎಂದು ಶಿವಮ್ಮನೂ ತನ್ನಪಾಡಿಗೆಂಬಂತೆ ಹೇಳಿಕೊಂಡಳು. ಹಾವು ಎಂಬ ಪದ ಕಿವಿ ಮೇಲೆ ಬೀಳುತ್ತಿದ್ದಂತೆ ರಂಜಿ, ಬೀರ ಗಾಬರಿಯಾಗಿ, 'ಅಯ್ಯಪ್ಪೋ ಹಾವು ಬಂದಿತ್ತಾ' ಎಂದು ಕಣ್ಣಲ್ಲಿ ನೀರು ತಂದುಕೊಂಡು ಭಯ ಹುಟ್ಟಿಸಿಕೊಂಡರು.

'ಕ್ಯಾರೆಹಾವು ಲಂಗಕ್ಕೆ ನುಗ್ಗಂಗೆ ಯಾಕೆ ಹಾರಾಕ್ಕಂಡು ಬಿದ್ಕಂಬೇಕಾಗಿತ್ತೊ. ಇವತ್ತ ಕ್ಯಾರೆಹಾವು, ನಾಳಿಕ್ಕೆ ನಾಗರಾವು' ಎಂದು ಟೀ ಕಪ್ಪನ್ನು ಕುಕ್ಕಿದಳು ನಿಂಗಮ್ಮ.

ಕಾಂತ ಹೆಂಡತಿಯ ಬೆನ್ನಿಗೆ ನಿಲ್ಲಬೇಕೋ, ಅವ್ವನ ಮಡಿಲಿಗೆ ಬೀಳಬೇಕೋ ಗೊತ್ತಾಗದೆ ಟೀ ಹೀರಿ, ಬೀಡಿ ಕಚ್ಚಿಕೊಳ್ಳುತ್ತಾ ನೆರಿಕೆಯಿಂದ ಹೊರ ನಡೆದ. 'ಈ ಪುಣಾತ್ಮ ಒಬ್ಬ ನೆಟ್ಟುಗಿದ್ದಿದ್ರೆ ಈ ಜೋಪಡಿಲಿ ಯಾಕೆ ಕೊಳೀಬೇಕಿತ್ತು. ಆರ್ ಸಾವ್ರ ಕೊಟ್ರೆ ಪಂಚಾಯ್ತಿ ಇಂದ ಮನೆ ಗ್ರಾಂಟು ಮಾಡುಸ್ಕೊಡ್ತರಂತೆ. ಆರ್ ಸಾವ್ರ ಹೊಂದ್ಸೋ ಯೋಗ್ಯತೆ ಇಲ್ವಾ ಈ ಗಂಡ್ಸಿಗೆ' ಎಂದು ತಲೆತಲೆ ಚಚ್ಚಿಕೊಂಡು ಅಳಲು ಶುರು ಮಾಡಿದಳು ಶಿವಮ್ಮ.

'ನನ್ ಕೂಸ್ ಬಗ್ಗೆ ಬಾಯಿಗ್ ಬಂದಂಗೆ ಮಾತಾಡ್ ಬ್ಯಾಡ ಬೋಸುಡಿ. ನಿಮ್ಮಪ್ಪನ್ ಮನೆಯಿಂದೇನೂ ನಿಂಗೆ ಹೊರ್ಸಿ ಕಳ್ಸಿರ್ನಿಲ್ಲ ಗಂಟು' ಎಂದ ನಿಂಗಮ್ಮನ ಮಾತನ್ನು ಕೇಳಿಸಿಕೊಳ್ಳದಂತೆ ಶಿವಮ್ಮ ಕಣ್ಣೀರು ಹಾಕುತ್ತಾ ಕುಂತಳು.

2

'ಆರ್ ಸಾವ್ರ ಕೊಟ್ರೆ ಅದ್ರಲ್ಲಿ ಸೆಕ್ರೆಟ್ರಿ, ಅಧ್ಯಕ್ಷ, ತಾಶೀಲ್ದಾರ್ರು ಎಲ್ರುಗೂ ಕೊಟ್ಟು ನಂಗೇನೂ ಉಳಿಯಕಿಲ್ಲ ಕಣಮ್ಮ. ಸುಮ್ಕೆ ಪಾಲ್ಟಿ ಮುಖಂಡ ಅಂತ ಇವೆಲ್ಲಾ ಇಸಾಬ್ರಿ ನಂಗೆ' ಐನೂರರ ಹನ್ನೆರಡು ನೋಟುಗಳನ್ನು ಎಣಿಸಿಕೊಳ್ಳುತ್ತಾ ಹೇಳಿದ ಪಟೇಲಪ್ಪ. 'ಏನೋ ಪಟೇಲಣ್ಣ, ಹೊಟ್ಟೆ ಬಟ್ಟೆ ಕಟ್ಟಿ, ಸಾಲ ಸೂಲ ಮಾಡಿ ಅಷ್ಟ ಹೊಂದ್ಸಿವ್ನಿ. ಎಂಗೋ ಒಂದ್ ಸೂರು ಮಾಡುಸ್ಕೊಡು, ನಿನ್ ಹೆಸ್ರೇಳ್ಕಂಡು ತಣ್ಣುಗಿರ್ತೀವಿ' ಎಂದ ಶಿವಮ್ಮ, 'ಹೊಸ್ಮನೆ ದ್ಯಾವ್ರಿಗೆ ನಿನ್ ಕಾಣ್ಕೆನೂ ಒಪ್ಪುಸ್ತೀನಿ' ಎಂದು ತಲೆ ಕೆರೆದುಕೊಂಡಳು.

'ಚೆಕ್ಕು ನಿನ್ ಹೆಸ್ರುಗೇ ಬರದು. ಮೊದ್ಲು ಅಕೌಂಟು ಮಾಡ್ಸು. ನಾಳಿದ್ದು ಬೇಸ್ತಾರ ಸೆಕ್ರೆಟ್ರಿ ಮನೆಗೆ ಬತ್ತನೆ. ಅಮೇಲೆ ಫೀಲ್ಡಾಪ್ಸ್ರು ಬತ್ತನೆ. ಅವ್ರು ಬಂದಾಗ ಕೈಗೆ ಐನೂರೈನೂರು ಮಡುಗು. ಇಲ್ಲ ಅಂದ್ರೆ ಪೈಲು ಮೂವಾಗಲ್ಲ' ಎಂದ ಪಟೇಲಪ್ಪ.

ಅರ್ಜಿ, ಅಕೌಂಟು ಅಂತ ಅಲೆದಾಡಿದ್ದಕ್ಕೆ ಆರರ ಮೇಲೊಂದು ಸಾವಿರ ಹೋಯಿತು. ಗ್ರಾಂಟು ಮಾಡಿಸೇ ತೀರಬೇಕೆಂದು ಪಣ ತೊಟ್ಟವಳಂತೆ ಶಿವಮ್ಮ ಓಡಾಡಿದಳು. ಅವಳ ಓಡಾಟ ಕಂಡು ಪಾಳ್ಯದ ಕೆಲವರು 'ಓಹೋ ಇನ್ನೇನು ಶಿವಿಯ ಹೊಸ ಮನೆ ಆಗೇ ಹೋಯ್ತು' ಎಂದು ಅಣಕಿಸಿ ನಕ್ಕರು. ಅದರ ಜತೆಗೆ 'ಗಂಡ್ಸಂಗೆ ಇವ್ಳೇ ಮುಂದಾಗ್ಬುಟ್ಟವ್ಳೆ ನಮ್ಮನೇಲಿ' ಎಂಬ ನಿಂಗಮ್ಮನ ಕೊಂಕೂ ಸೇರಿತ್ತು. ಹೊಸ ಮನೆಯ ಕನಸನ್ನೇ ತಲೆಗೆ ತುಂಬಿಕೊಂಡಿದ್ದ ಶಿವಮ್ಮನಿಗೆ ಇವಾವೂ ಕೇಳದಂತಾಗಿದ್ದವು.

ಅರ್ಜಿಗೆಂದು ನೆರಿಕೆಯ ಮುಂದೆ ನಿಂತು ಫೋಟೊ ತೆಗೆಸಿಕೊಳ್ಳುವಾಗ ಇನ್ನೇನು ತನ್ನ ಹೊಸ ಮನೆಯ ಮುಂದೆ ನಿಂತು ಫೋಟೊ ತೆಗೆಸಿಕೊಳ್ಳುವ ದಿನಗಳೂ ದೂರವಿಲ್ಲ ಎನಿಸಿತು ಶಿವಮ್ಮನಿಗೆ. ಹೊಸ ಮನೆಯಲ್ಲಿ ಎಷ್ಟು ರೂಮಿರಬೇಕು? ಅಡುಗೆ ಕೋಣೆಯಲ್ಲಿ ಎಷ್ಟು ಸೆಲ್ಫು ಇರಬೇಕು? ನಡುಮನೆಯ ನೆಲಕ್ಕೆ ಗೋಲಿ ಕಲ್ಲಿನ ಚಿತ್ತಾರ ಎಷ್ಟು ದೊಡ್ಡದು ಹಾಕಿಸಬೇಕು? ಚಡತ ಎಷ್ಟು ಅಡಿ ಬಿಡಬೇಕು? ಸಿಮೆಂಟು ಇಟ್ಟಿಗೆಯೋ? ಮಣ್ಣಿನ ಇಟ್ಟಿಗೆಯೋ? ಸುಟ್ಟ ಇಟ್ಟಿಗೆಯೇ ಆಗಬೇಕು. ಇಲ್ಲವಾದರೆ ಮನೆ ವಸ್ತಿ ಬರುತ್ತದೆ. ಹೊರಗೋಡೆಗೆ ಗಿಲಾವ್ ಸಿಮೆಂಟ್‌ನಲ್ಲೇ ಮಾಡಿಸಿದರೆ ಎಷ್ಟು ದುಡ್ಡಾಗುತ್ತದೆ? ಹೀಗೆ ಯೋಚಿಸೇ ಯೋಚಿಸಿದಳು ಶಿವಮ್ಮ.

ಪಂಚಾಯ್ತಿಯ ಹಲವರು, ವೆರಿಫಿಕೇಷನ್ನಿಗೆಂದು ಎರಡು ಮೂರು ಬಾರಿ ಬಂದ ಸೆಕ್ರೆಟ್ರಿ ಅಷ್ಟಿಷ್ಟು ನೂರು ಕಿತ್ತರು. ಶಿವಮ್ಮ ಉಳಿಸಿದ್ದ ಕೂಲಿ ಹಣವೂ ಕರಗುತ್ತಾ

ಬಂತು. 'ಗ್ರಾಂಟು ಆಯ್ತದೋ ಎಂಗೋ' ಎಂಬ ಆತಂಕವೂ?ಎದೆಯೊಳಗೆ ಕೊರೆಯುತ್ತಿತ್ತು. ಆದರೂ, 'ದ್ಯಾವ್ರು ಎಣಿಸ್ದಂಗಾಯ್ತದೆ, ನಮ್ದೇನೈತೆ ನರ ಮನುಸ್ರು ಕೈಲಿ' ಎಂಬ ಸಮಾಧಾನವೂ ಅವಳ ಜತೆಗೆ ಗಟ್ಟಿಯಾಗಿತ್ತು.

■

'ಗ್ರಾಂಟು ಸ್ಯಾಂಕ್ಷನ್ ಆಗೈತೆ. ಇನ್ನು ಆಯ ತಗ್ಸಿ ಅದಿ ಮೆಟ್ಸು ಶಿವಮ್ಮ'

ಅದೊಂದು ಬೆಳಿಗ್ಗೆ ಬೈಕಾಕಿಕೊಂಡು ಬಂದು ನೆರಿಕೆಯ ಎದುರಿಗೆ ನಿಂತಿದ್ದ ಪಟೇಲಪ್ಪ ಹೇಳಿದ ಮಾತು ಕೇಳಿ ಶಿವಮ್ಮನಿಗೆ ಆಕಾಶಕ್ಕೆ ಇನ್ನೊಂದೇ ಅಡಿ ಎನಿಸಿತ್ತು.

'ಮೊದ್ಲು ನಿಮ್ ದುಡ್ಡಲ್ಲೇ ಅದಿ ಮೆಟ್ಸಬೇಕು. ಅದಿ ನೋಡ್ಕಂಡು ಚೆಕ್ಕು ರಿಲೀಜಾಯ್ತದೆ' ಎಂದ ಪಟೇಲಪ್ಪ ಬೈಕ್ ಕಿಕ್ಕು ತುಳಿದ.

ಒಂದು ಶುಕ್ರವಾರದ ಮುಂಜಾನೆ ನೆರಿಕೆ ಮಗ್ಗುಲಿಗೆ ಬೆನಕನ ಪೂಜೆ ಮಾಡಿ ಎರಡು ಚದರಕ್ಕೆ ಆಯ ಮಾಡಿಸಿದ್ದಾಯಿತು. ಗಂಡನೊಂದಿಗೆ ಗಂಡಾಳಂತೆ ನಿಂತು ಸೊಂಟಕ್ಕೆ ಟವಲ್ ಬಿಗಿದು ಆಯ ತೋಡಿ, ಅದಿ ಮೆಟ್ಟಿದ ಶಿವಮ್ಮ ಒಂದೂವರೆ ಅಡಿ ಅದಿಯ ಮೇಲೆ ಹೊಸ ಮನೆಯನ್ನು ಕಲ್ಪಿಸಿಕೊಂಡು ಒಳಗೇ ಸುಖಿಸಿದಳು.

ಅದಿ ಮೆಟ್ಟಿದ ತಿಂಗಳಿಗೆ ಪಂಚಾಯ್ತಿ ಸೆಕ್ರೆಟ್ರಿ ಮಂಜಣ್ಣ, ಅಂಟೆಂಡ್ರು ಬೋರನ ಜತೆ ಬಂದು ಅಡಿಪಾಯದ ಅಳತೆ ವೆರಿಫಿಕೇಷನ್ನು ಮಾಡಿಕೊಂಡು ಹೋದ. ಅವರು ಅತ್ತ ಹೋಗುತ್ತಲೇ ಸ್ಕೂಲಿಗೆ ಹೋಗಿದ್ದ ರಂಜಿ ಇಬ್ಬರು ಹುಡುಗಿಯರೊಂದಿಗೆ ಮಧ್ಯಾಹ್ನಕ್ಕೇ ತಿರುಗಿ ಬಂದಳು.

'ಶಿವಕ್ಕ, ರಂಜಿ ಎಣ್ಣಾಗೌಳೆ'

ಒಂದು ಹುಡುಗಿ ನಾಚಿಕೊಂಡು ಹೇಳಿದರೆ, ಇನ್ನೊಂದು ಹುಡುಗಿ ಮುಸಿಮುಸಿ ನಗುತ್ತಿತ್ತು. ರಂಜಿ ಇಂದು ಶಿವಮ್ಮನ ಕಣ್ಣಿಗೆ ಹೊಸ ಹುಡುಗಿಯಂತೆ ಕಾಣುತ್ತಿದ್ದಳು.

'ಇಲ್ಲಿ ಮನೆ ಹಿಡ್ಸವ್ರೆ, ಇವ್ಳಿಗೆ ಈಗ್ಲೇ ಅರ್ಜಂಟಾಗಿತ್ತಾ ನೆರೆಯಕ್ಕೆ. ಅವ್ರುನ್ ತಾನೆ ಯಾವ್ಯಾವ್ದು ಅಂತ ನಿಬಾಯ್ಸಾನೆ' ಎಂದು ಗೊಣಗಾಟ ಶುರು ಮಾಡಿಕೊಂಡಳು ನಿಂಗಮ್ಮ.

ರಂಜಿ ಮೈ ನೆರೆದ ಹದಿನೈದು ದಿನಕ್ಕೆ ಹತ್ತು ಸಾವಿರದ ಚೆಕ್ಕು ಶಿವಮ್ಮನ ಹೆಸರಿಗೆ ಬಂತು. ಒರಟುಗಟ್ಟಿದ್ದ ಬೆರಳುಗಳಿಂದ ಚೆಕ್ಕನ್ನು ಮತ್ತೆ ಮತ್ತೆ ಮುಟ್ಟಿ, ಇನ್ನೇನು ಮನೆ ಕೆಲಸ ಮುಗಿದೇ ಹೋಯಿತು ಎಂದು ಸಂಭ್ರಮಿಸಿದಳು ಶಿವಮ್ಮ. ಸಂಪಿಗೆ ಬ್ಯಾಂಕಿಗೆ ಚೆಕ್ ಹಾಕಿದ ಮೂರು ದಿನಕ್ಕೆ ಐನೂರರ ಇಪ್ಪತ್ತು ನೋಟನ್ನು ಜೋಪಾನವಾಗಿ ತಂದು ತನ್ನ ಬಾಳೇಕಾಯಿಗೆ ಸುತ್ತಿಕೊಂಡಳು.

'ಇರಾದೊಬ್ಳು ಮಗ್ಳು ಮೈ ನೆರ್ಕಂಡು ಕುಂತವ್ಳೆ. ಅವ್ಳಿಗೆ ಹೊಸಕೆ ಹಾಕದಿದ್ರೆ ಹೆಂಗೆ?' ಕಾಂತ ಕೇಳಿದ್ದರಲ್ಲೂ ಸತ್ಯ ಇದೆ ಎನಿಸಿತು ಶಿವಮ್ಮನಿಗೆ.

‘ಗ್ರಾಂಟು ದುಡ್ಡಲ್ಲಿ ಒಂದ್ಸಾರ್ವ ತಗದು ಹೊಸಕೆ ಆಕವ?’ ಎಂದಳು.

‘ಒಂದ್ಸಾರ್ವಕ್ಕೆ ಎಂಥದೂ ಬರಲ್ಲ. ಎರಡಾರೂ ಆದ್ರೆ ನಿಬಾಯಿಸಬ್ಯೆದು’ ಎಂದ ಕಾಂತ.

ಶಿವಮ್ಮನ ಬಾಳೇಕಾಯಿ ನಾಲ್ಕು ನೋಟು ಕಳಚಿಕೊಂಡು ಸಡಿಲಾಯಿತು.

ಹೊಸಗೆಯ ದಿನ ಸಮೀಪಿಸುತ್ತಲೇ ಕಾಂತನ ಕೈಯಲ್ಲಿ ಮೊಬೈಲು ಕಿಣಿಕಿಣಿ ಮಾಡಲು ಶುರು ಮಾಡಿತ್ತು. ‘ಇನ್ನೂ ಮನೆ ಕೆಲ್ಸ ಮುಗಿದಿಲ್ಲ. ಈಗ್ಯಾಕೆ ಬೇಕಾಗಿತ್ತು ಇದು’ ಎಂದ ಶಿವಮ್ಮನ ಮಾತನ್ನು ಕಾಂತ ತಲೆಗೆ ಹಾಕಿಕೊಳ್ಳಲಿಲ್ಲ. ಕರ್ರಗಿದ್ದ ರಂಜಿ ದಿನ ದಿನಕ್ಕೆ ಕೆಂಪಗಾಗುತ್ತಿದ್ದಳು. ಹೊಸಗೆಯ ದಿನ ಬಂತು; ಹೋಯಿತು. ಮೂಡಲು ಮೋಡಗಟ್ಟಿ ಮಿಂಚಲು ಶುರುವಾಯಿತು.

‘ಮೊದ್ಲ ಚೆಕ್ಕು ಕೊಟ್ಟ ಎಲ್ಡು ತಿಂಗ್ಳಿಗೆ ಕಿಟಕಿ ಮಟ್ಟಕ್ಕೆ ಗ್ವಾಡೆ ಬರಬೇಕು. ಇಲ್ದಿದ್ರೆ ಮುಂದ್ಲ ಚೆಕ್ಕು ರಿಲೀಜಾಗಾಕಿಲ್ಲ’ ಎಂದಿದ್ದ ಸೆಕ್ರೆಟ್ರಿ ಮಂಜಣ್ಣನ ಮಾತು ನೆನಪಿಗೆ ಬಂದು ಶಿವಮ್ಮನ ಎದೆ ಅದುರಲು ಶುರುವಾಗಿತ್ತು. ಕೈಲಿ ಉಳಿದಿರುವ ಎಂಟು ಸಾವಿರದಲ್ಲಿ ಕಿಟಕಿ ಮಟ್ಟಕ್ಕೆ ಗೋಡೆ ಎಬ್ಬಿಸುವುದು ಹೇಗೆ ಎಂಬ ಚಿಂತೆ ಅವಳನ್ನು ಆವರಿಸಿಕೊಂಡಿತು. ಅದದ್ದಾಗಲಿ ಎಂದು ಪಟೇಲಪ್ಪನ ಬಳಿಗೆ ಹೋಗಿ ಸಾಲ ಕೇಳಿದಳು. ಹೊಲದ ಕಾಗದ ಕೊಟ್ಟರೆ ಹತ್ತು ಸಾವಿರ ಕೊಡುವುದಾಗಿ ಷರತ್ತು ಹಾಕಿದ ಪಟೇಲಪ್ಪ. ಹೊಲದ ಪತ್ರ ಪಟೇಲಪ್ಪನ ತಿಜೋರಿ ಸೇರಿದ ಮೇಲೆ ಶಿವಮ್ಮನ ಬಾಳೇಕಾಯಿ ಮತ್ತೆ ಬಿಗಿಯಾಯಿತು.

ಸುಟ್ಟ ಇಟ್ಟಿಗೆ ಕನಸಾಗೇ ಉಳಿದು ಹಸಿ ಇಟ್ಟಿಗೆ ಗೋಡೆ ಎರಡು ವರಸೆ ಎದ್ದಿತ್ತು. ಗೋಡೆ ಕಟ್ಟುವವರಿಗೆ ಕೂಲಿ, ಊಟ, ಬೀಡಿ- ಬೆಂಕಿಪಟ್ಟ, ಎಣ್ಣೆಗೆಂದು ಬಾಳೇಕಾಯಲ್ಲಿದ್ದ ನೋಟುಗಳು ಕರಗಲು ಶುರುವಾಗಿದ್ದವು. ‘ಮಳ್ಗಾಲ ಶುರುವಾಗೋದ್ರೊಳಗೆ ಮನೆ ಮುಗೀಲಿ’ ಎಂದು ಶಿವಮ್ಮ ಕಂಡ ಕಂಡ ದೇವರಿಗೆಲ್ಲಾ ಹರಕೆ ಹೊತ್ತಳು.

3

‘ಶೋಕಿ ಮಾಡಾಕೆ ದುಡ್ಡಿರ್ತದೆ, ಮನೆ ಕಟ್ಸಾಕೆ ದುಡ್ಡಿರ್ತದೆ. ಇಸ್ಕಂಡ ಸಾಲ ಕೊಡಾಕೆ ಮಾತ್ರ ಮನ್ಸು ಬರಲ್ವೇನ್ಲಾ ಬೋಳಿಮಗನೇ...’

ನೆರಿಕೆಯ ಮುಂದೆ ನಿಂತು ಕೂಗಾಡುತ್ತಿದ್ದ ಮತ್ತಿಘಟ್ಟದ ಸಾವ್ಕಾರನ ಮಗ. ಅವನನ್ನು ಸಮಾಧಾನ ಮಾಡಲು ಕಾಂತ ಹೆಣಗಾಡುತ್ತಿದ್ದ.

‘ಮನೆ ಗ್ರಾಂಟುದು ಕಣಣ್ಣ. ಇನ್ನೆಲ್ಡು ತಿಂಗ್ಳು ಟೇಮು ಕೊಡು, ಎಲ್ಲ ಬಾಕಿನೂ ಜೀತ ಮಾಡಾರೂ ತೀರುಸ್ತೀನಿ’ ಸಾವ್ಕಾರನ ಮಗನ ಕೈ ಕಾಲು ಹಿಡಿದು ಬೇಡುತ್ತಿದ್ದ ಕಾಂತ. ‘ಜೀತ ಮಾಡ್ತೀಯೋ, ನಿನ್ನೆಂಡ್ರು ತಲೆ ಹಿಡಿತಿಯೋ, ಅವೆಲ್ಲ ನಂಗೆ ಗೊತ್ತಿಲ್ಲ. ಇವತ್ತ ಬಾಕಿ ಮಡಗು ಮಾದೀರ್ಚ್ತ್’ ಸಾವ್ಕಾರನ ಮಗನ ಅಬ್ಬರ ಹೆಚ್ಚಾಗಿತ್ತು.

ನಿಂಗಮ್ಮ ಏನು ಮಾಡಬೇಕೆಂದು ತೋಚದೆ ನೆರಕೆಯೊಳಗೆ ಸೆರಗಿಗೆ ಕಣ್ಣೀರೂಡುತ್ತಿದ್ದಳು. ತಡಿಕೆ ಬಾಗಿಲಿಗೆ ಒರಗಿದ್ದ ರಂಜಿಯ ಕಣ್ಣಂಚಲ್ಲಿ ಜಿನುಗಲು ಕಣ್ಣೀರು ಸಿದ್ಧವಾಗಿತ್ತು. ಅವಳ ಲಂಗದ ಹಿಂದೆ ಅವಿತುಕೊಂಡಿದ್ದ ಬೀರನ ಮುಖದ ಮೇಲೆ ಭಯದ ಬಣ್ಣ ಮೂಡಿತ್ತು.

'ಜಗಳ ಮಾಡಿ ಮಾನ ಕಳೀ ಬ್ಯಾಡ ಕಣಣ್ಣ. ಅವ್ರು ಸಾಲ ತಗಂಡಿರದು ನಂಗೂ ಗೊತ್ತಿಲ್ಲ. ಆದಷ್ಟು ಬ್ಯಾಗ ತೀರುಸ್ಬುಡ್ತೀವಿ. ನನ್ನ ನಿನ್ ಬೆನ್ನಿಗುಟ್ಟಿದ ತಂಗಿ ಅಂದ್ಕಳಣ್ಣಾ' ಶಿವಮ್ಮನೂ ಗೋಗರೆಯುತ್ತಿದ್ದಳು.

'ಥೂ ದರಿದ್ರುದ್ದೆ. ಜಾತಲ್ಲದ ಜಾತಿಯವ್ಳ ನಾನ್ಯಾಕೆ ತಂಗಿ ಅಂದ್ಕಳ್ಳಿ. ನಂಗೆ ದುಡ್ಡು ಮಡಗು ಅಷ್ಟೇಯಾ. ಇಲ್ಲಾ ಅಂದ್ರೆ ನೀನೇ ಬಂದ್ ಬುಡು ಮಡಿಕತ್ತೀನಿ. ಇಲ್‌ದಿದ್ರೆ ನಿನ್ ಮಗಳೂ ಹೆಣ್ ಆಗೌಳಂತೆ ಅವ್ಳನ್ನೇ ಕಳ್ಸು. ಕೆಂಪ್‌ಕೆಂಪಗೆ ಅವ್ಳೆ ಸುಂಕ ಮುರ್ದ್ಕ ಕಳುಸ್ತೀನಿ' ನೆರಿಕೆಯೊಳಗಿಂದ ಇಣುಕುತ್ತಿದ್ದ ರಂಜಿಯ ಕಡೆ ನೋಡಿ ಕಣ್ಣು ಹೊಡೆದು ಮೀಸೆ ತೀಡಿದ ಸಾವ್ಕಾರನ ಮಗ.

ಅಲ್ಲಿಯವರೆಗೂ ಕೈ ಮುಗಿದು ಗೋಗರೆಯುತ್ತಿದ್ದ ಶಿವಮ್ಮ ಏಕಾಏಕಿ ಮಾರಿಯಾದಳು.

'ಬಾರ್ಲಾ ನನ್ ಹಾಟ್ ಕಾರ. ನಂದು ಬೇಕಾ, ನನ್ ಮಗ್ಳುದು ಬೇಕಾ ನಿಂಗೆ? ಬೋಸುಡಿ ಮಗನೆ, ಬಡುವ್ರು ಅಂದ್ರೆ ಅಷ್ಟು ಕೇವ್ಲವಾ ನಿಂಗೆ. ಎಷ್ಟು ಲಕ್ಷ ಬಾಕಿ ಇದ್ದತಲಾ ನಿಂದು? ನಾನು ಬೇಕಾ ದುಡ್ಡು ಬೇಕಾ ತಗಳ್ಳಾ...' ಚೀರುತ್ತಾ ಶಿವಮ್ಮ ಬಾಳೇಕಾಯಿ ಕಿತ್ತು ನೋಟುಗಳನ್ನು ಸಾವ್ಕಾರನ ಮಗನ ಮುಖಕ್ಕೆ ಒಗೆದಳು.

ಬೀಸಿದ ಗಾಳಿಗೆ ನೋಟುಗಳು ಚೆಲ್ಲಾಪಿಲ್ಲಿಯಾದವು. ನೆಲಕ್ಕೆ ಬಿದ್ದ ಶಿವಮ್ಮ ಹಣೆಹಣೆ ಚಚ್ಚಿಕೊಂಡು ತಲೆ ಮೇಲೆ ಮಣ್ಣು ಸುಯ್ದುಕೊಂಡು ಗೋಳಾಡಿದಳು. ನೆರಿಕೆಯೊಳಗಿದ್ದ ನಿಂಗಮ್ಮ ಓಡಿ ಬಂದಳು. ಹಿಂದೆಯೇ ರಂಜಿ ಅಳುತ್ತಾ ಬಂದು ಅವಳ ಮಡಿಲಿಗೆ ಬಿದ್ದಳು. ಬೀದಿಯ ಹೆಂಗಸರು ಬಾಯಿಗೆ ಸೆರಗು ಕಚ್ಚಿಕೊಂಡರು. ಬೀಡಿ ಎಳೆಯುತ್ತಿದ್ದ ಗಂಡಸರು ಬೀಡಿ ತುಂಡು ನೆಲಕ್ಕೆ ಹಾಕಿ ಕಾಲಿಂದ ಉಜ್ಜಿದರು. ಅವ್ವಂದಿರ ಸೆರಗು ಹಿಡಿದು ನಿಂತು ಇದೆಲ್ಲವನ್ನೂ ನೋಡುತ್ತಿದ್ದ ಪಾಳ್ಯದ ಮಕ್ಕಳ ತುಟಿಗಳು ಒಣಗುತ್ತಿದ್ದವು.

ಹಾರಾಡಿದ ನೋಟುಗಳನ್ನು ಆಯ್ದುಕೊಂಡ ಸಾವ್ಕಾರನ ಮಗ ಬಿಳುಚಿಕೊಂಡಿದ್ದ ಮುಖದೊಂದಿಗೆ, 'ಇನ್ನೂ ಎಲ್ಡು ಸಾವ್ರ ಬರಬೇಕು' ಎಂದು ಗೊಣಗಿಕೊಂಡು ಬೈಕಿನ ಕಿಕ್ಕು ತುಳಿದ. ಕಾಂತ ತನಗೂ, ಸಾವ್ಕಾರನಿಗೂ, ಊರವರಿಗೂ ಬೈಯ್ದುಕೊಳ್ಳುತ್ತಾ ಬಾರ ಕಡೆಗೆ ಹೊರಟ. ಬೀದಿ ತುಂಬಿದ್ದ ಜನವೆಲ್ಲಾ ತೂರಿಹೋಗುವ ಹಾಗೆ ಜೋರು ಗಾಳಿ ಬೀಸತೊಡಗಿತು. ಇಲ್ಲಿಯವರೆಗೂ ಸುಮ್ಮನಿದ್ದ ಮೋಡಗಳು ಈಗ ರಪರಪನೆ ಹನಿ ಸುರಿಸಲು ಶುರು ಮಾಡಿದವು.

'ಬಡೂರ್ ಹಣೇಲಿ ಬರ್ದಿದ್ದೆ ಇಷ್ಟೂ ಬಿಡೆ ಶಿವಿ' ಶಿವಮ್ಮನನ್ನು ಸಮಾಧಾನ ಮಾಡಲು ಯತ್ನಿಸುತ್ತಿದ್ದಳು ನಿಂಗಮ್ಮ. ಸುರಿಯುತ್ತಿದ್ದ ಮಳೆಯಲ್ಲೂ ಶಿವಮ್ಮ,

ನಿಂಗಮ್ಮ, ರಂಜಿ ಸುರಿಸುತ್ತಿದ್ದ ಕಣ್ಣೀರ ಹನಿಗಳು ಮಳೆ ಹನಿಗಳೊಂದಿಗೆ ಬೆರೆಯದೆ ನೆಲಕ್ಕೆ ಇಳಿಯುತ್ತಿದ್ದವು. ಶಿವಮ್ಮ ನಿಧಾನವಾಗಿ ಎದ್ದು ಗರ ಬಡಿದವಳಂತೆ ಕಾಲೆಳೆಯುತ್ತಾ ಮೋಟು ಗೋಡೆ ಕಡೆಗೆ ನಡೆದಳು. ನಿಂಗಮ್ಮ ರಂಜಿಯನ್ನು ಅಪ್ಪಿಕೊಂಡು ನೆರಿಕೆ ಸೇರಿದಳು. ಒಳಗೆ ಬಿಕ್ಕುತ್ತಿದ್ದ ಬೀರನ ಕಣ್ಣುಗಳು ಹನಿಗಟ್ಟುತ್ತಿದ್ದವು.

4

ಹೊಸ ಗೋಡೆಗೆ ಒರಗಿದ್ದ ಶಿವಮ್ಮನ ದೃಷ್ಟಿ ಭೂಮಿಗೆ ನೆಟ್ಟಿತ್ತು.

ಅಬ್ಬರಿಸುತ್ತಿದ್ದ ಮಳೆ ಹನಿಗಳ ಹೊಡೆತಕ್ಕೆ ಮೋಟು ಗೋಡೆಯೂ, ಶಿವಮ್ಮನೂ ಇಷ್ಟಿಷ್ಟೇ ಕರಗತೊಡಗಿದರು.

ಸ್ಥಳಿಕ ಪದಗಳ ಅರ್ಥ

ನೆರಿಕೆ=ಗುಡಿಸಲು; ತಡಿಕೆ= ಗುಡಿಸಲಿನ ಬಾಗಿಲಿಗೆ ಮುಚ್ಚುವ ತೆಂಗಿನಗರಿಯಿಂದ ಮಾಡಿದ ಕದ; ಮಂದಲಿಕೆ= ಈಚಲು ಗರಿಗಳಿಂದ ಹೆಣೆದು ಮಾಡಿದ ಚಾಪೆ; ಆಯ= ಅಡಿಪಾಯ ತೋಡಿಸಲು ಮಾಡುವ ಅಳತೆ; ಅದಿ= ಅಡಿಪಾಯ; ಫೀಲ್ಡಾಪ್ಸ್ರ= ಫೀಲ್ಡ್‌ಆಫೀಸರ್; ಸೆಕ್ರೆಟ್ರಿ= ಸೆಕ್ರೇಟರಿ / ಪಂಚಾಯ್ತಿ ಕಾರ್ಯದರ್ಶಿ; ಬಾಳೇಕಾಯಿ= ಲಂಗ ಮತ್ತು ಉಟ್ಟ ಸೀರೆಯ ನೆರಿಗೆ ಸೇರಿಸಿದ ಬಿಗಿಕಟ್ಟು. ಹಳೆ ಮೈಸೂರು ಭಾಗದ ಮಹಿಳೆಯರು ಹಿಂದೆ ಹಣ, ಒಡವೆ ಮತ್ತಿತರ ಬೆಲೆಬಾಳುವ ವಸ್ತುಗಳನ್ನು ಬಾಳೇಕಾಯಿಗೆ ಸುತ್ತಿಕೊಳ್ಳುತ್ತಿದ್ದರು.

ಅಮ್ಮಾನ ಗುಡಿ ಮುಂದೆ

ಅಷ್ಟಕ್ಕೆ ಆರಗಲ, ಇಷ್ಟಕ್ಕೆ ಊರಗಲ ಕೆಂಪಮ್ಮನ ಗುಡಿ ಬಯಲು. ಹೊಸಳ್ಳಿಯ ಊರಾಚೆ ಹಿಪ್ಪೇ ಮರಗಳು ಗಗನ ಮುಟ್ಟುತ್ತಾ ನಿಂತಿವೆ. ಆ ಹಿಪ್ಪೇ ಮರಗಳೋ ಮರಗಳಿಗೆ ಮರಗಳಲ್ಲ, ಆಗಸದ ಮೋಡಗಳಲ್ಲ ಎಂಬಂತೆ ತೂಗುತ್ತಾ, ಬಾಗುತ್ತಾ ನಿಂತು ನಾಂಟೇವಾಡಿ ಕೆಂಪಮ್ಮನ ಸೇವೆ ಮಾಡುತ್ತಿವೆ. ಗುಡಿ ಬಯಲ ಈ ಹಿಪ್ಪೇ ಮರಗಳ ಮಧ್ಯೆ ಅಲ್ಲೊಂದಿಲ್ಲೊಂದು ಬೇವಿನ ಮರಗಳೂ ಇವುಗಳ ಕೂಡೇ ಅಷ್ಟುದ್ದಕ್ಕೆ ಗಗನ ಮುಟ್ಟುತ್ತಾ, ನೆಲವ ಕವಚುತ್ತಾ ಮೆರೆಯುತ್ತಿವೆ. ವರ್ಷಕ್ಕೊಮ್ಮೆ ಪರಿಸೆಯಾದ ಮೇಲೆ ಪ್ರತಿ ಶುಕ್ರವಾರ ಅಮ್ಮನಿಗೆ ದೊಡ್ಡ ಪೂಜೆ, ಮಂಗಳವಾರ ಸಣ್ಣ ಪೂಜೆ.

ಪರಿಸೆ ಮುಗಿದು ಭಣಭಣವಾದ ಜಾತ್ರೆಯಂಗಳದಲ್ಲಿ ಜಾತ್ರೆ ನಡೆದ ಗುರುತಾಗಿ ಕಸಪಸ ಬಿದ್ದು ಒದ್ದಾಡುತ್ತಿರಲು ಅದನ್ನು ಕಂಡು ಕೆಂಪಮ್ಮನ ಗುಡಿಯ ಪೂಜಾರಪ್ಪ ರಾಜಣ್ಣನಿಗೆ ಒಂಥರಾ ಬೇಜಾರಾಯಿತು. ಅಷ್ಟಗಲ ಜಾತ್ರೆಯಂಗಳವನ್ನು ತಾನೇ ಗುಡಿಸಿ ಶುದ್ಧ ಮಾಡುವುದು ಅವನಿಗೆ ಯಾಕೋ ಸರಿಕಾಣಲಿಲ್ಲ. ಪಂಚಾಯ್ತಿ ಕಡೆಯಿಂದ ಹೇಳಿಸಿ ತೆಗೆಸಿದರಾಯಿತು ಎಂದುಕೊಂಡು ಗುಡಿ ಕಡೆಗೆ ನಡೆದ ರಾಜಣ್ಣ ಮಂಗಳವಾರದ ಸಣ್ಣ ಪೂಜೆಯ ಮುಗಿಸಿ ಗುಡಿಗೆ ಬೀಗ ಹಾಕಿ ಸೈಕಲ್ ಏರಿದ.

ಅವನ ಸೈಕಲ್ ಹೊಸಳ್ಳಿಯ ಪಂಚಾಯ್ತಿ ಚೇರ್ಮನ್ ಚೆನ್ನಣ್ಣನ ಮನೆಯ ಅಂಗಳಕ್ಕೆ ನುಗ್ಗಿದಾಗ ಅವನು ಬಾರಿಸದೆಯೂ ಸೈಕಲ್‌ನ ಸಡಕಲು ಬೆಲ್ ಟಂಣ್ ಟಂಣ್ ಅಂತು. ಚೇರ್ಮನ್ ಚೆನ್ನಣ್ಣ ಪಟಾಪಟಿ ಚಡ್ಡಿಯಲ್ಲೇ ಮನೆಯ ಜಗಲಿ ಮೇಲೆ ಮಲಗಿದ್ದವನು ಗೊರಕೆಯ ರಾಗ ತೆಗೆಗಿದ್ದ. 'ಚೆನ್ನಣ್ಣ, ಚೆನ್ನಣ್ಣೋ' ಎಂದು ರಾಜಣ್ಣ ಎಷ್ಟು ಕೂಗಿದರೂ ಚೆನ್ನಣ್ಣನೂ ಏಳಲಿಲ್ಲ, ಮನೆಯೊಳಗಿಂದ ಒಂದು

ನಾಯಿಯೂ 'ಓ' ಎನ್ನಲಿಲ್ಲ. ರಾಜಣ್ಣ ಸೈಕಲ್ ತಿರುಗಿಸಿ ಮನೆ ಕಡೆಗೆ ಹೊರಟ. ಆಗಷ್ಟೇ ಮೇಯಲು ಬಿಟ್ಟಿದ್ದ ಹೊಸಳ್ಳಿಯ ಕುರಿ, ಆಡು, ಹಸ ಕರಗಳು ಬಿಸಿಲಲ್ಲಿ ತಲೆ ತಗ್ಗಿಸಿಕೊಂಡು ಬೀದಿ ತುಂಬಿ ಅರುಚುತ್ತಿದ್ದವು.

■

ಶುಕ್ರವಾರದ ಪೂಜೆಗೆ ಬಂದಿದ್ದ ಒಕ್ಕಲು ಗುಡಿಯ ಹೊರಗೆ ಮಾತುಕತೆ ನಡೆಸಿದ್ದರು. ಪೂಜೆ ಶುರುವಾಗುವುದು ಇನ್ನೂ ಉರಿಹೊತ್ತಿಗಾದ್ದರಿಂದ ಈಗಿನ್ನೂ ಜನ ಕಡಿಮೆಯೇ ಸೇರಿದ್ದರು. ಪೂಜಾರಪ್ಪ ರಾಜಣ್ಣ ಸೈಕಲ್ ಮೇಲೆ ಬಂದು ಅರಳಿಕಟ್ಟೆಯ ನೆರಳಿಗೆ ಸೈಕಲ್ ನಿಲ್ಲಿಸಿ ಗಂಟೆ, ಆರತಿ ತಟ್ಟೆಗಳ ಕೈಚೀಲವನ್ನು ತೆಗೆದುಕೊಂಡು ಬಂದು ಗುಡಿಯೊಳಗೆ ನಡೆದ. ಈಚೆ ಕುಂತಿದ್ದವರು ಅಂಥಾ ತಲೆಹೋಗುವ ಸಮಸ್ಯೆಗಳೇನೂ ಇಲ್ಲವಾಗಿದ್ದರಿಂದಲೋ ಏನೋ ಹುರುಪಿನಿಂದ ಎಲೆ ಅಡಿಕೆ ಜಗಿಯುತ್ತಾ, ಮೆಲ್ಲುತ್ತಾ, ಮಾತನ್ನು ನುಂಗುತ್ತಿದ್ದರು.

ಗುಡಿಯ ಹಜಾರದ ಕಂಬ ಸಾಲಿನ ಕಟ್ಟಕಡೆಯಲ್ಲಿ ಗೋಡೆಗೆ ತಲೆಕೊಟ್ಟು ಕುಂತಿದ್ದ ಗೌರಜ್ಜಿಯ ಸುಕ್ಕು ಹಿಡಿದ ಮುಖ ಇನ್ನೂ ಇಳಿಬಿದ್ದು ಹೋಗಿತ್ತು. ಮಾಗಿದ ಜೀವದ ಮೇಲೆ ಚಿಂತೆಯ ಮಡಿಕೆಯ ಭಾರ ಹೆಚ್ಚಾಗಿ ಆ ಭಾರ ತಾಳಲಾರದೆ ಇನ್ನೇನು ಗೌರಜ್ಜಿಯೇ ಬಿದ್ದು ಹೋಗುವಳೇನೋ ಎಂಬಷ್ಟರ ಮಟ್ಟಿಗೆ ಬಾಗಿ ಹೋಗಿತ್ತು ಅವಳ ಬೆನ್ನು. ಜೀವನದ ಕೊನೆಯ ಅಂಕವೇ ಗೌರಜ್ಜಿ ಎನ್ನುವಂತೆ ಕಾಣುತ್ತಿದ್ದಳು ಅವಳು. ಆಕೆಯ ಬೆನ್ನ ಮೇಲೆ ಎಪ್ಪತ್ತು ವರ್ಷಗಳ ಬಾಳಿನ ಕಹಿ ಸಿಹಿ ಅನುಭವಗಳು ಸುಕ್ಕು ಸುಕ್ಕಾಗಿ ಬರೆದಿದ್ದವು.

ಗೌರಜ್ಜಿ ಗೌರಿಯಾಗಿದ್ದಾಗ ಅವಳು ಕಂಡ, ಬಾಳಿದ ಬದುಕು ಉಪ್ಪರಿಗೆಯದ್ದಲ್ಲವಾದರೂ ನೆಮ್ಮದಿಯ ಜೀವನವಂತೂ ಅವಳದ್ದಾಗಿತ್ತು. ಮದುವೆಯಾಗಿ ಹೊಸಳ್ಳಿಯ ಗಂಡನ ಮನೆ ಸೇರಿದ ಮೇಲೆ ಆ ಊರಿನ ಎಲ್ಲರಂತೆ ಆಕೆಯೂ ಕಷ್ಟವನ್ನು ಹಾಸಿ ಅಳಿದುಳಿದ ಸುಖವನ್ನು ಹೊದ್ದು ಮಲಗಿದವಳೇ. ಮದುವೆಯಾದ ಮಾರನೇ ವರ್ಷಕ್ಕೇ ಗೌರಿಯ ಅಪ್ಪ ತೀರಿ ಹೋದ. ಮೊದಲ ಮಗುವಾದ ನಾಲ್ಕು ತಿಂಗಳಿಗೇ ಅಮ್ಮ ಕೂಡಾ ಅಪ್ಪನ ದಾರಿ ಹಿಡಿದಳು. ಆರನೇ ತಿಂಗಳಿಗೆ ಪ್ಲೇಗು ಬಂದು ಅತ್ತೆ ಮಾವರನ್ನು ನುಂಗಿಕೊಂಡು ಹೋಯಿತು. ಇದೆಲ್ಲ ಮುಗಿದ ಕೆಲವೇ ದಿನಗಳಲ್ಲಿ ಬಟ್ಟೆ ಸೆಣೆಯಲು ತೊರೆಗೆ ಹೋಗಿದ್ದಾಗ ಗೌರಿಯ ಜತೆ ಬಂದಿದ್ದ ಅವಳ ಮೊದಲ ಮಗ ಆಟವಾಡುತ್ತಾ ತೊರೆಗೆ ಬಿದ್ದು ಕೊಚ್ಚಿಹೋಗಿದ್ದ.

■

'ಥಣ ಥಣ ಥಣ...'

ರಾಜಣ್ಣನ ಎಡಗೈ ಕೈ ಗಂಟೆ ಬಾರಿಸುತ್ತಿದ್ದಂತೆ ಒಕ್ಕಲಿನ ಕೈಗಳು ಗುಡಿಯ ಸಾಲು ಗಂಟೆಯನ್ನು ಬಾರಿಸುತ್ತಿದ್ದವು. ಗೌರಜ್ಜಿ ಇನ್ನೂ ಗೌರಿಯಾಗಿದ್ದರಿಂದಲೋ ಏನೋ ಮೇಲೇಳಲಿಲ್ಲ.

■

ತೊರೆಯ ನೀರಿನಲ್ಲಿ ಕೊಚ್ಚಿ ಹೋಗುತ್ತಿರುವ ಮಗನ ಹಿಡಿದುಕೊಳ್ಳಲು ಮುಂದಾದರೂ ಅಕ್ಕಪಕ್ಕದಲ್ಲಿದ್ದ ಹೆಂಗಸರು ಗೌರಿಯನ್ನು ಬಿಡಲಿಲ್ಲ. ಕೊಚ್ಚಿಹೋಗುತ್ತಿರುವ ಮಗನನ್ನು ಕಂಡು ಗೌರಿ ಕರುಳು ಹರಿಯುವಂತೆ ಕಿರುಚಿದಳು. ಕಣ್ಣ ಮುಂದೆಯೇ ಮಗ ಗಂಗೆ ಸೇರಿದ.

ಹಿಂದಿಂದೆಯೇ ಸಾವುಗಳನ್ನು ಕಂಡ ಗೌರಿಯ ಗಂಡ ಸೇಂದಿ, ಭಂಗಿಗಳ ಹಿಂದೆ ಬಿದ್ದ. ಗಂಡ ಅನ್ನೋನು ಮನೆ ಸೇರುವುದು ಅಪರೂಪವಾಯಿತು. ಅವನು ವಾರ, ತಿಂಗಳು ಮನೆಗೆ ಬಾರದೆ, ಊರಲ್ಲೂ ಕಾಣದೇ ಇದ್ದಾಗ ಊರ ಜನ, 'ಅವನು ಯಾರೋ ಮಷಾಣ ರುದ್ರರ ಹಿಂದೋದ' ಎಂದು ಮಾತಾಡಿಕೊಂಡರು.

■

ಒಳಗೆ ರಾಜಣ್ಣನ ಪೂಜೆ ನಡೆಯುತ್ತಲೇ ಇದೆ. ಒಳಗಿನ ಧೂಪದ ಹೊಗೆ ಗರ್ಭಗುಡಿ ತುಂಬಿ, ದಾಟಿ; ಪೂರಾ ಗುಡಿ ತುಂಬಿ, ದಾಟಿ; ಹೊರಾಂಗಣಕ್ಕೆ ಬಂದು, ಅದನ್ನೂ ದಾಟಿ, ಅಲ್ಲಿಂದ ಸುತ್ತಲ ಭೂತರಾಯ, ಪಾತಪ್ಪರ ಸಣ್ಣ ಗುಡಿಗಳ ತಲೆ ಗೋಪುರಗಳ ನೆತ್ತಿ ಸವರಿ, ಸುತ್ತಲ ಬೇವು, ಹಿಪ್ಪೆ, ಅರಳಿಮರಗಳ ಎಲೆ ಎಲೆಗಳನ್ನೂ ಮುಟ್ಟಿ, ಆಚೆಯ ತೆಂಗು, ಅಡಿಕೆ ತೋಟಗಳಾಚೆಗೂ ವ್ಯಾಪಿಸುತ್ತಿದೆ.

■

ಗೌರಿ ಗೌರಕ್ಕ ಆಗಿ ಕಳೆ, ಕೂಲಿ, ನಾಟಿ ಕೆಲಸಕ್ಕೆ ಹೋಗುವಾಗಲೇ ಅವಳ ಎರಡನೆಯ ಮಗ ನಾಲ್ಕನೇ ಕ್ಲಾಸು ಓದುತ್ತಿದ್ದ. ಅವನಿಗೆ ಹದಿನಾಲ್ಕು ತುಂಬುವಾಗಲೇ ಇಪ್ಪತ್ತನಾಲ್ಕು ಚಟಗಳು ಅಂಟಿಕೊಂಡಿದ್ದವು. ಇನ್ನು ಇಪ್ಪತ್ತನಾಲ್ಕು ಆದಾಗ ಅವನು ದೇಶಾಂತರ ಹೋಗಿಯಾಗಿತ್ತು. ಗೌರಕ್ಕ ಗೌರಮ್ಮ ಆದರೂ ಅವಳ ಸೀರೆ ಸೆರಗಿನ ಸಂದಿನಿಂದ ಸೊಂಟ ನೋಡುವ ಕಣ್ಣುಗಳಿಗೆ ಹೊಸಳ್ಳಿಯಲ್ಲಿ ಬರವಿರಲಿಲ್ಲ. ಆದರೆ ಅವಳ ಕಚ್ಚೆ ಭದ್ರವಾಗಿದ್ದ ಕಾರಣ ಯಾವ ನಾಯಿಯೂ ಅವಳ ಮನೆಯ ಹೊಸ್ತಿಲು ದಾಟಿ ನಡುಮನೆಗೆ ಬರುವ ಧೈರ್ಯ ಮಾಡಿರಲಿಲ್ಲ.

ದಿನ ಕಳೆದಂತೆ ನೆರೆ ಮನೆ ಹಾಳಾಗಿ ಕರಕಟ್ಟಲು ತಾವಾಯ್ತು. ಇದ್ದ ಅಷ್ಟಿಷ್ಟು

ತುಂಡು ಜಮೀನು ಅವರಿವರ ಪಾಲಾದವು. ಬಿಡಿಸಿಕೊಳ್ಳುವ ಚೇಚಣೆ ಇಲ್ಲದೇ ಗೌರಕ್ಕ ಅವುಗಳ ಆಸೆಯನ್ನೇ ಬಿಟ್ಟಳು.

ಅವಳ ಕಪ್ಪು ತಲೆಯ ನೆತ್ತಿಯ ಹಿಂದೊಂದು ಬಿಳಿ ಕೂದಲು ಕಾಣಿಸಿ, ಅದು ಇಂದು ಇಷ್ಟು, ನಾಳೆ ಅಷ್ಟು, ನಾಡಿದ್ದು ಮತ್ತೂ ರವಷ್ಟು ಹೆಚ್ಚಾಗಿ ಬೆಳೆಯುತ್ತಾ ಇಡೀ ತಲೆಯ ಹಬ್ಬುವಷ್ಟರಲ್ಲೇ ಗೌರಕ್ಕ ಗೌರಜ್ಜಿ ಆಗಿದ್ದಳು. ಅವಳ ಬೆನ್ನ ಮೇಲೆ ಬಿದ್ದ ಬಾಳ ಮಡಿಕೆಯ ಭಾರ ಹೆಚ್ಚಾಗಿ, ಅದು ಅವಳ ಎದೆಗೆ ಬಿದ್ದು ಒಡೆದು ಚೂಪಾದ ಬೋಚಿ ಚೂರುಗಳು ಗೌರಜ್ಜಿಯ ಎದೆಯೊಳಗೆ ಇನ್ನೂ ಒತ್ತುತ್ತಲೇ ಇವೆ.

■

ಅದ್ಯಾರೋ ಅಲುಗಿಸಿ 'ಬಾರಜ್ಜೀ, ಪಟ್ಟಾ ನಡೀತಾದೆ' ಎಂದಾಗಲೇ ಗೌರಜ್ಜಿ ವರ್ತಮಾನಕ್ಕೆ ಬಂದಿದ್ದು. ಅವಳು ವರ್ತಮಾನಕ್ಕೆ ಬಂದಾಗಲೇ ಅವಳು ಕೆಂಪಮ್ಮನ ಗುಡಿಗೆ ಬಂದಿರುವುದು ತಿಳಿದಿದ್ದು. ಅವಳು ಕೆಂಪಮ್ಮನ ಗುಡಿಗೆ ಬಂದಿದ್ದೇನೆ ಎಂದು ಗೊತ್ತಾದಾಗಲೇ ಅವಳಿಗೆ ಕುರಿಯ ನೆನಪಾಗಿದ್ದು. ಅವಳು ಮೇಯಲು ಬಿಟ್ಟಿದ್ದ ಒಂದು ಕುರಿ ಟಗರ ಹಿಂದೆ ಓಡಿ ಹೋಗಿ, ತಿರುಗಿ ಬಾರದಿದ್ದುದು ಗೌರಜ್ಜಿಗೆ ನೋವಿನ ಜತೆಗೆ ಸಿಟ್ಟೂ ತರಿಸಿತ್ತು.

'ಯಾರಮ್ಮಾ.. ಗೌರಮ್ಮ ಪಟ್ಟಾ ಐತೋ'

ಯಾರೋ ಕೂಗಿದರು. ಆ ದನಿ ಒಳಗಿಂದ ಬರುತ್ತಲೇ ಗೌರಜ್ಜಿ ಕುಳಿತಿದ್ದ, ನಿಂತಿದ್ದ ಜನಗಳ ಸೀಳಿಕೊಂಡು ನಡೆದು ಗರ್ಭಗುಡಿಯ ಹೊಸ್ತಿಲಿಗೆ ತಲೆಯೊತ್ತಿ ಅಲ್ಲೇ ಕುಳಿತುಕೊಂಡಳು. ರಾಜಣ್ಣ ಬಲಗೈಲಿ ಒಂದು ಬೆತ್ತ, ಎಡಗೈಲಿ ನವಿಲುಗರಿಗಳ ಪೊರಕೆ ಹಿಡಿದು ಅಮ್ಮನ ಮೈಮೇಲೆ ಬರಿಸಿಕೊಂಡು ಗರ್ಭಗುಡಿಯೊಳಗೆ, ಕೆಂಪಮ್ಮನ ಮೂಲ ದೇವರ ಪಕ್ಕಕ್ಕೆ ಕುಳಿತು ತೂಗುತ್ತಿದ್ದ. ಅವನು ನಿಜವಾಗಿ ರಾಜಣ್ಣನೇ ಆದರೂ ಈಗ ಅವನು ಅಮ್ಮ.

'ಏನ್ಮಗೈ'

'ಏನವ್ವಾ'

'ಏನ್ ನಿನ್ ಪ್ರಾಬ್ಲಮ್ಮು?'

'ಏನೇಳದವ್ವಾ ನಿಂಗೇ ಎಲ್ಲಾ ಗೊತ್ತಲ್ಲ'

ಗೌರಜ್ಜಿಯ ಈ ಮಾತು ಅಮ್ಮನನ್ನು ಸಿಕ್ಕಿಸಲೋ ಅಥವಾ ರಾಜಣ್ಣನನ್ನು ಸಿಕ್ಕಿಸಲೋ ಅವಳಿಗೇ ಗೊತ್ತಿರಲಿಲ್ಲ. ಆದರೆ, ಅಲ್ಲಿ ಸೇರಿದ್ದವರಿಗೆ ಮಾತ್ರ ಅದು ಹಾಗೆನಿಸಿತು.

'ಅಜ್ಜೋ, ಅವ್ವಂಗೆ ಗೊತ್ತಿಲ್ದೇ ಇರದೇನದೆ. ಏನು ಅಂತ ನೆಪ್ಪಿಟ್ಟಕತಳೆ ಅವ್ವ, ನಿನ್ ಬಾಯಿಂದ ನಿನ್ನ ಕಷ್ಟ ಏಳು. ಅವ್ವ ತೀರುಸ್ತಳೆ' ಎಂದು ಒಬ್ಬ ಕೂಗಿದ.

'ಬೇಗ ಕೇಳು ಮುದ್ಕಿ, ಇನ್ನೂ ಏಸ್ ಜನಾ ಪಟ್ಟಾ ಕೇಳರವ್ರೆ' ಎಂದಳು ಎಲೆ

ಅಡಿಕೆ ಒತ್ತರಿಸಿಕೊಂಡಿದ್ದ ಒಬ್ಬಳು.

'ಅದೇ ಕಣವ್ವಾ, ನನ್ ಕುರಿ'

'ನಿನ್ ಕುರಿ, ಏನಾಯ್ತು ಕುರಿಗೆ?'

'ಏನೂ ಆಗಿಲ್ಲ. ಆದ್ರೆ ಯಾವ್ ದಿಕ್ ಯಿಡ್ಕಂಡು ಯಾವೂರ್ ಸೇರದೋ ಗೊತ್ತಿಲ್ಲ'

'ಏನಾಯ್ತು ಪೂರ್ತ ಯೇಳು ಮಗ್ಳೆ'

'ನೆನ್ನೆ ಮೇಸಕ್ಕೆ ಅಂತ ಎಳ್ಡುನ್ನೂ ಇಟ್ಕಂಡೋಗಿದ್ದೆ. ಒಂದು ಸುಮ್ಕೆ ಮೇತಿತ್ತು. ಆ ನನ್ ಮಗಂದು ಆ ಟಗ್ರಿಂದೆ ಓಟ ಕಿತ್ಬುಡ್ತು ಕಣವ್ವಾ, ಏಸ್ ವುಡ್ಕಿರೂ ಸಿಗ್ನಿಲ್ಲಾ. ಆ ಟಗ್ರು ಅವ್ರಟ್ಟಿ ಸೇರದೆ, ನನ್ ಕುರಿ ಕಾಣ್ತಿಲ್ಲ...'

ಕೈ ಮುಗಿದು ನಡ ಬಗ್ಗಿಸಿ ಗೌರಜ್ಜಿ ಹೇಳುತ್ತಿದ್ದರೆ ಕೆಲವರು ಕಿಸಿ ಕಿಸಿ ಎಂದು ನಗುತ್ತಿದ್ದರು. ಕೆಲವು ಮೀಸೆ ಮೂಡದ ಹೈಕಳಂತೂ, 'ಯಾಕಜ್ಜೀ, ಟೇಮಿಗೆ ಸರ್ಯಾಗಿ ಬೀಜ ಕೊಡ್ಸದಲ್ವಾ' ಎಂದು ಆಡಿಕೊಂಡು ನಕ್ಕವು.

ಒಂದಷ್ಟು ಹೊತ್ತು ಗಟ್ಟಿಯಾಗಿ ಕಣ್ಣು ಮುಚ್ಚಿ 'ಮಣ ಮಣ' ಮಾಡಿದ ರಾಜಣ್ಣ ನಂತರ ಹೇಳಿದ – 'ಹೂಂ.. ಹೂಂ.. ನಿನ್ ಕುರಿ ಮೂಡ್ಲು ದಿಕ್ಕು, ನಮ್ಮಣ್ಣ ತಿರುಪ್ತಿ ಯಂಕ್ಟೇಸ್ವರ ಸೋಮಿ ದಿಕ್ಕ ಸೇರ್ಕೈತೆ. ಅದ ವಾಪಸ್ ಕರುಸ್ತೀನಿ. ಏಳು ನಂಗೇನ್ ಕೊಡ್ತೀಯ ಕಾಣ್ಕೆ, ಕಪ್ಪವ?'

ಕೇಳುತ್ತಿರುವುದು ರಾಜಣ್ಣನೇ ಆದರೂ ಅದು ಅಮ್ಮನ ಮಾತು. ಗೌರಜ್ಜಿ ಹಿಂದೂ ಮುಂದೂ ನೋಡದೇ ಹೇಳಿದಳು :

'ಕುರಿ ವಾಪಸ್ ಬಂದ್ರೆ ಕಾಲ್ ತೊಳ್ದು ನಿನ್ ಗುಡಿಗೇ ಬುಟ್‌ಬುಡ್ತೀನಿ'

ಅವಳ ಮಾತು ಕೇಳಿ ಯಾರಿಗೂ ನಗು ಬರಲಿಲ್ಲ ಅಥವಾ ಯಾರೂ ನಗಲಿಲ್ಲ.

■

ಗೌರಜ್ಜಿ ಹೊಸಳ್ಳಿಯ ದಾರಿಯಲ್ಲಿ ಕಾಲೆಳೆಯುತ್ತಾ ತನ್ನ ನೆರಿಕೆ ಕಡೆಗೆ ಬರಲು ಸುಮಾರು ಹೊತ್ತೇ ಹಿಡಿದಿತ್ತು. ಮಧ್ಯಾಹ್ನ ಸಂಜೆಯಾಗಿ, ಸಂಜೆ ರಾತ್ರಿಯಾಗುವ ಸಮಯಕ್ಕೆ ಗೌರಜ್ಜಿಯ ಕಾಲು ಅವಳ ಹಟ್ಟಿಯ ಸವರುತ್ತಿದ್ದವು. ಇಡೀ ದಿನ ಹಿಡಿಸೊಪ್ಪು ತಿಂದು ಉಸಿರಾಡಿಕೊಂಡಿದ್ದ ಉಳಿದ ಒಂದು ಕುರಿ ತನ್ನ ಜೊತೆಗಿನ ಕುರಿ ಇಲ್ಲದೇ ಅರುಚುತ್ತಿತ್ತು. ಗೌರಜ್ಜಿ ಗುಡಿಸಲ ತಡಿಕೆ ಸರಿಸಿ ಒಳನಡೆದಾಗ ಕತ್ತಲು ಕಣ್ಣಿಗೆ ರಾಚಿದಂತಾಯ್ತು. ಹುಡುಕಿ ತಡಕಿ ಬೆಂಕಿ ಪೊಟ್ಟಣ ಹಿಡಿದು, ಕಡ್ಡಿ ಗೀರಿ ಸೀಮೆಣ್ಣೆ ಬುಡ್ಡಿಯ ನೆತ್ತಿಗೆ ಬೆಂಕಿ ತಾಗಿಸಿದಳು.

ಜೋಡಿಸಿಟ್ಟ ಮಡಿಕೆಗಳು ಖಾಲಿಯಾಗಿದ್ದವು. ಒಂದರಲ್ಲಿ ಮಾತ್ರ ಬೆಳಿಗ್ಗೆ ಮಾಡಿದ್ದ ಮುರುಕು ಮುದ್ದೆ ಮಿಕ್ಕಿತ್ತು. ಉಪ್ಪು ಮೆಣಸಿನಕಾಯಿ ಜೊತೆಗೆ ರಾತ್ರಿಗಿಷ್ಟು ಸಾಕು ಎನ್ನುವಾಗಲೇ ಕುನ್ನ ಒಳಬಂದು ಬಾಲ ಅಲ್ಲಾಡಿಸುತ್ತಾ 'ಊಂಂಂಂವ್'

ಅಂದ. ಮುದ್ದೆಯ ಮುರುಕು ಅವನ ಪಾಲಾಯಿತು. ಮುದ್ದೆ ತಿಂದಾದ ಮೇಲೆ ಗೌರಜ್ಜಿಯ ಕಾಲ ಮೇಲೆ ಬಿದ್ದು ಒದ್ದಾಡಿದ ಕುನ್ನ ಅವಳಿಂದ ಬಡಿಸಿಕೊಂಡು ಆಚೆ ಹೋದ.

ಗೌರಜ್ಜಿಗೆ ಈಗ ಊಟ ಬೇಕಾಗಿರಲಿಲ್ಲ. ಅಲ್ಲದೇ ಈಗ ಒಲೆ ಹತ್ತಿಸುವ ಮನಸ್ಸಿರಲಿಲ್ಲ. ಕರೆಗಡಿಗೆಯಿಂದ ಹೊಟ್ಟೆ ತುಂಬ ನೀರು ಕುಡಿದಳು. ಬಾಗಿಲಿಗೆ ಕಟ್ಟಿದ್ದ ಕುರಿಯನ್ನು ಮೂಲೆಗೆ ಕಟ್ಟಿ, ತಡಿಕೆ ಬಾಗಿಲ ಮುಚ್ಚುವಾಗ ಒಳಗೆ ಕುರಿ ಗಂಜು ಹೊಯ್ದು ಸದ್ದು ತುಂಬಿತು.

ಕೌದಿ ಹಾಸಿ, ಮಲಗಿ ಮೇಲೊಂದು ಕೌದಿಯ ಎಳೆದುಕೊಂಡು ಸೀಮೆಣ್ಣೆ ಬುಡ್ಡಿಯ ಆರಿಸಿದಳು. ಕತ್ತಲಲ್ಲಿ ಕುರಿಯ ಕಣ್ಣುಗಳು ಹಸಿರಾಗಿ ಹೊಳೆಯುತ್ತಿದ್ದವು. ಜೊತೆಗಾತಿ ಇಲ್ಲದೇ ಅದು ಕೊರಗುತ್ತಾ ಮೆಲುಕು ಹಾಕುತ್ತಿತ್ತು. ಗುಡಿಸಲ ಸೂರಿನ ಕಂಡಿಗಳಿಂದ ಒಳಗಿನ ಕತ್ತಲ ಹಿಡಿಯಲು ಚಂದಿರ ಪ್ರಯತ್ನಿಸುತ್ತಿದ್ದ.

ಕುರಿ ಹಿಂದಿರುಗಿ ಬರುತ್ತದೆ ಎಂಬ ನಂಬಿಕೆ ಗೌರಜ್ಜಿಯೊಳಗೆ ಹುಟ್ಟಿಕೊಂಡಿತು. ನೆನೆಸಿಕೊಂಡ ಕೆಂಪಮ್ಮ ಕಣ್ಣಮುಂದೆ ಬಂದು ಹರಸಿ ಹೋದಳು. ಕುರಿ ತಿರುಗಿ ಬಂದರೂ ಅದು ಗುಡಿಯ ಪಾಲೇ. ಆದರೆ ಅದರ ಬಗ್ಗೆ ಗೌರಜ್ಜಿ ತಲೆ ಕೆಡಿಸಿಕೊಳ್ಳಲಿಲ್ಲ.

ಗೌರಜ್ಜಿಗೆ ಇದ್ದಕ್ಕಿದ್ದಂತೆ ಗಂಡನ ನೆನಪಾಯಿತು. ಇಷ್ಟು ವರ್ಷಗಳ ನಂತರ ಅವನ ಮುಖದ ತುಂಬಾ ಬಿಳಿಯ ಕೂದಲು ತುಂಬಿ ಅವನೊಬ್ಬ ದೊಡ್ಡ ಫಕೀರನೋ, ಸನ್ಯಾಸಿಯೋ ಆಗಿರಬಹುದೇನೋ ಎಂದು ಹಾಗೇ ಅವನ ಚಿತ್ರವನ್ನು ಕಣ್ಣಮುಂದೆ ತಂದುಕೊಂಡಳು. ದೇಶಾಂತರ ಹೋದ ಮಗ ಮತ್ತೆ ಬರಬಹುದೇನೋ, ಜೊತೆಯಲ್ಲಿ ಮಲ್ಲಿಗೆ ಮುಡಿಯುವ ಚೆಲುವೆ ಸೊಸೆಯನ್ನೂ, ತನ್ನೊಂದಿಗೆ ಆಡಲು ಮೊಮ್ಮಗನನ್ನೂ ತರಬಹುದೆಂದುಕೊಂಡು ಒಳಗೇ ಸುಖಿಸಿದಳು.

ಮಗ ಊರು ಬಿಟ್ಟಾಗ ಅವನಿಗೆಷ್ಟು ವರ್ಷ? ಅವಳಿಗೆ ಸರಿಯಾಗಿ ನೆನಪಾಗಲಿಲ್ಲ. ಅವನಿಗೆ ಆಗ ಮೀಸೆ ಬಂದಿತ್ತೋ ಇಲ್ಲವೋ? ಅವಳು ಎಷ್ಟೇ ನೆನೆಸಿಕೊಂಡರೂ ನೆನಪಾಗಲಿಲ್ಲ. ಮಗ ಪ್ಯಾಂಟುತೊಟ್ಟು ಊರು ಬಿಟ್ಟಿದ್ದನೋ ಅಥವಾ ಚಡ್ಡಿಯಲ್ಲೇ ಓಡಿಹೋಗಿದ್ದನೋ? ಉಹುಂ ಅವಳು ನೆನೆಸಿಕೊಳ್ಳಲು ಯತ್ನಿಸುತ್ತಿದ್ದರೂ ಮರೆವು ಅವಳೊಂದಿಗೆ ಜೂಟಾಟವಾಡುತ್ತಿತ್ತು. ಅವಳು ನೆನೆಸಿಕೊಳ್ಳುತ್ತಲೇ ಇದ್ದಳು.

ತಡಿಕೆಯಾಚೆ ದಾರಿ ತಪ್ಪಿದ ಕುರಿ ಅರುಚುವುದು ಕೇಳುತ್ತಿದ್ದರೂ ಮಗನ ನೆನಪಿನ ಹಿಂದೆ ಓಡುತ್ತಿದ್ದ ಗೌರಜ್ಜಿಯ ಕಿವಿಗೆ ಆ ಸದ್ದು ಕೇಳಿಯೂ ಕೇಳಲಿಲ್ಲ. ತವರು ಮನೆ, ಗಂಡ, ಅತ್ತೆ ಮಾವ, ನೀರಿನಲ್ಲಿ ಕೊಚ್ಚಿಹೋದ ಮಗ, ನೆನಪಿಗೆ ಸಿಗದೇ ಆಟವಾಡುತ್ತಿರುವ ಊರು ಬಿಟ್ಟ ಮಗ ಎಲ್ಲವೂ ಗೌರಜ್ಜಿಯ ತಲೆ ತುಂಬಿ ಸುತ್ತುತ್ತಿದ್ದವು

■

ಹೊಸಳ್ಳಿಯ ಊಟ ಮುಗಿಸಿದ ಹೆಂಗಸರು ಕರೆಂಟು ಹೋಗಿದ್ದ ನೆಪದಿಂದ ಅಂಗಳದಲ್ಲಿ ಚೆಲ್ಲಿದ್ದ ಬೆಳುದಿಂಗಳ ಹೊದ್ದು ಕುಂತು ಹಾಡುತ್ತಿದ್ದರು:

'ತಾಯಾಸೆ ತವರಾ ಮನೆಯಾಸೆ ನನ್ನವ್ವಾ ಏಗೀಣೇಗೀಣಿಯೇ
ನಿನ್ನಾಸೆ ನನ್ನಾ ಬಿಡದಲ್ಲೇ ನನ್ನವ್ವಾ ಏಗೀಣೇಗೀಣಿಯೇ
ನಿನ್ನಾಸೆ ನನ್ನಾ ಬಿಡದಲ್ಲೇ ನನ್ನವ್ವಾ ಏಗೀಣೇಗೀಣಿಯೇ
ನೀ ಬಿಟ್ಟರು ನಿನ್ನಾ ಮನೆ ಬಿಡದು ನನ್ನವ್ವಾ ಏಗೀಣೇಗೀಣಿಯೇ
ನೀ ಬಿಟ್ಟರು ನಿನ್ನಾ ಮನೆ ಬಿಡದು ನನ್ನವ್ವಾ ಏಗೀಣೇಗೀಣಿಯೇ
ಮಳೆಬಿಟ್ಟರು ಮರದಾ ಹನೀ ಬಿಡದೂ ಏಗೀಣೇಗೀಣಿಯೇ'

ಓದಿ ಓದಿ ಮರುಳಾಗಿ!

ಛಂದ ಪುಸ್ತಕ ಬಹುಮಾನ

ಹೊಸ ಕತೆಗಾರರನ್ನು ಗುರುತಿಸುವ ಸಲುವಾಗಿ ನಮ್ಮ ಪ್ರಕಾಶನ ಸಂಸ್ಥೆಯು ಕಳೆದ ಹದಿಮೂರು ವರ್ಷಗಳಿಂದ ಕತೆಗಳ ಹಸ್ತಪ್ರತಿ ಸ್ಪರ್ಧೆಯನ್ನು ನಡೆಸುತ್ತಾ ಬಂದಿದೆ. ಈವರೆಗೆ ಒಂದೂ ಕಥಾಸಂಕಲನವನ್ನು ಪ್ರಕಟಿಸದವರು ಈ ಸ್ಪರ್ಧೆಯಲ್ಲಿ ಭಾಗವಹಿಸಬಹುದು. ಇತರ ಪ್ರಕಾರಗಳಲ್ಲಿ ಒಂದೆರಡು ಪುಸ್ತಕಗಳನ್ನು ಪ್ರಕಟ ಮಾಡಿದವರೂ ಇದರಲ್ಲಿ ಭಾಗವಹಿಸುವ ಅವಕಾಶವಿರುತ್ತದೆ. ಮೊದಲ ಸುತ್ತಿನ ಆಯ್ಕೆಯನ್ನು ಪ್ರಕಾಶನದ ಸದಸ್ಯರು ಮಾಡಿ, ಕೊನೆಯ ಆಯ್ಕೆಗಾಗಿ ಸುಮಾರು ಹತ್ತು ಹಸ್ತಪ್ರತಿಗಳನ್ನು ನಾಡಿನ ಹಿರಿಯ ಸಾಹಿತಿಗಳಿಗೆ ಒಪ್ಪಿಸುತ್ತಾರೆ. ಆಯ್ಕೆಯಾದ ಹಸ್ತಪ್ರತಿಯನ್ನು ಪುಸ್ತಕ ರೂಪದಲ್ಲಿ ಪ್ರಕಟಿಸಿ, ಪ್ರಶಸ್ತಿ ಪತ್ರ, ಫಲಕ ಹಾಗೂ ಮೂವತ್ತು ಸಾವಿರ ರೂಪಾಯಿ ಬಹುಮಾನವನ್ನು ನೀಡಲಾಗುತ್ತದೆ. ಈವರೆಗೂ ಈ ಪ್ರಶಸ್ತಿಯಲ್ಲಿ ಬಹುಮಾನ ಪಡೆದವರ ವಿವರಗಳ ಪಟ್ಟಿಯನ್ನು ಮುಂದಿನ ಪುಟದಲ್ಲಿ ನೀಡಿದ್ದೇವೆ.

ಇವರಲ್ಲಿ ಮೌನೇಶ ಬಡಿಗೇರ, ಶಾಂತಿ ಕೆ ಅಪ್ಪಣ್ಣ, ಪದ್ಮನಾಭ ಭಟ್ ಶೇವ್ಕಾರ ಮತ್ತು ಸ್ವಾಮಿ ಪೊನ್ನಾಚಿ ಅವರಿಗೆ ಕೇಂದ್ರ ಸಾಹಿತ್ಯ ಅಕಾಡೆಮಿಯ ಯುವ ಪುರಸ್ಕಾರ ದೊರೆತಿದೆ. ವಿನಯಾ, ಶಾಂತಿ ಕೆ ಅಪ್ಪಣ್ಣ ಮತ್ತು ಪದ್ಮನಾಭ ಭಟ್ ಶೇವ್ಕಾರರ ಪುಸ್ತಕಗಳಿಗೆ ಕರ್ನಾಟಕ ಸಾಹಿತ್ಯ ಅಕಾಡೆಮಿಯ ಪುಸ್ತಕ ಬಹುಮಾನ ಅಥವಾ ದತ್ತಿ ಬಹುಮಾನಗಳು ಸಂದಿವೆ. ಇನ್ನೂ ಹಲವಾರು ನಾಡಿನ ಪ್ರಮುಖ ಪ್ರಶಸ್ತಿ ಮತ್ತು ಬಹುಮಾನಗಳೂ ಈ ಕೃತಿಗಳಿಗೆ ಲಭ್ಯವಾಗಿವೆ.

ನೀವು ಈ ಸ್ಪರ್ಧೆಯಲ್ಲಿ ಭಾಗವಹಿಸಬೇಕೆ? ಹಾಗಿದ್ದರೆ ನಮ್ಮ ಮುಂದಿನ ವರ್ಷದ ಸ್ಪರ್ಧೆಯ ಆಹ್ವಾನವನ್ನು ಖ್ಯಾತ ಕನ್ನಡ ನಿಯತಕಾಲಿಕಗಳಲ್ಲಿ ಅಥವಾ ಸಾಮಾಜಿಕ ಜಾಲತಾಣಗಳಲ್ಲಿ ನಿರೀಕ್ಷಿಸಿರಿ. ಹೆಚ್ಚಿನ ವಿವರಗಳಿಗೆ 98444 22782 ಗೆ ಸಂದೇಶ ಕಳುಹಿಸಿರಿ.

ಓದಿ ಓದಿ ಮರುಳಾಗಿ!

ಛಂದ ಪುಸ್ತಕ ಬಹುಮಾನ ಪಡೆದ ಕೃತಿಗಳು

ಕತೆಗಾರರು	ಕಥಾಸಂಕಲನ	ತೀರ್ಪುಗಾರರು
ಸುನಂದಾ ಕಡಮೆ	ಪುಟ್ಟ ಪಾದದ ಗುರುತು	ಅಶೋಕ ಹೆಗಡೆ/ ಸುಮಂಗಲಾ
ಅಲಕ ತೀರ್ಥಹಳ್ಳಿ	ಈ ಕತೆಗಳ ಸಹವಾಸವೇ ಸಾಕು	ಕೇಶವ ಮಳಗಿ/ ಸುಮಂಗಲಾ
ಲೋಕೇಶ ಅಗಸನಕಟ್ಟೆ	ಹಟ್ಟಿಯೆಂಬ ಭೂಮಿಯ ತುಣುಕು	ಬೊಳುವಾರು
ವಿನಯಾ	ಊರ ಒಳಗಣ ಬಯಲು	ನೇಮಿಚಂದ್ರ
ಸಂದೀಪ ನಾಯಕ	ಗೋಡೆಗೆ ಬರೆದ ನವಿಲು	ಅಮರೇಶ ನುಗಡೋಣಿ
ಕಣಾದ ರಾಘವ	ಮೊದಲ ಮಳೆಯ ಮಣ್ಣು	ಕೆ. ಸತ್ಯನಾರಾಯಣ
ಬಸವಣ್ಣೆಪ್ಪಾ ಕಂಬಾರ	ಆಟಿಕೆ	ಕುಂ. ವೀರಭದ್ರಪ್ಪ
ಮೌನೇಶ ಬಡಿಗೇರ	ಮಾಯಾಕೋಲಾಹಲ	ಓ.ಎಲ್.ಎನ್. ಸ್ವಾಮಿ
ಪದ್ಮನಾಭ ಭಟ್	ಕೇಪಿನ ಡಬ್ಬಿ	ಎಂ. ಎಸ್. ಆಶಾದೇವಿ
ಶಾಂತಿ ಕೆ ಅಪ್ಪಣ್ಣ	ಮನಸು ಅಭಿಸಾರಿಕೆ	ಎಚ್.ಎಸ್.ಆರ್
ದಯಾನಂದ	ದೇವರು ಕಚ್ಚಿದ ಸೇಬು	ನಾ. ಡಿಸೋಜಾ
ಸ್ವಾಮಿ ಪೊನ್ನಾಚಿ	ಧೂಪದ ಮಕ್ಕಳು	ಎಂ. ಎಸ್. ಶ್ರೀರಾಮ್
ಶಶಿ ತರೀಕೆರೆ	ಡುಮಿಂಗ	ಲಲಿತಾ ಸಿದ್ಧಬಸವಯ್ಯ
ಛಾಯಾ ಭಟ್	ಬಯಲರಸಿ ಹೊರಟವಳು	ತಾರಿಣಿ ಶುಭದಾಯಿನಿ
ಕಾವ್ಯಾ ಕಡಮೆ	ಮಾಕೋನ ಏಕಾಂತ	ಟಿ.ಪಿ. ಅಶೋಕ

ಛಂದ ಪುಸ್ತಕ ಬಹುಮಾನ

ಪುಟ್ಟ ಪಾದದ ಗುರುತು - ಸುನಂದಾ ಪ್ರಕಾಶ ಕಡಮೆ - ₹ 120
ಈ ಕತೆಗಳ ಸಹವಾಸವೇ ಸಾಕು - ಅಲಕ ತೀರ್ಥಹಳ್ಳಿ - ₹ 60
ಹಟ್ಟಿಯೆಂಬ ಭೂಮಿಯ ತುಣುಕು - ಲೋಕೇಶ ಅಗಸನಕಟ್ಟೆ - ₹ 180
ಗೋಡೆಗೆ ಬರೆದ ನವಿಲು - ಸಂದೀಪ ನಾಯಕ - ₹ 60
ಮೊದಲ ಮಳೆಯ ಮಣ್ಣು - ಕಣಾದ ರಾಘವ - ₹ 140
ಆಟಿಕೆ - ಬಸವಣ್ಣೆಪ್ಪಾ ಕಂಬಾರ - ₹ 100
ಮಾಯಾಕೋಲಾಹಲ - ಮೌನೇಶ ಬಡಿಗೇರ - ₹ 165
ಕೇಪಿನ ಡಬ್ಬಿ - ಪದ್ಮನಾಭ ಭಟ್, ಶೇವ್ಕಾರ - ₹ 150
ಮನಸು ಅಭಿಸಾರಿಕೆ - ಶಾಂತಿ ಕೆ ಅಪ್ಪಣ್ಣ - ₹ 230
ದೇವರು ಕಚ್ಚಿದ ಸೇಬು - ದಯಾನಂದ - ₹ 140
ಧೂಪದ ಮಕ್ಕಳು - ಸ್ವಾಮಿ ಪೊನ್ನಾಚಿ - ₹ 130
ಡುಮಿಂಗ - ಶಶಿ ತರೀಕೆರೆ - ₹ 130
ಬಯಲರಸಿ ಹೊರಟವಳು - ಛಾಯಾ ಭಟ್ - ₹ 150
ಮಾಕೋನ ಏಕಾಂತ - ಕಾವ್ಯಾ ಕಡಮೆ - ₹ 130

ಕಥಾಸಂಕಲನ

ಶಕುಂತಲಾ - ಗುರುಪ್ರಸಾದ್ ಕಾಗಿನೆಲೆ - ₹ 80
ಜುಮುರು ಮಳೆ - ಸುಮಂಗಲಾ - ₹ 220
ಶಾಲಭಂಜಿಕೆ - ಡಾ. ಕೆ. ಎನ್. ಗಣೇಶಯ್ಯ - ₹ 180 (7ನೇ ಮುದ್ರಣ)
ಕಾರಂತಜ್ಜನಿಗೊಂದು ಪತ್ರ - ಸಚ್ಚಿದಾನಂದ ಹೆಗಡೆ - ₹ 150
ಹಕೂನ ಮಟಾಟ - ನಾಗರಾಜ ವಸ್ತಾರೆ - ₹ 80
ಕಾಲಿಟ್ಟಲ್ಲಿ ಕಾಲುದಾರಿ - ಸುಮಂಗಲಾ - ₹ 80
ಹುಲಿರಾಯ - ಕೀರ್ತಿರಾಜ್ - ₹ 80
ನಿರವಯವ - ನಾಗರಾಜ ವಸ್ತಾರೆ - ₹ 125
ಹನ್ನೊಂದನೇ ಅಡ್ಡರಸ್ತೆ - ಸುಮಂಗಲಾ - ₹ 170
ಗಾಳಿಗೆ ಮೆತ್ತಿದ ಬಣ್ಣ - ಕರ್ಕಿ ಕೃಷ್ಣಮೂರ್ತಿ - ₹ 180
ಕನ್ನಡಿ ಹರಳು - ಪದ್ಮನಾಭ ಭಟ್, ಶೇವ್ಕಾರ - ₹ 130
ಒಂದು ಚಿಟಿಕೆ ಮಣ್ಣು - ಲಕ್ಷ್ಮಣ ಬಾದಾಮಿ - ₹ 130
ಬಂಡಲ್ ಕತೆಗಳು - ಎಸ್ ಸುರೇಂದ್ರನಾಥ್ - ₹ 160
ದೇವರ ರಜಾ - ಗುರುಪ್ರಸಾದ್ ಕಾಗಿನೆಲೆ - ₹ 225 (2ನೇ ಮುದ್ರಣ)
ಕಟ್ಟು ಕತೆಗಳು - ಎಸ್ ಸುರೇಂದ್ರನಾಥ್ - ₹ 210
ಮಡಿಲು (ನೀಳ್ಗತೆ) - ನಾಗರಾಜ ವಸ್ತಾರೆ - ₹ 15
ತಿರಾಮಿಸು - ಶಶಿ ತರೀಕೆರೆ - ₹ 210
ತೊಟ್ಟು ಕ್ರಾಂತಿ - ಕಾವ್ಯಾ ಕಡಮೆ - ₹ 180
ಒಂದು ಬಾಗಿಲು ಮತ್ತು ಮೂರೂ ಚಿಲ್ಲರೆ ವರ್ಷಗಳು - ಶಾಂತಿ ಕೆ ಅಪ್ಪಣ್ಣ - ₹ 190

ಪ್ರಬಂಧ

ಪೂರ್ವ ಪಶ್ಚಿಮ - ಎಂ. ಆರ್. ದತ್ತಾತ್ರಿ - ₹ 80
ರಾಗಿಮುದ್ದೆ - ರಘುನಾಥ ಚ. ಹ. - ₹ 120
ಕುಟ್ಟವಲಕ್ಕಿ / ಗೊಜ್ಜವಲಕ್ಕಿ - ಪ್ರಶಾಂತ ಆಡೂರ - ₹ 170 / ₹ 170
ಕಿಲಿಮಂಜಾರೋ - ಪ್ರಶಾಂತ್ ಬೀಚಿ - ₹ 80
ಮಿಸಳ್ ಭಾಜಿ - ಭಾರತಿ ಬಿ ವಿ - ₹ 190
ನೀ ಮಾಯೆಯೊಳಗೋ... - ವಿಕ್ರಮ ಹತ್ವಾರ - ₹ 150
ಸಾವೆಂಬ ಲಹರಿ - ಗುರುಪ್ರಸಾದ ಕಾಗಿನೆಲೆ - ₹ 140
ವೈದ್ಯ, ಮತ್ತೊಬ್ಬ - ಗುರುಪ್ರಸಾದ ಕಾಗಿನೆಲೆ - ₹ 120
ಅಪ್ಪನ ರ್‍ಯಾಲೀಸ್ ಸೈಕಲ್ - ದರ್ಶನ್ ಜಯಣ್ಣ - ₹ 110
ಇಮೋಜಿ ಭಾಷೆ - ಕರ್ಕಿ ಕೃಷ್ಣಮೂರ್ತಿ - ₹ 150

ಅನುವಾದ

ದಿ ಚಾಯ್ಸ್ - ಈಡಿತ್ ಎವಾ ಎಗರ್ (ಜಯಶ್ರೀ ಭಟ್) - ₹ 280
ದೇಹವೇ ದೇಶ - ಗರಿಮಾ ಶ್ರೀವಾಸ್ತವ (ವಿಕ್ರಮ ವಿಸಾಜಿ) - ₹ 250
ಪರ್ಸೆಪೊಲಿಸ್- ಮಾರ್ಜಾನ್ ಸತ್ರಪಿ (ಪ್ರೀತಿ ನಾಗರಾಜ) - ₹ 395
ಗಾಳಿ ಪಳಗಿಸಿದ ಬಾಲಕ - ವಿಲಿಯಂ ಕಾಂಕ್ವಾಂಬಾ (ಕರುಣಾ ಬಿ ಎಸ್) - ₹ 320
ಅನೀಸ್ ಫಾರ್ಚೂನ್ - ಎಲಿಜಬೆತ್ ಯೇಟ್ಸ್ (ಜಯಶ್ರೀ ಭಟ್) - ₹ 110
ನವ ಜೀವಗಳು - ವಿಲಿಯಂ ಡಾಲ್ರಿಂಪಲ್ (ನವೀನ ಗಂಗೋತ್ರಿ) - ₹ 250
ಮೈಕೆಲ್ ಕೆ - ಜೆ.ಎಂ. ಕುಟ್‌ಸೀ (ಸುನಿಲ್ ರಾವ್) - ₹ 170
ಲೇರಿಯೊಂಕ - ಹೆನ್ರಿ ಆರ್. ಓಲೆ ಕುಲೆಟ್ (ಪ್ರಶಾಂತ ಬೀಚಿ) - ₹ 140
ಅರ್ಧಶತಮಾನದ ಮೌನ - ಯಾನ್ ರಫ್-ಓ'ಹರ್ನ್ (ಅರುಣ್) - ₹ 310
ಪರ್ವತದಲ್ಲಿ ಪವಾಡ - ನ್ಯಾಂಡೊ ಪರಾಡೊ (ಸಂಯುಕ್ತಾ ಪುಲಿಗಲ್) - ₹ 340
ಚಂದಿರ ಬೇಕೆಂದವನು - ಮಿಮಿ ಬೇರ್ಡ್ (ಪ್ರಜ್ಞಾ ಶಾಸ್ತ್ರಿ) - ₹ 180
ಬಂಡೂಲ - ವಿಕಿ ಕಾನ್‌ಸ್ಟಂಟೇನ್ ಕ್ರುಕ್ (ರಾಜ್ಯಶ್ರೀ ಕುಳಮರ್ವ) - ₹ 425
ರೆಬೆಲ್ ಸುಲ್ತಾನರು - ಮನು ಎಸ್ ಪಿಳ್ಳೈ (ಸಂಯುಕ್ತಾ ಪುಲಿಗಲ್) - ₹ 420
ಫಾಲೋಯಿಂಗ್ ಫಿಶ್ - ಸಮಂತ್ ಸುಬ್ರಮಣಿಯನ್ (ಸಹನಾ ಹೆಗಡೆ) - ₹ 280
ಜಗವ ಚುಂಬಿಸು - ಸುಬ್ರೊತೋ ಬಾಗ್ಚಿ (ವಂದನಾ ಪಿ ಸಿ) - ₹ 240
ಪರ್ದಾ ಅಂಡ್ ಪಾಲಿಗಮಿ - ಇಕ್ಬಾಲುನ್ನೀಸಾ ಹುಸೇನ್ (ದಾದಾಪೀರ್) - ₹ 380
ವಾಡಿವಾಸಲ್ - ಚಿ. ಸು. ಚೆಲ್ಲಪ್ಪ (ಸತ್ಯಕಿ) - ₹ 100
ನಾಲ್ಕನೇ ಎಕರೆ - ಶ್ರೀರಮಣ (ಅಜಯ್ ವರ್ಮಾ ಅಲ್ಲೂರಿ) - ₹ 100
ಮಾವೋನ ಕೊನೆಯ ನರ್ತಕ - ಲೀ ಶ್ವಿನ್‌ಶಿಂಗ್ (ಜಯಶ್ರೀ ಭಟ್) - ₹ 340
ಕೋಬಾಲ್ಟ್ ಬ್ಲೂ - ಸಚಿನ್ ಕುಂಡಲ್‌ಕರ್ (ಸಪ್ನಾ ಕಟ್ಟಿ) - ₹ 150
ವಿದ್ಯಾವಂತ ವೇಶ್ಯೆಯ ಆತ್ಮಕಥೆ - ಮಾನದಾ ದೇವಿ (ನಾಗ ಹುಬ್ಳಿ) - ₹ 240
ದಿ ಲೈಟ್‌ಹೌಸ್ ಫ್ಯಾಮಿಲಿ - ಫಿರಾತ್ ಸುನೇಲ್ (ಮಾಧುರಿ ಕುಲಕರ್ಣಿ) - ₹ 230
ನನ್ನ ತಂಗಿ ಈಡಾ - ಕಾರೊಲೀನ ವಾಲ್ (ಹರ್ಷ ರಘುರಾಮ್) - ₹ 260
ಸತ್ತವರ ಸೊಲ್ಲು - ಆಶುತೋಷ್ ಭಾರದ್ವಾಜ್ (ಕಾರ್ತಿಕ್ ಆರ್.) - ₹ 380

ವಸುಧೇಂದ್ರ

ಮನೀಷೆ - ಕತೆಗಳು - ₹ 120 (8ನೇ ಮುದ್ರಣ)
ಯುಗಾದಿ - ಕತೆಗಳು - ₹ 190 (9ನೇ ಮುದ್ರಣ)
ಚೇಳು - ಕತೆಗಳು - ₹ 120 (8ನೇ ಮುದ್ರಣ)
ಹಂಪಿ ಎಕ್ಸ್‌ಪ್ರೆಸ್ - ಕತೆಗಳು - ₹ 195 (9ನೇ ಮುದ್ರಣ)
ಮೋಹನಸ್ವಾಮಿ - ಕತೆಗಳು - ₹ 270 (8ನೇ ಮುದ್ರಣ)
ವಿಷಮ ಭಿನ್ನರಾಶಿ - ಕತೆಗಳು - ₹ 280 (4ನೇ ಮುದ್ರಣ)
ಕೋತಿಗಳು - ಪ್ರಬಂಧ - ₹ 120 (8ನೇ ಮುದ್ರಣ)
ನಮ್ಮಮ್ಮ ಅಂದ್ರೆ ನಂಗಿಷ್ಟ - ಪ್ರಬಂಧ - ₹ 100 (28ನೇ ಮುದ್ರಣ)
ರಕ್ಷಕ ಅನಾಥ - ಪ್ರಬಂಧ - ₹ 110 (5ನೇ ಮುದ್ರಣ)
ವರ್ಣಮಯ - ಪ್ರಬಂಧ - ₹ 225 (7ನೇ ಮುದ್ರಣ)
ಐದು ಪೈಸೆ ವರದಕ್ಷಿಣೆ - ಪ್ರಬಂಧ - ₹ 280 (5ನೇ ಮುದ್ರಣ)
ಹರಿಚಿತ್ತ ಸತ್ಯ - ಕಾದಂಬರಿ - ₹ 200 (6ನೇ ಮುದ್ರಣ)
ತೇಜೋ-ತುಂಗಭದ್ರಾ - ಕಾದಂಬರಿ - ಉತ್ತಮ/ಸಾದಾ (₹ 500/₹ 450) (17ನೇ ಮುದ್ರಣ)
ಮಿಥುನ - ಶ್ರೀರಮಣರ ಕತೆಗಳು - ₹ 135 (8ನೇ ಮುದ್ರಣ)
ಎವರೆಸ್ಟ್ - ಜಾನ್ ಕ್ರಾಕೌರ್ - ₹ 420 (4ನೇ ಮುದ್ರಣ)
ರೇಷ್ಮೆ ಬಟ್ಟೆ - ಕಾದಂಬರಿ - ₹ 450

ಕಾದಂಬರಿ

ಎನ್ನ ಭವದ ಕೇಡು - ಎಸ್ ಸುರೇಂದ್ರನಾಥ್ - ₹ 75
ನ್ಯಾಸ - ಹರೀಶ ಹಾಗಲವಾಡಿ - ₹ 250
ಗುಣ - ಗುರುಪ್ರಸಾದ್ ಕಾಗಿನೆಲೆ - ₹ 150
ದ್ವೀಪವ ಬಯಸಿ - ಎಂ. ಆರ್. ದತ್ತಾತ್ರಿ - ₹ 320
ತಾರಾಬಾಯಿಯ ಪತ್ರ - ದತ್ತಾತ್ರಿ ಎಂ ಆರ್ - ₹ 160
ಅಗೆದಷ್ಟೂ ನಕ್ಷತ್ರ - ಸುಮಂಗಲಾ - ₹ 230
ಪ್ರಿಯೇ ಚಾರುಶೀಲೆ - ನಾಗರಾಜ ವಸ್ತಾರೆ - ₹ 380
ಋಷ್ಯಶೃಂಗ - ಹರೀಶ ಹಾಗಲವಾಡಿ - ₹ 160
ಅಂತು - ಪ್ರಕಾಶ ನಾಯಕ್ - ₹ 200
ಚುಕ್ಕಿ ಬೆಳಕಿನ ಜಾಡು - ಕರ್ಕಿ ಕೃಷ್ಣಮೂರ್ತಿ - ₹ 200
ದೀಪವಿರದ ದಾರಿಯಲ್ಲಿ - ಸುಶಾಂತ್ ಕೋಟ್ಯಾನ್ - ₹ 160
ದಾರಿ - ಕುಸುಮಾ ಆಯರಹಳ್ಳಿ - ₹ 395
ಬರೀ ಎರಡು ರೆಕ್ಕೆ - ಸುನಂದಾ ಪ್ರಕಾಶ ಕಡಮೆ - ₹ 260

ಕವಿತೆ

ಮದ್ಯಸಾರ - ಅಪಾರ - ₹ 90
ಪೂರ್ಣನ ಗರಿಗಳು - ಪೂರ್ಣಪ್ರಜ್ಞ - ₹ 70

ಹಲೋ ಹಲೋ ಚಂದಮಾಮ - ರಾಧೇಶ ತೋಳ್ಪಾಡಿ - ₹ 50

ಪದಚರಿತೆ

ಸರಿಗನ್ನಡಂ ಗೆಲ್ಗೆ - ಅಪಾರ - ₹ 390

www.ingramcontent.com/pod-product-compliance
Lightning Source LLC
LaVergne TN
LVHW060408051026
849518LV00007B/2488